பிரியா

கிழக்கு பதிப்பக வெளியீடுகளாக சுஜாதாவின் புத்தகங்கள்

21ம் விளிம்பு
24 ரூபாய் தீவு
6961
அப்பா, அன்புள்ள அப்பா
அப்ஸரா
அனிதா - இளம் மனைவி
அனிதாவின் காதல்கள்
அனுமதி
ஆ..!
ஆட்டக்காரன் சிறுகதைகள்
ஆதனிலால் காதல் செய்வீர்
ஆயிரத்தில் இருவர்
ஆர்யபட்டா
ஆழ்வார்கள்:ஓர் எளிய அறிமுகம்
ஆஸ்டின் இல்லம்
இதன் பெயரும் கொலை
இரண்டாவது காதல் கதை
இருள் வரும் நேரம்
இளமையில் கொல்
இன்னும் ஒரு பெண்
உள்ளம் துறந்தவன்
ஊஞ்சல்
எதையும் ஒரு முறை
என் இனிய இயந்திரா
என்றாவது ஒரு நாள்
ஐந்தாவது அத்தியாயம்
ஒரு நடுப்பகல் மரணம்
ஒரே ஒரு துரோகம்
ஓடாதே
ஓரிரவில் ஒரு ரயிலில்
ஓரிரு எண்ணங்கள்
ஓலைப்பட்டாசு
கடவுள் வந்திருந்தார்
கமிஷனருக்குக் கடிதம்
கம்ப்யூட்டரே ஒரு கதை சொல்லு
கம்ப்யூட்டர் கிராமம்
கரையெல்லாம் செண்பகப்பூ
கற்பனைக்கும் அப்பால்
கனவுத் தொழிற்சாலை
காயத்ரி
குருபிரசாத்தின் கடைசி தினம்
கை
கொலை அரங்கம்
சிங்கமய்யங்கார் பேரன்
சில வித்தியாசங்கள்
சிவந்த கைகள்
சிறுகதை எழுதுவது எப்படி?
சின்னச் சின்னக் கட்டுரைகள்
சொர்க்கத் தீவு
டாக்டர் நரேந்திரனின் வினோத வழக்கு
தங்க முடிச்சு
தப்பித்தால் தப்பில்லை
திசை கண்டேன் வான் கண்டேன்
தீண்டும் இன்பம்
தூண்டில் கதைகள்
தேடாதே
தோரணத்து மாவிலைகள்
நகரம் சிறுகதைகள்
நிர்வாண நகரம்
நில் கவனி தாக்கு
நில்லுங்கள் ராஜாவே
நிறமற்ற வானவில்
நிஜத்தைத் தேடி
நைலான் கயிறு
பதினாலு நாள்கள்
பத்து செகண்ட் முத்தம்
பாதி ராஜ்யம்
பாரதி இருந்த வீடு
பிரிவோம் சந்திப்போம்
ப்ரியா
மண்மகன்
மத்யமர்
மலை மாளிகை
மனைவி கிடைத்தாள்
மாயா
மிஸ் தமிழ்தாயே நமஸ்காரம்
மீண்டும் ஒரு குற்றம்
மீண்டும் தூண்டில் கதைகள்
மீண்டும் ஜீனோ
முதல் நாடகம் - நாடகங்கள்
மூன்றுநாள் சொர்க்கம்
மெரீனா
மேகத்தைத் துரத்தியவன்
மேலும் ஒரு குற்றம்
மேற்கே ஒரு குற்றம்
ரயில் புன்னகை
ரோஜா
வசந்த காலக் குற்றங்கள்
வாய்மையே சில சமயம் வெல்லும்
வாரம் ஒரு பாசுரம்
வானத்தில் ஒரு மௌனத்தாரகை
விக்ரம்
விடிவதற்குள் வா
விபரீதக் கோட்பாடு
விருப்பமில்லா திருப்பங்கள்
விரும்பிச் சொன்ன பொய்கள்
விவாதங்கள் விமர்சனங்கள்
விழுந்த நட்சத்திரம்
வைரங்கள்
ஜன்னல் மலர்
ஜீனோம்
ஜோதி
ஸ்ரீரங்கத்து தேவதைகள்

ப்ரியா

சுஜாதா

கிழக்கு

ப்ரியா
Priya
by Sujatha

First Edition: April 2010
264 Pages

ISBN 978-81-8493-442-7
Kizhakku - 481

Kizhakku Pathippagam
177/103, First Floor,
Ambal's Building, Lloyds Road
Royapettah, Chennai 600 014.
Ph: +91-44-4200-9603

Email : support@nhm.in
Website : www.nhm.in

Cover Image : Shutterstock ©

Backcover Image : Srihari

Kizhakku Pathippagam is an imprint of New Horizon Media Private Limited

வெளியே லண்டன் வானம் நிறம் மாறி இருந்தது. நான் வெற்றுப் பார்வை பார்த்துக்கொண்டு யோசித் தேன். முடிவில்லாத குழப்பமான யோசனைகள். வயிற்றுக்குள் பயம் தோன்றியது. கணேஷ் சார், கணேஷ் சார் என்று எத்தனை தடவை கூப்பிடுவாள்! எங்கே இருக்கிறாள், யாரிடம் இருக்கிறாள், எந்த நிலையில் இருக்கிறாள்? மறுபடி போலீஸின் உதவியை நாடுகிறாயா முட்டாளே... இதோ அவள் விரலைப் பார்சலாக அனுப்பி வைக்கிறேன்... நீ என்பாள் நீங்கள் என்பாள் வினோத் மெஹ்ரா என்பாள்... அவளைப் பார்த்து சரியாக முப்பத்தாறு மணி நேரம் ஆகிவிட்டது!

நன்றி

ஒரு முக்கியமான கட்டத்தில் இந்தக் கதையை திசை திருப்பிய எஸ்.ஏ.பி. அவர்களுக்கு.

- சுஜாதா

1

எனக்குத் தமிழ் சினிமாவின் ஆகிருதி மிகுந்த நடிக நடிகையர்கள் பற்றி அதிகம் தெரியாது. அவ்வப்போது 'பொம்மை' இதழைப் பார்ப்பேன். எனக்கு அவர்கள் எல்லோரும் புஷ்டியான பன் ரொட்டிகளைப் போல இருப்பதாக அபிப்பிராயம். எனவே நான் ப்ரியாவைப் பற்றி இதுவரை கேள்விப்படாமல் இருந்ததில் ஆச்சரியமில்லை. அவளுக்கும் எனக்கும் ஒரு கேஸ் சம்பந்தமாகத் தொடர்பு ஏற்பட்டு, பிற்பாடு அத்தனை லண்டன் விபரீதங்களும் நிகழ்வதற்குமுன் ப்ரியா யார் என்றே எனக்குத் தெரியாது. வஸந்த்தான் சொன்னான். மே மாதம் திங்கள் கிழமை என் ஆபீசில் நுழைந்தபோது வஸந்த் மிகச் சமீபத்தில் ஜன்ம சாபல்யம் அடைந்து விட்டதுபோல் தோன்றினான். நான் உட்கார் வதற்கு முன்னாலே, 'பாஸ்! உங்களுக்கு ஜனார்தன் டெலிபோன் செய்தார்' என்றான்.

'ஹூ தி ஹெல் இஸ் ஜனார்தன்?' என்றேன். எனக்கு இந்தியாவின் தலைநகரம் என்ன என்று தெரியாவிட்டால்கூட அவன் அவ்வளவு ஆச்சரியப்பட்டிருக்க மாட்டான். 'ஜனார்தனைத் தெரியாது? ப்ரியாவின் கணவர். ப்ரியா!'

'ஹூ தி ஹெல் இஸ் ப்ரியா?'

அப்போது அவன் என்னைப் பார்த்த பார்வை!

'ப்ரியாவைத் தெரியாது என்றா சொல்கிறீர்கள்?'

'அவள் என்ன பெரிய மகாராணியா?'

'அதற்கும் மேலே. அங்கே பாருங்கள்.' ஜன்னலுக்கு வெளியே காட்டினான்.

'என்ன அங்கே? கோர்ட் கட்டடம்.'

'இல்லை! அந்தப் பெரிய போஸ்டரைப் பாருங்கள்.'

இருபத்தைந்து அடி உயரத்தில் பதினைந்துக்கு இருபது குறுக்களவில் ஒரு பெண் ஒரு வாரமாக அங்கே ஹோர்டிங்கில் சிரித்துக்கொண்டிருந்தாள். கீழே 'இதயதாகம்' என்ற எழுத்துகள். ஒவ்வொரு எழுத்தும் என் உயரம் இருக்கும். ஏதோ ஒரு மாரிசாமியோ, பெரியசாமியோ மெய் வருத்தம் பார்க்காமல் பல நாட்கள் முனைந்து தீட்டியிருந்த சினிமா விளம்பரம். 'ப்ரியா' என்றான் வஸந்த் காதலுடன். அவள் அதரங்களில் ஒரு ஆள் படுக்கலாம். அவ்வளவு பெரிய படம். மிக சன்னமான மார்புத் துணியுடன் உற்சாகமாக பிராட்வேயின் பொதுத் திசையை நோக்கிப் பல்வரிசை தெரியச் சிரித்துக்கொண்டிருந்தாள்.

'மிகப் பிரபலமான சினிமா நடிகை. ஜெய், சிவாஜி, எம்.ஜி.ஆர் எல்லோருடனும் நடித்துவிட்டாள். நீங்கள் எந்தத் தமிழ்ப் பத்திரிகையைப் புரட்டியிருந்தாலும் அவளைத் தவிர்த்திருக்க முடியாதே?' மேஜையில் கிடந்த ஒரு வார இதழை எடுத்தான். அதன் பின்பக்க மூவர்ண ராப்பரில், 'உங்கள் பெண் கல்யாணத்துக்கு நினைவிருக்கட்டும். அஸ்ட்ரோ ஃப்ளெக்ஸ் திருமண மெத்தைகள்' என்ற வாசகங்களுக்குக் கீழ் நான் சற்று முன் போஸ்டரில் பார்த்த பெண் ரப்பர் மெத்தையின்மேல் படுத்திருந்தாள்.

'ஓ எஸ்! இந்த முகத்தை அடிக்கடி பார்த்திருக்கிறேன்' என்றேன்.

அதே வாரப் பத்திரிகையை நடுவே புரட்டி வஸந்த் எனக்குப் படித்துக் காட்டினான். '(ஸ்டுடியோக் குருவி சொல்வதைக் கேளுங்கள்). ப் ல் ஆரம்பித்து யாவில் முடியும் ஒரு மூன்றெழுத்து நடிகை இப்பொழுதெல்லாம் ஓப்பனாகவே ஒரு இந்திய மகனுடன் போகிறாராமே! கல்யாணம் ஆனவருக்கு இது உதவுமா!'

‘அது யார் இந்திய மகன்?’ என்றேன்.

‘பரத் குமார் . ஒரு புது நடிகன். நீங்க ‘இதயம் பேசவில்லை’ பார்க்கவில்லை?’

‘நான் கடைசியாகப் பார்த்தது சந்திரலேகா.’

‘இதயம் பேசவில்லை படத்திலேதான் இரண்டு பேரும் முதன் முதலாச் சேர்ந்து நடிச்சாங்க.’

‘இப்ப டெலிபோன் பண்ணியது...’

‘ஜனார்தன்... ப்ரியாவின் கணவர்.’

‘சரிதான், டிவோர்ஸ் கேஸ் நாங்க எடுத்துக்கறதில்லை என்று சொல்லிட்டியா?’

‘இல்லை பாஸ்! அவர் உங்களை வந்த உடனே டெலிபோன் பண்ணச் சொன்னார். கேஸ் என்ன என்று சொல்லவில்லை.’

‘டிவோர்ஸ்! வேறு என்ன இருக்கும்!’

‘இல்லே. அவர் குரலில் நடுக்கம் இருந்தது?’

‘கல்யாணம் ஆனவர்கள் எல்லோருக்கும் குரல் நடுங்கும். அவர் நம்பர் என்ன பார்.’

‘மிஸ்டர் ஜனார்தன்.’

‘ஸ்பீக்கிங்.’ பீக்கிங் தொனி.

‘ஐம் கணேஷ், யு வாண்ட்டட் மீ?’

‘கணேஷ்? ஆ, கணேஷ்! உடனே இங்கே வாய்யா!’ அந்தக் குரலின் அதிகாரம் எனக்குப் புதிதாக இருந்தது.

‘எங்கே வரவேண்டும்?’

‘எங்க வீடு தெரியாதா உனக்கு?’

‘தெரியாது.’

‘எனக்குத் தெரியும்’ என்று சைகை காட்டினான் வஸந்த். அடையாறு காந்தி நகரில் விலாசம் கொடுத்தார்.

‘உடனே வா! உடனே வா!’

‘என்ன விஷயம்!’

‘டெலிபோனில் சொல்ல முடியாது. கணேஷ், உன்னைப் பற்றிக் கேள்விப்பட்டிருக்கிறேன். சாமியார் கேஸில் படித்தேன். சாதாரணமாக நான் யாருக்கும் டெலிபோன் செய்யறதில்லை என் பி.ஏ.தான் செய்வான். வா உடனே. கார் அனுப்பட்டுமா?’

‘வேண்டாம்.’

‘அரை மணியில் வா.’ படக்கென்று வைத்துவிட்டார்.

‘என்ன பாஸ்?’ என்றான் வஸந்த் ஆவலுடன்.

‘அதட்டுகிறார்.’

‘என்னவாம்?’

‘கேஸ் சொல்லவில்லை. வஸந்த், நீ போய்ப் பாரேன். உனக்கும் அந்தப் ப்ரியாவை தரிசித்ததுபோல் இருக்கும்.’

‘அந்த ஆள் உங்களைத்தான் கேட்டார். இரண்டு தடவை போன் செய்துவிட்டார்.’

‘அந்த ஆள் என்னை வாய்யா என்று கூப்பிட்ட விதம் எனக்குப் பிடிக்கவில்லை. ஏதோ குமாஸ்தாவைக் கூப்பிடுகிறாற்போலே.’

‘பணம்’ என்றான் வஸந்த். ‘அவள் பணம், அவன் பணம்! பெரிய இண்டஸ்ட்ரியலிஸ்ட். ப்ளூ டைமண்ட் என்கிற குதிரை பங்களூர் டெர்பியில் ஜெயித்ததே, இவருடையது.’

நான் வெளியே பார்த்தேன். ப்ரியா இன்னும் சிரித்துக் கொண்டிருந்தாள். அவளது விஸ்தாரமான மார்பில் இருவர் சீட்டாடலாம். ‘ஓ.கே. ப்ரியா, வருகிறேன்’ என்றேன். வஸந்த் பைக்குள்ளிருந்து சீப்பை எடுத்துத் தலை வாரிக்கொண்டான்.

வாசலில் தர்வான், மங்கோலிய முகத்துடன். அவனைவிட உயரமாக நாய். போர்ட்டிக்கோவில் ஒன்றுடன் ஒன்று ஒட்டிக் கொண்டு இரண்டு கார்கள். ஒரு ஃபோர்டு கார்ட்டினா, ஒரு பென்ஸ். தோட்டத்தில் நிர்வாணமாக ஒரு கன்னி (பீங்கான்) ஒயிலாக நின்றுகொண்டு நீர் வார்த்துக்கொண்டிருந்தாள். அந்த வீட்டின் பரந்த வாயிலுள் நுழைந்தேன். கதர் ஜிப்பாவுடன்

கக்கத்தில் பிளாஸ்டிக் பையுடன் ஒரு ஆள் உட்கார்ந்திருந்தான். எங்களைப் பார்த்ததும், ‘நமஸ்காரம் அண்ணா’ என்றான். என்னை விட வயதானவன். ப்ரியா போட்டோக்கள் எல்லாவற்றிலும் சிரித்துக்கொண்டிருந்தாள். ஆளுநருக்கு முன்னால் பரத நாட்டிய உடையில் நின்றாள். ஒரு வயதான ஜனாதிபதி அவள் தலையைத் தொட்டு ஆசி கூறிக் கொண்டிருந்தார். நூறு நாள் கேடயங்கள் ஹாலில் கண்ணாடிப் பெட்டியை அடைத்தன. டீச் சாதனங்கள் மின்னின.

‘நமஸ்காரம். அண்ணா உங்களுக்காகத்தான் காத்திருக்கிறார், மேலே கூப்பிடுகிறார்’ என்றான் ஜிப்பா. வஸந்த்தும் என்னுடன் கிளம்ப, ‘நீங்க மட்டும்’ என்றான். நான் வஸந்த்தைப் பார்த்தேன். அவன் தோள்களைக் குலுக்கிக்கொண்டு மேலே வழி காட்டினான். அவன் முகத்தில் ஏமாற்றம் தெரிந்தது. நான் மேலே சென்றேன்.

எங்கே பார்த்தாலும் அனாவசிய அலங்காரம். இன்டீரியர் டெக்கரேஷன் தெரிந்த ஆசாமி இந்த வீட்டின் அலங்காரத்தைப் பார்த்திருந்தால் தொழிலை விட்டிருப்பான்.

ஜனார்தன் நான் மாடி அறையில் நுழைந்ததும் என்னை எதிர் கொண்டு ‘வா! உட்கார்’ என்றார்.

அவருக்கு நாற்பது வயது இருக்கும். இளம் தொந்தி. முன் பக்கத்தில் சன்னமாகிவிட்ட மயிர். பிடிவாதமாக இளமையாக இருக்க விரும்பும் சைட் பர்ன்ஸ். பின்பக்கம் முடி வெட்டாமல் பாகவதர் அளவுக்கு அடர்த்தி. கெண்ட் சிகரெட் பெட்டி.

உட்கார்ந்தேன். ‘யூ லுக் வெரி யங்!’ என்றார். நான் சிரித்தேன்.

உட்கார்ந்தேன். அவர் பேசக் காத்திருந்தேன். என்னையே சற்று நேரம் பார்த்தார், ரேஸ் குதிரையைப் பார்ப்பது போல. ‘உனக்கு ப்ரியாவைப் பற்றித் தெரியுமா?’ என்றார்.

‘உங்கள் மனைவி பிரபலமான நடிகை என்று கேள்விப்பட்டேன்.’

‘நீ லண்டன் போயிருக்கிறாயா?’

‘லண்டனா? ஏன்?’

‘போயிருக்கிறாயா?’

'இல்லை.'

'போ.'

'லண்டன் ஏதோ சிந்தாதிரிப்பேட்டைபோலச் சொல்கிறீர்கள்! எதற்கு? ஏன்? எப்போது?'

'ப்ரியா லண்டனுக்கு ஒரு ஷூட்டிங்குக்குப் போகப்போகிறாள். அங்கே அந்த ராஸ்கலும் போகப்போகிறான் என்று எனக்குத் தெரிந்தது.'

'மன்னிக்கவும். நான் ஒரு லாயர். உங்கள் மனைவியைப் பற்றியோ உங்கள் சொந்த விஷயங்கள் பற்றியோ எனக்குத் தெரியாது.'

'லுக்! உன்னுடன் விரயம் பண்ணுவதற்கு எனக்குச் சமயமில்லை. சொற்பமான சின்ன வேலை இது. ப்ரியா என் மனைவி. அவள் கமர்ஷியல் விவகாரங்கள் முழுவதும் நான்தான் கவனித்துக் கொள்கிறேன். மொத்தம் பதினேழு படங்களுக்கு புக் பண்ணி இருக்கேன். பம்பாயிலிருந்து முகர்ஜி வருகிறான். பதினெட்டாவது இந்திப் படம். ஏகப்பட்ட அட்வான்ஸ் வாங்கியிருக்கிறேன். லண்டனில் ஓடிப்பிடித்து விளையாடி எடுக்கப் போகிறார்கள்.

'இது ஒரு கலர்ப்படம். 'கிழக்கு மேற்கு'. அதற்கே தொண்ணூறு ரூபாய் அட்வான்ஸாக வாங்கிவிட்டேன். காண்ட்ராக்டில் ரொம்பக் கடினமான வார்த்தைகள். பதினைந்து நாட்கள் தொடர்ந்து ஒத்துழைக்கவேண்டும். அங்கே வெயிலே குறைவாம். இந்தச் சமயத்தில் இந்தப் படுபாவி வந்து சேர்ந்திருக்கிறான். திடீர் திடீர் என்று காணாமல் போய்விடுகிறாள். கேட்டால் திருப்பதி போனேன், கருமாரி அம்மன் கோயிலுக்குப் போனேன் என்று பாவ்லா காட்டுகிறாள். அவன் ஒரு உதவாக்கரை! அவளை நாசம் பண்ணுவதற்கே வந்திருக்கிறான். ஏற்கெனவே மூன்று கால்ஷீட் கோட்டை விட்டாயிற்று. அவளை நேரில் கூப்பிட்டுக் கேள்! ஒன்றுமே தெரியாத சின்னப் பாப்பா. 'ரத்தக் காட்டேரி!' என்று வேதாளம் காமிக்ஸ் படித்துக் கொண்டிருப்பாள். 'பரத் குமாரா? யார் அவன்?' என்பாள்.'

அவர் சொன்ன கலைந்த வாக்கியங்களிலிருந்து ஒருவாறுதான் என்னால் கதை வசனம் புரிந்து கொள்ள முடிந்தது. ஜனார்தன் அதிகக் கோபத்திலும் அதிகப் பதட்டத்திலும் இருந்தார். இவளை உண்டாக்கியது யார்? நான்! என்னைக் கல்யாணம் செய்து கொண்டபோது ப,ட்,ட,ம், பட்டம் என்று தமிழ் படிப்பாள்.

நல்ல பர்ஸனாலிட்டி இருக்கிறதே என்று பரதநாட்டியம் கற்றுக் கொடுத்து, அரங்கேற்றி, டைரக்டருக்கு அறிமுகப்படுத்தி, தமிழ் கற்றுக்கொடுத்து, இவளுக்காக எவ்வளவு அலைந்திருக்கிறேன்! இப்போது பெயர் வந்ததும் திடீர் என்று காதல் வந்துவிட்டது... பேட்டி கொடுக்கிறாள்...' மேஜையில் இருந்த சினிமாப் பத்திரிகையை எடுத்துப் படித்தார் 'எப்பொழுதோ நிகழ்ந்துவிட்ட ஒரு சம்பவம் ஒருவர் வாழ்க்கை பூராவும் பாதிக்க வேண்டுமா என்ன? மனம் ஒன்றிப்போய் ஒருத்தருடன் இருப்பதற்கு எந்தவிதத் தியாகமும் செய்யத் தயாராய் இருக்க வேண்டும்.' இங்கிலீஷ் வார்த்தை கலக்காமல் இந்த மாதிரி தமிழே பேச வராது அவளுக்கு! டூப் விட்டிருக்கான் நிருபன்!'

'உங்கள் கவலை இலக்கற்றதாக எனக்குப் படுகிறது. உங்கள் பயம் என்ன? விவாகரத்தா?'

'விவாகரத்தா! ஹ! என்னை அவ்வளவு சுலபமாக ரத்து பண்ணி விடமுடியுமா? கொலை விழும்!'

'பின்?'

'என் பயம், அவள் இப்போது உயரத்தில் இருக்கிறாள். இன்றைக்கு டாப் ஸ்டார் யார் என்று மூணு வயதுக் குழந்தையைக் கேள், ப்ரியா என்று பதில் சொல்லும். அவள் சம்பாத்தியத்தின் உச்சத்தில் இருக்கிறாள். இப்போது இந்த மாதிரி வதந்திகளும் புரளிகளும் கிளம்பினால் பேர் கெட்டுப் போய்விடும். முகர்ஜி வரமாட்டான். கால்ஷீட் ரத்தாகிவிடும். அடுத்த வருஷம் குப்பைத் தொட்டியில் விழுந்துவிடுவாள். இப்போது லண்டனில் படம் எடுக்கப்போகிறார்களே, அது முக்கியமான படம். லண்டனுக்கு அந்தப் பயல் வந்து சேர்ந்தால் எல்லாவற்றையும் விட்டுவிட்டுப் பாரிஸுக்கோ கோபன்ஹேகனுக்கோ ஓடிப் போய்விடுவாள்.'

'நீங்களும் உடன் போய்வருவதுதானே?'

'நான் வரத்தான் போகிறேன். உடனே கூட வரமுடியாமல் ஒரு முக்கியமான போர்டு மீட்டிங் வந்துவிட்டது. இவள் போய் இருபது நாட்கள் கழித்துத்தான் என்னால் போக முடியும். அதற்குள் என்ன வேண்டுமானாலும் நிகழ்ந்துவிடலாம். இதோ பார், இந்த இரண்டு பாரங்களையும் உடனே பூர்த்தி செய். போட்டோ வைத்திருக்கிறாயா? எடுக்கச் சொல்லட்டுமா?'

‘எதற்கு?’

‘உனக்கு பாஸ்போர்ட் வாங்க வேண்டுமே? அவர்கள் பதினைந் தாம் தேதி புறப்படுகிறார்கள். நீ மறுநாள் புறப்பட்டாக வேண்டும்...’

‘வெய்ட் எ மினிட். எனக்கு என்ன வேலை என்றே தெளிவாகத் தெரியவில்லையே!’

‘சரிதான்! ப்ரியாவைக் கண்காணிக்க வேண்டும். அவள் எங்கு சென்றாலும் யாரைச் சந்தித்தாலும் எனக்கு விவரம் வேண்டும். படப்பிடிப்பை விட்டு அன்னியமாக எதுவும் நடக்கக்கூடாது. ஏதாவது நடந்தால் உடனே எனக்கு டெலிபோன் செய்துவிட வேண்டும். நீ பரத்குமாரைப் பார்த்திருக்கிறாயா?’

‘இல்லை.’

‘சோமாரி. மூஞ்சி எந்தப் பக்கம் என்றே தெரியாமல் மயிர். இவனிடம் என்னதான் கண்டாளோ!’

‘இது வெறும் வதந்தியாக இருக்க முடியாதா?’

‘லுக், அவள் எவனுடன் போனால் எனக்கு என்ன! படப் பிடிப்பைப் பாதிக்காமல் இருந்தால் போதும்! அவளும் பதிவிரதை இல்லை. நானும் பதிவிரதன் இல்லை. ஆனால் இன்றைய தேதிக்கு அவள் ஒன்பது லட்சம் பெறுமானமானவள். இந்த பரத்குமாருடன் ஓடினால் ஓவர்நைட் இவள் மதிப்பு இருபத்தி ஐந்து பைசாவுக்கு விழுந்துவிடும். அவளை அவ்வளவு சுலபமாக விட்டுவிட மாட்டேன். அவள் விழுந்தால் நானும் விழுந்துவிடுவேன். ஏகப்பட்ட பணம் புரட்டியிருக்கிறேன்!’

பாவாடை தாவணி அணிந்த ஒரு இருபது வயதுப் பெண் ஆப்பிள் ஜூஸ் கொண்டுவந்து வைத்தாள்.

‘சாப்பிடு. உன் செலவு பூராவும் பார்த்துக்கொள்கிறேன். லண்ட னில் ஷா என்ற ஒரு குஜராத்தி இருக்கிறான். அட்ரஸ் தருகிறேன். வேணும் என்கிற எக்ஸ்சேஞ்சு கிடைக்கும். ‘ஓ கல்கத்தா’ தவறாமல் பார். நாளைக்கே வாக்ஸினேஷன் பண்ணிக் கொண்டு விடு. ஜுரம் வரும்.’

‘எந்த விதத்தில் உங்கள் மனைவியைக் கண்காணிக்க வேண்டும்?’

‘அது உன் சாமர்த்தியத்தைப் பொருத்தது. அவள் அவனுடன் சந்திப்பதைத் தடுக்க முடிந்தால் மிகவும் நல்லது. அவன் நிச்சயம் அங்கே வருவான். அவனுக்கும் கிழக்கு மேற்கு படத்துக்கும் சம்பந்தமே கிடையாது. இருந்தும் சொந்தச் செலவில் வருவான். அவர்கள் இரண்டு பேரும் சந்திக்க சந்தர்ப்பம் ஏற்பட்டால் உடனே அதைக் கலைக்க முற்படவேண்டும். காரில் போனால் காற்றைப் பிடுங்கிவிடு. நாலு ஆளை ஏற்பாடு பண்ணி அவனை அடித்துப்போடு. என்ன வேண்டுமானாலும் செய். அந்தப் படப்பிடிப்பு தடையில்லாமல் நடக்கவேண்டும். பைன்வுட் ஸ்டுடியோவின் உதவியுடன் பெரும்பாலும் அவுட்டோர்தான் நடக்கும். நான் எல்லா விவரங்களும் தருகிறேன். பதினைந்து நாட்களுக்கு என் மனைவியைக் கவனித்துக்கொள். நான் வருகிறவரைக்கும்! செலவைப் பற்றிக் கவலையே படாதே! அவள் உன் பார்வையை விட்டு அகலக்கூடாது!’

‘உங்கள் மனைவியை நான் இதுவரை பார்த்தில்லை.’

‘இன்று பார்த்துக்கொள். வாஹினிக்குப் போயிருக்கிறாள். வருகிற சமயம்தான்... அழகாக இருப்பாள். இந்தா பாஸ்போர்ட் ஃபாரங்கள்... இது ஹெல்த் சர்ட்டிபிகேட்டுக்காக, டெபுடி ஹை கமினர் ஆபீசுக்கு ஒரு தடவை போய் வரவேண்டும். எல்லாம் ட்ராவல் ஏஜண்ட் ஏற்பாடு செய்வான். டெலிபோன் ஒலித்தது. ‘கொஞ்சம் இரு’ என்று உள்ளே சென்றார்.

லண்டன்! பிற்பாடு ஏற்படப்போகிற சிக்கல்கள் பற்றிக் கொஞ்சமாவது எனக்கு மூக்கில் வியர்த்திருந்தால் அப்போதே அம்பேல் வாங்கிக் கொண்டிருப்பேன். சுலபமான வேலைதானே, வெளி நாட்டுப் பிரயாணம், மற்றொருத்தன் செலவில்! என்ற மயக்கத்தில்...

‘ஹலோ ஜனா!’ என்று குரல் கேட்டுத் திரும்பினேன்.

இவள்தான் ப்ரியாவா?

2

ஒரு சினிமா நடிகையை அவ்வளவு கிட்டத்தில் பார்க்கக்கூடாது. அழகு பற்றிய சமாசாரம் இல்லை இது. பாருங்கள், சற்று முன்தான் அந்தப் பிரும்மாண்டமான போஸ்டரில் ப்ரியாவின் முகத்தைப் பார்த்திருக்கிறேன். அந்த முகத்தை உடனே அடையாளம் கண்டு கொள்ள முடிந்தது. அதே முகம்... ஆனால் நேரில் எவ்வளவு சின்னவளாக இருக்கிறாள்... இவளையா பிரபலமாகச் சொல்கிறார்கள்!

முதலில் அவள் இளமை. உடனே கணவர் ஜனார்தனைப் பற்றி (நாற்பது) நினைக்க வைத்தது. இவளுக்கு வயது இருபதுக்கு அதிகம் அப்பால் இருக்காது எனத் தோன்றியது. குழந்தை முகம். பெரிய கண்கள். பாதி கலைந்த மேக்கப்பில் இருந்தாள். ஒரு கை நிறைய வளையல் அணிந்திருந்தாள். மற்றொரு கையில் ஆண்களின் வாட்ச். ஸாரியில் ஏகப்பட்ட ஜிகினா வேலைப்பாடுகள் இருந்தன. திரும்பிப் பார்த்த என்னை அன்னியனைப் பார்ப்பதுபோல் பார்க்கவில்லை. எந்த அறையிலும் அன்னியர்களைப் பார்ப்பது அவள் வாழ்க்கையில் சாதாரண விஷயமாக இருக்கலாம்.

'ஹாய்!' என்றாள். 'ஜனு இங்கே வந்ததா?'

இந்த அஃறிணைக் குறிப்பால் நான் சோஃபாவின் அடியில் தேட ஆரம்பித்தேன்.

'என்ன தேடுகிறாய்?'

'உங்கள் நாயை' என்றேன்.

'என் கணவர் ஜனு. நீ யார்?'

'என் பெயர் கணேஷ். உங்கள் கணவரின் நண்பன்.'

'புஷ்பா பிக்சர்சில் இருக்கிறாயா?'

சட்டென்று எனக்கு உதயமாயிற்று.

'இல்லை. லண்டனில் இருக்கிறேன்.'

'லண்டனா? இங்கிலாந்து!'

'ஆம்.'

'ஹாய்.'

'ஹாய்!'

'நான்கூட லண்டன் போகப் போகிறேன். நீ அங்கே என்ன இன்ஜினியரா?'

'இல்லை, லாயர்.'

'லண்டனில் குளிருமா?'

'சொல்ல முடியாது, திடீர் என்று குளிரும்.'

'ஐஸ்க்ரீம் எல்லாம் நல்லா இருக்கும் இல்லை?'

'ஓ எஸ். நான் வாங்கித் தருகிறேன்-'

'நான் ஷூட்டிங்குக்கு அங்கே வருகிறேன். ஜனு வரவில்லை. அதற்கு முக்கியமான மீட்டிங் இருக்கிறது... கிழக்கு மேற்கு படம்... டெக்னிகலர்லே எடுக்கிறார்கள்! கதை நல்லா இல்லை. நான் பாதியில் செத்துப்போய் விடுகிறேனாம். மாற்றச் சொல்லவேண்டும்...'

ஜனார்தன் அவசரமாக வந்து எங்கள் இருவரையும் மாறி மாறிப் பார்த்தார். ப்ரியா என்னைப் பார்த்துவிட்டதை அவர் விரும்ப வில்லை என்று முகத்தில் தோன்றியது.

'ப்ரியா, மீட் மிஸ்டர் கணேஷ்...'

'தெரியும் ஜனு. இவர்கூட லண்டனில் இருக்கிறவராம்.'

ஜனார்தன் என்னைக் கேள்விக்குறியுடன் பார்த்தார்.

நான், 'ஆம்' என்று கண்ணை மூடிக்காட்டினேன்.

'ஓ எஸ்... லண்டனில். ல்ண்டன் பெரிய...'

'லாயர்,' என்றேன்.

'ப்ரியா, ஷூட்டீங் முடிந்துவிட்டதா?'

'முடிந்தது. முதல் இரவு சீன். இத்துடன் பதிமூன்றாவது முதல் இரவு...'

'மறுபடி போகணுமா?'

'இல்லை. மீட்டிங்! ஷூட்டிங்! மீட்டிங்!'

'பெண்கள் காலேஜில் ராமனாதன் ரொம்ப நல்லா ஒரு ஸ்பீச் எழுதிக் கொடுத்திருக்கிறார், திருக்குறள் எல்லாம் போட்டு. அப்புறம் ஜனு, இன்னிக்கு செட்டிலே ஒரு வேடிக்கை நடந்தது. விஜியைப் பார்த்துப் பேசறேன். 'உனக்கு ரொம்பப் பெரிய மனசம்மா' என்கிறதுக்குப் பதில் 'உனக்கு ரொம்பப் பெரிசம்மா' என்று சொல்லிவிட்டேன். விஜி என்னை முறைச்சுது பாரு! எல்லாரும் சிரிச்சிட்டாங்க. நான் போய்க் குளிக்கணும். காலை யிலே மூன்று மணிக்கு எழுந்திருந்தவள்' என்று தன் கழுத்தின் அணிகலன்களைப் பிரித்துக்கொண்டே புறப்பட்டவள்... 'கணேஷ்... கணேஷ்தானே உன் பெயர்? லண்டனில் 'லாஸ்ட் டாங்கோ இன் பாரீஸ்' இன்னும் ஓடுகிறதா?' என்றாள்.

'ஓடுகிறது என்று நினைக்கிறேன்...'

'பார்க்கவேண்டும். ஹேமு அதைத்தான் முதலில் பார்த்தா ளாம்...'

அவள் சென்றதும், ஜனார்தன் என்னை பார்த்து 'அவளைப் பற்றி என்ன நினைக்கிறாய்?'

'வெகுளி என்று தெரிகிறது.'

'வெகுளியா! இவளா! தப்பு... ரொம்ப அழுத்தக்காரி. என்ன ப்ரியா?'

அவள் மறுபடி எட்டிப் பார்த்து, 'கணேஷைப் பார்த்தால் கொஞ்சம் வினோத் மெஹ்ரா மாதிரி இல்லை?' என்றாள்.

'நான் வினோத் மெஹ்ராவைப் பார்த்ததில்லை' என்றார் ஜனார்தன்.

'வெங்கட்ராமன் ஏதோ பணம் வேணும் என்றான். எனக்கு ஏகப் பட்ட ஷாப்பிங் பண்ணவேண்டும். எனக்குப் பணம் வேண்டும்.'

'ஏற்பாடு பண்ணிவிடலாம். லிஸ்ட் போட்டு வை. நீ போய்க் குளி.'

'என் அன்புக்குரிய மாணவிகளே... என் அன்புக்குரிய மாணவிகளே, வணக்கம் - நீயும் வருகிறாயா ஜனு - இன்னிக்கு மீட்டிங்குக்கு?'

'வருகிறேன், நீ போ.'

அவள் போனதும், 'நீ அவளிடம் என்ன சொன்னாய்?' என்றார்.

'நான் சாதாரணமாக லண்டனில் வசிப்பவன் என்று.'

'குட் உனக்குச் சட்டென்று மூளை வேலை செய்கிறது... அவளை மறுபடி பார்க்க வழி பண்ணிக்கொண்டுவிட்டாய். அந்தப் பயலை அண்டவிடாமல் பார்த்துக் கொண்டுவிட்டால் போதும்...'

'ஷி இஸ் வெரி யங்க்' என்றேன்.

'அவளுக்கு இருபத்து நான்கு ஆகிறது. மூணு வருஷமாகப் பதினெட்டு மெழுகுவர்த்தியை ஊதிக்கொண்டிருக்கிறாள். இவள் என்னைக் கல்யாணம் செய்துகொள்வதற்கு முன்னால் என்ன செய்துகொண்டிருந்தாள் தெரியுமா? '

'தெரியாது.'

'வீடு வீடாகச் சென்று உங்கள் வீட்டில் என்ன டூத் பேஸ்ட் உபயோகிக்கிறீர்கள் என்று விசாரித்துக்கொண்டிருந்தாள், சேல்ஸ் கர்ல். ஆறு வருஷத்தில் இவளை இப்படி டாப்பில் ஏற்றி வைத்திருக்கிறேன். நன்றி இல்லை. ஒரு காலத்தில் இவள் மேல் மிகுந்த அன்புடன், காதலுடன் இருந்தேன். இவளுக்காக உயிரை விட்டேன். பொறமைப்பட்டேன். உன் போல் இவள் குழந்தை பேச்சில், சம்பந்தமில்லாமல் அடிக்கடி சப்ஜெக்ட் மாற்றுகிற பேச்சில் நானும் மயங்கி மயங்கித்தான் இருந்தேன்... இப்போது இவள் தன் கால்ஷீட்களை நிறைவேற்றினால் போதும். இவளை உனக்குத் தெரியாது. பிடிவாதம் வந்துவிட்டால் யாராலும் இவளை அசைக்க முடியாது. கீழே ரெண்டு ப்ரொட்யூசர் பழி கிடப்பார்கள். எனக்குச் சுண்டுவிரல் வலிக்கிறது என்று ரூமில் தாழ்ப்பாள் போட்டுக்கொண்டு எனிட் ப்ளைட்டன் படித்துக் கொண்டிருப்பாள்... அதிருக்கட்டும், லண்டனில் இவளை எப்படிக் கண்காணிப்பது என்று யோசித்து வைத்துக் கொண்டாயா? '

'ஒருவாறு...'

'எப்படி?'

'அந்தப் பரத் குமாருக்குப் போட்டியாக நானும் உங்கள் மனைவியைக் காதலிக்கப் போகிறேன்.'

சற்று யோசனைக்குப் பின் அவர் முகம் மலர்ந்தது.

'ப்ரில்லியண்ட் ப்ரில்லியண்ட். நடத்து... காதலி! உனக்கு என் அனுமதி கொடுத்துவிட்டேன்... உன் ப்ளான் புரிகிறது. அவன் அவளை நைட் கிளப்புக்கு அழைத்துப் போகிறேன் என்றால் நீ வேறு எங்கேயாவது அவளை இழுத்துக்கொண்டு போய்விடு... நல்ல ஐடியா! உடனே டிக்கெட் வாங்கிவிட வேண்டியதுதான் உனக்கு.'

திரும்பச் செல்லும்போது வஸந்த் காரில், 'பாஸ், நான் ப்ரியா வுடன் பேசினேன்' என்றான்.

'என்ன கேட்டாள்? 'நீ யாரு புஷ்பா பிக்சர்ஸா?' என்றுதானே!'

'எப்படித் தெரியும். உங்களையும் இப்படித்தான் கேட்டாளா?'

'ஆம்.'

‘சின்னக் குழந்தை மாதிரி சிரிக்கிறாள் இல்லை? கண்கூடச் சின்னக் குழந்தை மாதிரி இன்னஸெண்டா இருக்கிறது... கேஸ் என்ன? ’

‘வஸந்த், நான் லண்டன் போகிறேன்.’

வஸந்த் விஸிலடித்தான்.

‘நானும் உண்டா?’

‘ஸாரி!’

‘ப்ரியாவுடனா?’

‘ஒரு நாள் விட்டு.’

‘பாடிகார்ட் மாதிரியா? கிழக்கு மேற்கு படப்பிடிப்பா? ’

‘வஸந்த், முதலில் எனக்கு அந்த பரத் குமாருடன் இவள் நடித்த படம் பார்க்கவேண்டும். அப்புறம் ப்ரியா நடித்து நகரத்தில் ஓடும் படங்கள் எல்லாம் பார்க்கவேண்டும்! ப்ரியாவைப் பற்றி எவ்வளவு விவரங்கள் முடியுமோ அவ்வளவு சேர்த்துத் தர வேண்டும். அவள் நடித்த படங்கள் எத்தனை, எந்த மாதிரி ரோல் கள், எந்தப் படங்கள் வெற்றி அடைந்தன, எந்தப் பாடல்கள்... அவளுக்குப் பிடித்த விஷயங்கள், பண்டங்கள்... அவள் பயோ டேட்டா முழுவதும் வேண்டும். விவரமாக ஒரு காகிதத்தில் டைப் அடித்துக் கொடு!’

‘தருகிறேன். என்ன விஷயம் பாஸ்?’

‘நான் ப்ரியாவைக் காதலிக்கப் போகிறேன் - ஏய் ஜாக்கிரதை! காரைச் சரியாக ஓட்டு? ஏன் நெளிகிறாய்?’

அடுத்த தினங்களில் நான் தமிழ் சினிமாவுடன் மிகவும் பரிச்சயம் மிகுந்தவனாகிவிட்டேன். ப்ரியாவின் சினிமாவாகவே பார்த்துத் தீர்த்தேன். ப்ரியா அவற்றில் பரதநாட்டியம் ஆடினாள். கார் ஓட்டினாள். தங்கைக்காகத் தியாகங்கள் செய்தாள். சிரித்தாள்... தன் புடைவை பறிக்கப்பட்டுக் கற்பழிக்கப்பட்டாள். காப்பாற்றப்பட்டாள். அவள் பிரபலத்தின் அர்த்தம் எனக்கு ஒருவாறு விளங்கியது. தமிழ் சினிமாவின் ஃபார்முலாவுக்கு

மிகவும் உட்பட்ட கச்சித கதாநாயகி. வார இறுதியில் எனக்கு சோ, தேங்காய சீனிவாசன், மனோரமா போன்ற பெயர்கள் எல்லாம் மிகவும் அத்துப்படி ஆகிவிட்டன.

பரத் குமாருடன் தோன்றிய (ஒரே) படத்தில் ப்ரியா சற்று நெருக்கமாகத்தான் நடித்திருந்தாள். தமிழ் சினிமாவில் சாதாரணமாக அனுமதிக்கப்படாத இடங்களில் எல்லாம் அவர்கள் பட்டுக்கொண்டதுபோல் தோன்றியது.

இதனிடையில் ட்ராவல் ஏஜெண்ட்கள் என் பாஸ்போர்ட்டை ஏற்பாடு செய்தார்கள். அம்மை குத்திக்கொண்டேன். விஸாவுக்காக மவுண்ட் ரோடில் ஹை கமிஷன் ஆபீசுக்குப் போய் வந்தேன். அவர்கள் ரிட்டர்ன் டிக்கெட் கேட்டார்கள். எக்ஸ்சேஞ்ச் பர்மிட் கேட்டார்கள். லண்டனில் யாருடன் தங்கப் போகிறேன் என்று கேட்டார்கள். ஒரே சந்தேகம்... திரளான இந்தியர்கள் தினம் தினம் லண்டன் கனவு காண்பதை அந்த மவுண்ட் ரோடு ஆபீசிலேயே உணர முடிந்தது. மலையாளிகள், பார்ஸிகள், மாணவர்கள்...

நான் லண்டனுக்குக் கிளம்பிய தினம் என்னை வழியனுப்ப வஸந்த் மட்டும்தான் வந்திருந்தான். ஜனார்தன் டெலிபோனில் ஒரு தடவை விசாரித்தார். அவ்வளவுதான். கிளம்புமுன் நான் வெட்டி வம்பில் மாட்டிக்கொள்ளப் போகிறேன் என்று ஏதோ பட்சி சொல்லியது... போன வருஷம் நாடி ஜோஸ்யம் பார்த்த போது 'கடல் கடந்து போவான்' என்று ஓலைச் சுவடியில் அந்தச் சாமியார் படித்தது ஞாபகத்துக்கு வந்தது.

பம்பாய்க்குச் சென்று இரவு ஏர் இண்டியா விமானத்தில் ஏறி பிரமித்தேன்.நானூறு பேர் உட்காரக்கூடிய விமானம். ஏதோ சினிமா தியேட்டர்போல இருந்தது. என் சீட்டின் கையருகே ஹெட்போனைச் செருகிக்கொண்டால் ஹைஃபி சங்கீதம்! எம்.எஸ், லதா, விலாயத் கான், சிட்டிபாபு, பாப் டைலன் எல்லோரும் விரல் நுனியில்.

ஹெட்போனுக்கு ஒரு பவுண்ட் கொடுக்கவேண்டுமாம்! விமானத்தில் நுழைந்ததுமே அந்தப் பெண்கள் பவுண்ட், டாலரில்தான் பேசுகிறார்கள். ரூபாய் உதவாதாம்... சிகரெட்டுக்கு, சாராயத்துக்கு எல்லாவற்றுக்கும் 'வை காசை' என்கிறார்கள்.

நிறையத் தின்னக் கொடுத்தார்கள். நான் சுதாரித்துக்கொண்டு மால்கம் மக்கரிட்ஜின் புத்தகம் ஒன்றைப் பிரித்து வைத்துக் கொண்டேன். டில்லி-பெய்ரூட் நீண்ட பிரயாணத்தின்போது எதிரே இருந்த அலங்காரச் சித்திரத்தை நீக்கிவிட்டு வெண் திரையாக்கி அதில் சினிமா காட்டினார்கள். ஏதோ ஒரு ஹாங் காங் படம். ஓட்டைப் படம். படிக்கும் விளக்கைப் பொருத்திக் கொண்டு வஸந்த் எனக்குக் கொடுத்த குறிப்புக்களை ஆராய்ந் தேன்.

ப்ரியா, ஜனார்தனின் இரண்டாவது மனைவி. 'முதல் மனைவி?' என்று சந்தேகமாக விட்டிருந்தான். கோபால கிருஷ்ணனால் அறிமுகப்படுத்தப்பட்டவள். முதல் படம் 'தியாக கீதம்' மிக வெற்றிகரமாக ஓடியது. மொத்தம் நடித்த படங்கள் நாற்பத்து மூன்று. அதில் பதினைந்து நூறு நாள்கள் ஓடியவை. ஏறக்குறைய ஒரு படத்துக்கு ஒரு லட்சம் வாங்குகிறாள் என்று கேள்வி. பரத் குமாருடன் நடித்த 'இதயம் பேசவில்லை' மூன்று தடவை சென்ஸாருக்குப் போயிருக்கிறது... ஜனார்தன் ப்ரியாவின் பண விவகாரங்கள் முழுவதையும் பார்த்துக்கொள்கிறார். அவருடைய இண்டஸ்ட்ரி என்பதெல்லாம் கொஞ்சம் நிழலாக இருக் கிறது. இன்கம் டாக்ஸ் எல்லாம் மிக ஒழுங்காகச் சமாளிப்ப தாகக் கேள்வி. ப்ரியா எண்டர்ப்ரைஸஸ் என்று வைத்துக் கொண்டு எல்லோருக்கும் மாதச் சம்பளம்போல் (ஜனார்தன் ப்ரியா உள்பட) போட்டுக் கொடுத்து ஒருவிதமான தகிடுதத்தம். மற்றும் சில விவகாரங்களில் ஜனார்தனைப் பற்றிக் கேள்விப்பட்டேன். நிரூபிக்கப்படாத வதந்திகள். துண்டுப் படங்கள் எடுக்கும் ஒரு பெரிய கோஷ்டியே இருக்கிறது. ஒரு குளிக்கும் சீன் எடுத்தால் படத்துக்காக ஓர் அளவுடன் எடுத்து நிறுத்திவிடுவார்கள். அப்புறம் எல்லோரையும் போகச் சொல்லிவிட்டு இன்னும் கொஞ்சம் தைரியமாகத் தொடர்ந்து எடுப்பார்கள். இந்தப் படங்களில் சில, ஹோட்டல்களிலும் அந்தரங்க கிளப்களிலும் காண்பிக்கப்படுகின்றன. நான் ஒன்று பார்த்தேன்! வாவ்! இதில் நிறைய சில்லரை உண்டு எனக் கேள்விப்பட்டிருக் கிறேன் (நான் நூறு ரூபாய் கொடுக்கவேண்டி இருந்தது). இதில்கூட ஜனார்தன் சம்பந்தப்பட்டிருக்கிறார் எனத் தெரிந்து கொண்டேன்.

பரத் குமாருக்கும் ப்ரியாவுக்கும் இடையே தொடர்பு முழுவதும் ஸ்தாபிக்கப்படவில்லை. வதந்தி அளவிலேயே இருக்கிறது. பரத் குமார் , ஃபிலிம் இன்ஸ்ட்டியூட்டில் படித்தவன். வயது இருபத்திரண்டு. நடித்தது மூன்று படம். இருக்கிற டைரக்டர்களை எல்லாம் கிண்டல் பண்ணியதால் அவனை அப்போது ஒதுக்கிவிட்டார்கள். ஒரு மலையாளப் படத்தில் நடிக்கிறான். ஒரு சமயம் ஒரு வாரத்துக்கு ப்ரியா பரத் குமார் இருவரையும் ஜனங்கள் தேடிக்கொண்டிருந்தது உண்மை. என்னுடைய மினோல்டா கேமராவை மறக்காதீர்கள். குட் ஹண்டிங்.

புன்னகையுடன் மூடி வைத்துவிட்டுத் தூங்கிவிட்டேன்.

லண்டன் ஹீத்ரோ விமான நிலையத்தில் நின்றதும் ஒரு ராட்சச விரல் எங்கள் விமானத்தின் வாயிலை நோக்கி மெதுவாக வந்து அதனுடன் பொருத்திக்கொண்டது. விமானத்தின் உயரத்துக்கு ஏற்ப நிலையத்தின் முதல் மாடியில் வெளிப்பட்டேன். சுலபமான அம்புக்குறி அடையாளங்களைத் தொடர்ந்து அந்தக் கண்ணாடிக் கட்டடத்தில் நடந்தேன். கண்ணாடிக்கு வெளியே காலையா மாலையா என்று தெரியவில்லை. மெலிதான மப்பு மழை.

இமிக்ரேஷனில் இரண்டு நிமிஷம். கஸ்டம்ஸில் ஒரு நிமிஷம்.

ஒலிபெருக்கி என்னைக் கூப்பிட்டது.

'மிஸ்டர் கணேஷ் - ஏர் இந்தியாவில் வந்திருக்கும் பிரயாணி - ரிசப்ஷனுக்கு வரவும்...'

ரிசப்ஷனில் ஒரு தொங்கு மீசை ஆசாமி எனக்காகக் காத்திருந்தான். 'என் பெயர் ஷா. ஜனார்தன் உங்களை அழைத்துப் போக கேபிள் கொடுத்திருந்தார்.'

அவனுக்கு என் வயதுதான் இருக்கும். ஓவர்கோட் அணிந்திருந்தான். கண்களில் தூக்கம் இருந்தது. மூச்சில் விஸ்கி இருந்தது.

'ஜனார்தன் எப்படி இருக்கிறார்?'

'நன்றாகவே இருக்கிறார்.'

'பிஸினஸ் எல்லாம்?'

‘என்ன பிஸினஸ்?’

‘தெரியாதா?’

‘தெரியாது, என்ன பிஸினஸ்?’

‘உங்களுக்கு லண்டனில் மத்தியப் பகுதியில் ஹோட்டல் அறை ஏற்பாடு செய்திருக்கிறேன்...’

‘அவர்கள் எல்லோரும் வந்துவிட்டார்களா?’

‘பிலிம் ஷூட்டிங் கோஷ்டிதானே? வந்துவிட்டார்கள். கார்ல்ட்டன் ஹோட்டலில் தங்கி இருக்கிறார்கள்.’

‘ப்ரியா வந்திருக்கிறாளா?’

‘ஜனார்தனின் மனைவிதானே? வந்திருக்கிறார்கள்.’

‘ஏவிஸ் ரெண்ட் எ கார்’ என்கிற பெரிய விளம்பரம் கண்ணுக்குத் தென்பட்டது.

‘ஷா, எனக்கு ஒரு கார் கிடைக்குமா?’

‘இன்டர்நேஷனல் லைசென்ஸ் இருக்கிறதா?’

‘சென்னை லைசென்ஸ்...’

‘போதாது. பார்க்கலாம். நாளை சொல்கிறேன்.’

அவனை அப்போதுதான் பார்த்தேன். பரத் குமார் ! என்னுடனேயே என் ஃப்ளைட்டிலே வந்திருக்கிறான். நான் இதுவரை கவனிக்கவில்லை.

‘வந்துவிட்டானா? அடப்பாவி!’

‘யார்?’

‘ஒரு பார்ட்டி. ஷா. நீ இப்போது எனக்காக ஒலிபெருக்கியில் அறிவிப்பு செய்தாயே, அதுபோல் மற்றொரு அறிவிப்பு செய்யவேண்டும்.’

‘என்ன?’

‘மிஸ்டர் பரத் குமார் ... ஏர் இந்தியாவில் வந்து இறங்கிய பிரயாணி உடனே - அதோ வெகு தூரத்தில் தெரிகிறதே அது என்ன கட்டடம்?’

‘டெர்மினல் நம்பர் இரண்டு.’

‘உடனே டெர்மினல் நம்பர் இரண்டுக்கு வரவேண்டும் என்று அறிவிப்புச் செய்யுமாறு ஏற்பாடு செய்துவிடு...’

ஷா ஏர்போர்ட் அத்தாரிட்டியின் பகுதிக்குச் சென்று அங்கே இருக்கும் பெண்ணிடம் பேசினான். சற்று நேரத்தில் ஒலி பெருக்கி ஒலித்தது.

பரத் குமார் தூரத்தில் நின்று கவனித்துக் கேட்பதையும் பக்கத்தில் ஒருவரிடம் டெர்மினல் நம்பர் இரண்டுக்கு வழி கேட்பதையும் பார்த்தேன்.

‘ஷா, வா போகலாம்,’ என்றேன்.

3

விமான நிலையத்தின் டெர்மினலை விட்டு வெளியே வந்தோம். மெலிதான மழை. குளிர் எலும்புக்குள் நுழைந்தது. சௌகரியமான தள்ளுவண்டிகளில் சாமான்களை அமைத்துக் கொண்டு பிரயாணிகள் இஷ்டத்துக்குச் சென்று கொண்டிருந்தார்கள். குழந்தைகளின் கன்னங்களும் பெண்களின் கால்களும் பள பளத்தன. இந்தியர்கள் அடிக்கடி தென்பட்டார்கள். ஷாவின் காரை அடைய நாங்கள் நெடுந்தூரம் நடக்கவேண்டி இருந்தது. திறந்த மூன்று மாடிக் கட்டடத்தில் சாக்லெட் பெட்டிகள்போல் கார்கள் அடுக்கப்பட்டிருந்தன. அவற்றில் ஒன்று ஷாவின் மாரிஸ் ஆக்ஸ்போர்டு. சீட் பெல்ட் அணிந்துகொள்ளச் சொன்னான். சீறிப் புறப்பட்டான்.

சிக்கலான வாகனப் போக்குவரத்து, சீரான கான்க்ரீட் ரோடுகள். மிகக் கொட்டை எழுத்தில் சுலபமாக வழிகாட்டும் போர்டுகள். விளம்பரங்கள், விளம்பரங்கள், ஜின், பெப்ஸி கோலா, நாடகம். மோட்டார் சக்கரம், கம்ப்யூட்டர். எதற்குமே பெண்கள் இல்லாத விளம்பரமில்லை. ஷா சுலபமாக அறுபது மைலைத் தொட்டான். இடது வலது பக்கத்தில் எங்களுடன் வரும் கார்களும் அதே வேகத்தில். கொஞ்சம் பாதையிலிருந்து விலகினாலும் இண்டிகேட்டர்

போடவேண்டியிருந்தது. ராட்சச லாரிகள், ஆல்ஃபா ரோமியோ, பென்ஸ் கார்கள், கறுப்பு ஆஸ்டின் டாக்சிகள், மூட்டைப் பூச்சிகள் போல மினி கார்கள். எல்லோருக்கும் அவசரம். வேகவேகம்.

'ஜனார்தன் உன்னை ஸ்பெஷலாக கவனித்துக்கொள்ளும்படி எழுதியிருந்தார். பணம் வேண்டுமா?' என்றான் ஷா.

'வேண்டும்.'

'எவ்வளவு?'

'என் கையில் இருப்பது ஒரு பவுண்டு.'

'போதாது. நீ எதற்காக வந்திருக்கிறாய்?'

'ஜனாதர்தன் வரும்வரை ஷூட்டிங் ஒழுங்காக நடக்க வேண்டும்.'

'பத்து நாட்களில் வருவதாக எழுதியிருந்தார். இன்று ஷூட்டிங் நடக்கவில்லை என்று கேள்விப்பட்டேன்.'

'ஏன்?'

'அந்தப் பெண் ஷாப்பிங் சென்றுவிட்டாளாம். அந்த மதறாஸ் டைரக்டர் நெருப்பாக இருந்தான். என்னிடம் வந்து இரைச்சலிட்டு என்ன பிரயோசனம்? எனக்கும் இதற்கும் சம்பந்தமில்லை. அந்தப் பெண்ணை அதட்டிக் கேட்கப் பயப்படுகிறார்கள். கோபித்துக்கொண்டால் திரும்பப் போய்விடுமோ என்று பயமாம். சரியான கிராக் அது. நான் ஜனார்தனுக்கு எழுதிவிட்டேன். என்னால் பார்த்துக்கொள்ள முடியாது. எனக்கு ஏகப்பட்ட வேலை இருக்கிறது. இந்த மாதிரி தலை கனத்த நடிகைகளின் பின் அலைவது என் லைன் இல்லை. பெட்டர் ஸ்டார்ட் வொர்க்கிங் ஆன் ஹர் ரைட் நௌ!'

'எங்கே தங்கி இருக்கிறாள்?'

'உன் ஹோட்டலுக்கு அருகில்தான். வந்ததிலிருந்து மாடு மாதிரி ஏதாவது மென்றுகொண்டிருக்கிறாள்.'

மௌனமாக இருந்தோம்.

‘அந்த ஆள் யார்? வேண்டாதவனா?’

‘எந்த ஆள்?’

‘ஏர்போர்ட்டில் அறிவிப்பு செய்தோமே, என்ன பெயர்? பரத் குமார் .’

‘ஆம். ஜனார்தனின் மனைவியைச் சுற்றுகிறான்.’

‘அவனை கவனித்துக்கொள்ள வேண்டுமா?’

‘ஆம்.’

‘ஏதாவது உதவி தேவையானால் சொல்லிவிடு. நாளைக்கு நான் பர்மிங்ஹாம் போய்விடுவேன். நான்கு நாட்கள் ஆகும்.’

‘தேவை இருக்காது. என்னால் சமாளிக்க முடியும் என நினைக் கிறேன்.’

‘ஜனார்தனனின் பண நிலைமை எப்படி இருக்கிறது?’

‘எனக்குத் தெரியாது அதுபற்றி.’

‘கடன் அதிகம் வாங்கி இருக்கிறார் எனக் கேள்விப்படுகிறேன்.’

‘தெரியாது.’

‘அந்தப் பெண்தான் அவருடைய ஒரே வருமானம். கம்பெனி எல்லாம் லிக்விடேஷனுக்கு அருகில் இருக்கிறதாம்.’

‘ஷா, உனக்கும் ஜனார்தனுக்கும் என்ன சம்பந்தம்?’

‘பிஸினஸ்.’

‘பிஸினஸ் சரி. என்ன பிஸினஸ்?’

‘மெட்ராசில் சில பார்ட்டிகளுக்கு அவர் பேமெண்ட் கொடுத்து விடுகிறார். அது ஒருவிதமான ஏற்பாடு. உனக்குப் புரியாது.’

‘எக்ஸ்சேஞ்ச் விவகாரமா?’

‘நாம் அதைப்பற்றி பேசவேண்டாமே.’

வீடுகள் தென்பட ஆரம்பித்தன. செங்கல் வீடுகள், ஒரே மாதிரி யான வரிசை வரிசையான வீடுகள். நடுவே நடுவே புல் பச்சை.

ஜன்னல்களில் எல்லாம் மலர்கள். என்ன பெயர்? ட்யூலிப். சரிந்த மரக் கூரைகள். எல்லா வீடுகளுக்கும் கொண்டையில் டெலி விஷன் ஏரியல்கள். அவ்வப்போது திடீர் திடீர் என்று நெட்டை யான நாற்பது மாடிக் கட்டடங்கள் நேற்று முன் தினம்தான் யாரோ விதைத்தாற்போல. அந்தக் கட்டடங்களின் கண்ணாடி ஜன்னல்களில் மேக பிம்பங்கள். மழை நின்றிருந்தது. சூரியன் தெரிந்தது. கையாலாகாத சூரியன். ஷா ரேடியோவைத் தட்டி விட்டான். எங்களை பாப் சங்கீதம் சூழ்ந்து கொண்டது. முள் எழுபதைத் தொட்டது.

'அதிக வேகம்' என்றேன்.

'இங்கிலாந்தில் எழுபதுக்கு மேல் போக முடியாது. சட்டம் தடுக்கிறது.'

'இதுவே மிக அதிகம்.'

'மெள்ளப் போனால் மேலே மிதித்துவிட்டுப் போய்விடுவார்கள், உன்னால் இங்கே கார் ஓட்ட முடியுமா? ஹை வே கோட் தெரிய வேண்டும்.'

'முடியும் என நினைக்கிறேன்.'

'ஜனார்தன் எதற்காகத்தான் இவளைக் கல்யாணம் செய்து கொண் டானோ!'

'இவள் இல்லாவிட்டால் உங்களுக்கெல்லாம் பேமெண்ட் எப்படி ஆவது?'

ஷா என்னைச் சந்தேகத்துடன் பார்த்தான். இப்போது லண்டன் நகர எல்லைக்குள் நுழைந்துவிட்டோம். பழுப்பான தேம்ஸ் நதி தென்பட்டது. நூறு அடிக்கு ஒரு தடவை தயங்கித் தயங்கி டிராஃபிக் விளக்குகள் எங்களுக்கு வழிவிட்டன. கடைகளின் ஜன்னல்களின் முன்னே ஹை பாலிமர் யுகத்தின், எலக்ட்ரானிக்ஸ் யுகத்தின் சாதனங்கள் கொட்டிக் கிடந்தன. டெலிவிஷன் பெட்டி களில் கவனிப்பாரற்று வர்ணக் காட்சிகள் மாறிக்கொண்டிருந் தன. லண்டன் ட்ரான்ஸ்போர்ட்டின் சிவப்பு பஸ்ஸில் ஜன்ன லோர இங்கிலீஷ் குழந்தை எனக்கு டாட்டா காட்டியது.

'ராத்திரி ஏதாவது ஷோ பார்க்கிறாயா?' என்றான் ஷா.

'இல்லை, இன்று வேண்டாம்.'

'தனியாக இரவில் செல்லாதே. அதுவும் ஸோஹோ பக்கம் தனியாகச் செல்வது நல்லதல்ல. கூட ஆளில்லை என்றால் ரூமில் உட்கார்ந்துகொண்டு டெலிவிஷன் பார். சுவாரஸ்யமாக இருக்கும். குடிப்பாயா?'

'ம்ஹூம்.'

'சைவமா?'

'ஆம்.'

'செத்தாய் போ! ஒய்.எம்.ஸி.ஏயை விட்டால் உனக்குச் சரியான இடம் கிடையாது.'

'பார்க்கலாம்.'

ஷா என்னை ஹோட்டல் வாசலில் கொண்டுவிட்டான். நூறு பவுண்டு பணம் கொடுத்தான். விடை பெற்றுக்கொள்ளும்போது, 'பிஸினஸ் பற்றி உனக்குத் தெரியும் என நினைக்கிறேன்' என்றான். கண்ணைச் சிமிட்டினேன்.

'ஹவ் எ நைஸ் டைம். பெண்களிடத்திலிருந்து ஒதுங்கிக் கொள். ஜலதோஷம் பிடித்துக்கொள்ளும்.'

என் அறை சிறியதாக இருந்தது. கச்சிதமாக சுத்தமாக இருந்தது. சுவருடன் ஒட்டிய கட்டிலில் மிகத் தூய்மையான விரிப்புகள் அமைத்து மெத்தையின் மத்தியில் ஒரு சாக்லேட் வைத்திருந்தது. அருகிலேயே படிக்கும் விளக்கு. டெலிபோன். டெலிவிஷன்.

டெலிவிஷனின் நான்கு சானல்களையும் ஹைஃபி சங்கீதத்தையும் கட்டுப்படுத்தும் பட்டன்கள் படுக்கையின் தலைப்பக்கம் இருந்தது. பாத்ரூமில் தேவையான சூட்டில் வென்னீர் ஷவர் கிடைத்தது.

குளித்தேன். வேறு உடை. புறப்பட்டேன். ஹோட்டலுக்கு வெளியில் நடைபாதையில் மௌனமான பார்க்கிங் மீட்டர்களின் ஊடே நடந்தேன். இளைஞர்கள். பெரும்பாலும் ஆண் பெண் ஜோடியாக ஒட்டிக்கொண்டு முனிசிபாலிட்டி லாரி மாதிரி அடிக்கடி நின்றுகொண்டு முத்தமிட்டுக் கொண்டு தங்கள் காதலை நாற்பது செகண்டுக்கு ஒரு தடவை அறிவித்துக் கொண்டிருந்தார்கள். மலர்கள் விற்கும் கடை ஒன்றில் பிளாஸ்டிக்

பைக்குள் கொத்தாக இருந்த மலர்களை வாங்கிக்கொண்டேன். எதிரே வந்த டாக்ஸியை நிறுத்தி டாட்டன்ஹாம் கோர்ட் ரோடில் கார்ல்ட்டன் ஹோட்டலுக்குச் செல்லச் சொன்னேன். டாக்ஸிக்காரன் என்னை மறுபடி கேட்டான். பிறகு நிதானமாகச் சொன்னான். 'நண்ப, அடுத்த தெருவில் இருக்கிறது நீ போக வேண்டிய இடம். நடந்துபோயேன்!'

ப்ரியா தங்கி இருக்கும் ஹோட்டலில் ரிசப்ஷனில் இருந்த பெண் 'ஒரு நிமிஷம்' என்று ப்ரியாவின் அறைக்கு டெலிபோன் செய்து பார்த்தாள். 'ஸாரி பதில் இல்லை. எனி மெஸேஜ்?' என்றாள். 'காத்திருக்கிறேன்' என்றேன்.

கை நிறையப் பூக்களுடன் சற்றுநேரம் மேலும் கீழும் நடந்தேன். எதிரே நாற்காலியில் உட்கார்ந்துகொண்டு சற்று நேரம், டெய்லி டெலிகிராப் பார்த்தேன்.

பரிச்சயமான கீச்சுக்குரல் கேட்டு நிமிர்ந்தேன். ப்ரியாவை முதலில் அடையாளம் கண்டுபிடிக்க முடியவில்லை. பள்ளிக்கூடப் பெண்போல் இருந்தாள். ஆண்களின் சட்டை, ஜீன்ஸ். புத்தம் சரணம் கச்சாமி ரக கட்டைச் செருப்பு. தலையைப் பின்னால் படரவிட்டிருந்தாள். கையில் ஐந்தாறு பிளாஸ்டிக் பைகள் நிறைய அவளது சமீபத்திய வியாபாரம் வழிந்தது. அதன்மேல் ஒரு ஐஸ்க்ரீம் கோன். அதை நாக்கில் நக்கிக் கொண்டிருந்தாள். நான் அவளை நெருங்கி 'ஹலோ' என்றேன். அவள் கண்கள் என்னை அடையாளம் தேடின. 'ஹாய்! உன்னை நான் பார்த்திருக்கிறேன்... சென்னையில் பார்த்தோம் போன மாதம் - கணேஷ்! ஓ எஸ்! வினோத் மெஹ்ரா... நீதானே லண்டன்வாசி?'

'ஆம்.'

'உங்கள் ஊர் ரொம்ப நன்றாக இருக்கிறது! இது என்ன பூ?'

'உங்களுக்காக! இந்த ஊர்ப் பழக்கம்.'

'லவ்லி, லவ்லி, இந்த ஐஸ் கிரீமைக் கொஞ்சம் பிடித்துக் கொள்ளேன். தாங்ஸ். சாப்பிடாதே... அத்தனை சாமான்களையும் வாங்கிட ஆசையாக இருந்தது. வுலி ஜார்ஜெட், ஷிஃபான், பர்ஃப்யூம், மேக்-அப் சாதனங்கள்... காசெல்லாம் காலி! ஆமாம், நீ என்றைக்கு வந்தாய்?'

'இன்றைக்கு.'

'பப்புவும் இன்றுதான் வந்திருக்கும்.'

'பப்பு யாரென்று தெரியாது.'

'பரத் குமார், ஒரு நடிகன்.'

'ஓ! இதயம் பேசவில்லை?'

'அதுதான். ஏரோப்ளேனில் அதைப் பார்த்திருப்பாயே. தலை நிறைய மயிர் வைத்துக்கொண்டிருக்கும். தடியால் அடித்தால் கூட வலிக்காது. பப்பு.'

'இந்த அடையாளங்களை வைத்துக்கொண்டு கண்டுபிடிப்பது கஷ்டம் என்று நினைக்கிறேன். அந்த ஆளை சினிமாவில் பார்த் திருக்கிறேன். தைரியமாக நடித்திருக்கிறீர்கள்.'

'பப்பு பெரிய ஆள். கேமராவுக்குத் தெரியாமல் விஷமம் செய்யும்...'

'உங்கள் ஐஸ்க்ரீம் என் முழங்கை வரை வந்துவிட்டது.'

'ஓ ஸாரி!' அதை வாங்கிக் கொண்டாள். 'வந்திருக்கும்' என்றாள் அதை மற்றொரு நக்கு நக்கிவிட்டு.

'யார்?'

'பப்பு.'

'நீங்கள் தங்கி இருக்கிற இடம் தெரியாமல் இருக்கலாம்.'

'தெரியும்' என்றாள் தீர்மானமாக.

'எங்கெல்லாம் போயிருந்தீர்கள்?'

'பொதுவாக ஆக்ஸ்ஃபோர்டு ஸ்ட்ரீட்டிலேயே அலைந்தேன். அதற்கே நேரம் போதவில்லை. உங்கள் ஊரில் பெண்கள் ப்ரேசியரே அணிவதில்லை பெரும்பாலும்.'

'தெரியும்.'

'நான்கூட' என்று குதித்தாள்.

'தெரிகிறது' என்றேன்.

'ரொம்ப ஃப்ரீயாக இருக்கிறது. முதன் முதலாக என்னை வெறித்துப் பார்க்காத கும்பல். மெட்ராஸில் இப்படி சுதந்தரமாக அலைய முடியுமா?'

'நீங்கள் இப்போது என்ன செய்வதாக உத்தேசம்?'

'வாங்கின சாமான்களையெல்லாம் அறையில் பரப்பி வைத்துக் கொண்டு அழகு பார்க்கப் போகிறேன்.'

'அதை அப்புறம் கூடச் செய்யலாமே. உடை மாற்றிக்கொண்டு வந்தால் வெளியில் போகலாம்.'

'எங்கே?'

'லாஸ்ட் டாங்கோ இன் பாரீஸ்.'

அவள் முகம் மலர்ந்தது. 'ஒரு நிமிஷத்தில் வருகிறேன், ஆனால் நடுவில் பப்பு வந்துவிட்டது என்றால்...'

'காத்திருக்கட்டுமே. நான் நான்கு மணி நேரம் காத்திருக்க வில்லையா?'

'ஓ எஸ்! காத்திருக்கட்டும்.' அவள் மாடிப்படிகளை நோக்கி ஓடினாள். நான் ரிசப்ஷனிஸ்டை அணுகி லாஸ்ட் டாங்கோ எங்கே ஓடுகிறது என்று விசாரித்து வைத்துக்கொண்டேன்.

ப்ரியா ஸ்வெட்டர் அணிந்துகொண்டு வந்தாள். 'என்னிடம் பணம் இல்லை' என்றாள்.

'நோ ப்ராப்ளம்' என்றேன். வெளியில் வந்தோம்.

'கணேஷ், உன்னால் எனக்குச் சில காரியங்கள் ஆக வேண்டி இருக்கிறது.' என்றாள்.

'செய்யத் தயாராக இருக்கிறேன். சொல்லுங்கள்.'

'சமயம் வரும்போது சொல்கிறேன். இந்த பஸ்ஸில் போக லாமே. பச்சையாக, அழகாக, கூட்டமில்லாமல் இருக்கிறதே.'

'இது எங்கே போகிறதோ தெரியாதே? டாக்ஸியில் போகலாம்.'

'சற்று தூரம் நடக்கலாம். அழகான குழந்தைகள்!' என்றாள். நடந்தோம். அவள் நடையில் குழந்தைத்தனம் இருந்தது.

'இன்று படப்பிடிப்பு நடக்கவில்லையாக்கும்?'

'ஆம். எனக்கு ஜலதோஷம்.' மூக்கை உறிஞ்சிக் காட்டினாள்.

'நிறையச் செலவு பண்ணி இவ்வளவு தூரம் வந்திருக்கிறீர்கள்.'

'ஒரு நாளில் என்ன ஆகிவிடும்?'

'வெள்ளைக்காரர்கள் நேரத்தை விரயம் செய்ய மாட்டார்கள்.'

அவள் கவனிக்காமல், 'கணேஷ், நீ எதற்காக எனக்குப் பூ கொண்டுவந்து கொடுத்தாய்?' என்றாள்.

'உங்களை எனக்குப் பிடித்திருக்கிறது?'

'என் படங்களைப் பார்த்திருக்கிறாயா?'

'ஒன்றுவிடாமல் சென்னையில் பார்த்தேன்.'

'பார்த்த பின்னுமா! எல்லாம் ட்ராஷ்.'

'உங்களுக்காகத்தான் பார்த்தேன்.'

'அப்படியா?'

'உங்களை எனக்கு... என்ன சொல்லுவது என்றே தெரிய வில்லை.'

'சொல்லாதே, இதோ டாக்சி!'

பிக்கடில்லி சதுக்கத்தில் ஒரு சந்தில் இருந்தது அந்தத் தியேட்டர். ஒரு சிறிய வகுப்பறை போல தியேட்டர். அறுபது பேர்தான் உட்காரலாம். பத்துப்பேர்தான் புகை பண்ணிக்கொண்டு உட்கார்ந்திருந்தார்கள். இஷ்டத்துக்கு வரலாம். போகலாம். உள்ளே குடிக்கலாம். புகை பிடிக்கலாம். வேறு என்ன என்னவோ செய்யலாம். அந்தத் திரைப்படம் என்னைத் தாக்கியது. முதன் முதலில் திரையில் அத்தனை நிர்வாணத்தைப் பார்க்கிறேன், மார்லன் பிராண்டோ அவ்வளவு சுலபமாக உடைகளைக் கழற்றக் கூடியவர் என்று நான் எதிர்பார்க்கவில்லை. அந்த ஷ்னைடர் பெண்?

சிறிது நேரத்தில் அந்தப் படத்தின் செக்ஸ் ஒருவிதத்தில் பழகிவிட்டது. கதையின் பின்னணியில் அந்த அப்பட்டமான உடல் காட்சிகள் ஒரு விதத்தில் தவிர்க்க முடியாதவையாகத்

தோன்றின. கற்பனைக்கு எதையும் விட்டுவைக்காமல் இருப்பதில் அதன் ஆபாசம் குறைந்துவிட்டதாகத் தோன்றியது. யோசித்ததில் நான் சமீபத்தில் பார்த்த சில தமிழ்ப் படங்களில் மறைமுகமான செயல்களிலும் சொற்களிலும் அதிக ஆபாசம் இருந்ததாகப் பட்டது.

ப்ரியா விரிந்த கண்களுடன் பார்த்தாள். சில சமயங்களில் வெட்கப்பட்டாள். திரும்பிக்கொண்டாள்.

வெளியே வந்தபோது மணி இரவு எட்டு முப்பது. ‘இந்த ஊரில் எல்லாப் படமும் இப்படித்தான் இருக்குமா?’

‘எப்படி?’ என்றேன்.

‘மார்லன் பிராண்டோவுக்கு மச்சம் எண்ணுகிறாற்போல்.’

‘சென்ஸார் அதிகம் கிடையாது’ என்றேன்.

சோடியம் விளக்குகளின் மஞ்சள் ராத்திரி நியான்கள் உயிர் பெற்றிருந்தன. இன்னமும் வானத்தில் வெளிச்சம் மிச்சமிருந்தது. இரவில் லண்டன் மிகவும் பொய்யாக இருக்கிறது. கண்ணாடிக்குப் பின் 125 பவுண்ட் கோட்டு அணிந்த பொம்மை மனிதர்கள். ஃபர் அணிந்த, நீச்சல் உடை அணிந்த, முத்து அணிந்த, ரத்தினம் அணிந்த பொம்மை நங்கைகள். மனித நடமாட்டம் குறைந்து சொர்க்கத்தில் பாலைவனம் போல நடைபாதைகள். நிழலான வாயில்களின்கீழ் உக்கிரமான ரோஜா வெளிச்சத்தில் இளைஞர்கள் அழைத்தார்கள், உள்ளே நடக்கப் போகும் ஸ்ட்ரிப் டீஸுக்காக.

‘கர்ல்ஸ்! கர்ல்ஸ்!’ என்று அந்தப் பிக்கடில்லி சதுக்கம் சதா ஸ்மரிப்பதாகத் தோன்றியது.

‘பெண்கள் எப்படி எல்லாம் உபயோகப்படுத்துகிறார்கள்?’ என்றாள்.

‘ஒருவிதத்தில் ஆண்கள்தான் உபயோகப்படுத்துகிறார்கள் என்று நினைக்கிறேன்!’

‘உள்ளே போகலாமா? எப்படிக் கழற்றுகிறார்கள் என்று பார்க்கவேண்டும் எனக்கு.’

‘இன்னொரு நாள்’ என்றேன், என் கையில் இருக்கும் பணம் போதுமா என்று சந்தேகமாக இருந்ததால்.

மௌனமாக நடந்தோம்.

'நான்கூட உபயோகப்படுத்தப்படுகிறேன்.'

'எந்த விதத்தில்?'

'எனக்கு எவ்வளவு பணம் வருகிறது என்று தெரியாது. எல்லாம் ஜனுதான். ஜனு சொன்ன இடத்தில் கையெழுத்து போட வேண்டும். எனக்கு மாதச் சம்பளம். இந்தக் கிழக்கு மேற்குக்கு எவ்வளவு வாங்கியிருக்கிறதோ எனக்குத் தெரியாது. நான் ஒருவிதத்தில் அடிமைதான். இதுதான் முதல் தடவை ஜனு இல்லாமல் நான் தனியாக வந்திருப்பது. நீ தங்கக்கூண்டு சினிமா பார்த்தாயோ? இன்னும் பத்து நாளைக்குத்தான் எனக்குச் சுதந்தரம். ஜனு ஓடிவந்துவிடும். அதற்குள்...'

'அதற்குள்?'

ப்ரியா யோசித்தாள். 'கணேஷ், நீ என் நண்பன்தானே?'

'ஆம்.'

'உன்கிட்டே ஒரு ரகசியம் சொல்வேன். யார்கிட்டேயும் சொல்லக்கூடாது? ப்ராமிஸ்?'

'ப்ராமிஸ்.' காட்டின கையில் அடித்துக் கிள்ளினேன்.

'பப்புவை நான்தான் வரச்சொல்லி இருக்கிறேன்.'

'எதற்கு?'

'நான் இந்தச் சினிமா வாழ்க்கையை விட்டுவிடப் போகிறேன். நானும் பப்புவும் பாரிஸ் போகப்போகிறோம்.'

'என்ன ப்ரியா இது! படப்பிடிப்பு என்ன ஆவது?'

லாஸ்ட் டாங்கோ பார்த்த சூட்டில் ஒரு மோசமான நாலு எழுத்து இங்கிலீஷ் வார்த்தையை உபயோகப்படுத்தி, 'படப்பிடிப்பு பாழாகப் போகட்டும்!' என்றாள். 'அந்த ராஸ்கலுக்கு நான் வேண்டுமட்டும் சம்பாதித்துக் கொடுத்தாகிவிட்டது. நான் இங்கு வரச் சம்மதித்ததே அதனிடமிருந்து விடுதலை கிடைக்கிற ஒரே காரணத்துக்காகத்தான். நானும் பப்புவும் பாரிஸ் போகப்போகி றோம். யூரோப் முழுக்கச் சுற்றப் போகிறோம். அப்புறம் ஒரு

எஃப்.எஃப்.ஸி படத்தில் நடிக்கப் போகிறோம். இதையெல் லாம் உன்னிடம் சொல்வதற்குக் காரணம் கணேஷ், உன் உதவி எனக்குத் தேவை. முதலில் கொஞ்சம் பணம் வேண்டும். பப்பு விடம் காசில்லை. அப்புறம் என் பாஸ்போர்ட்டில் பிரான்ஸுக்கு ஒரு விசா வாங்கித் தரவேண்டும்.' அவள் என் கையைப் பிடித்துக்கொண்டாள். பத்திரமாக அதை வைத்துக்கொண்டு, 'தந்தால் உனக்கு ஒரு முத்தம் கொடுப்பேன்... சகோதர பாசத்தில்' என்றாள்.

'அவ்வளவுதானே? செய்துவிட்டால் போகிறது.'

'கணேஷ்! யூ ஆர் க்ரேட்!' என்று கையை அழுத்தினாள்.

'எப்போது வேண்டும்?'

'நாளைக்கே சொல்கிறேன். இன்று பப்பு வந்துவிடும் என்று எதிர்பார்த்தேன். சனியன், ஆளை இன்னும் காணோம்... ஜனுவைப்பற்றி நான் அப்புறம் சொல்கிறேன். ரொம்ப மோச மான ஆசாமி. ஆரம்ப காலத்தில் என்னை நடத்தியிருக்கிறதைப் பற்றிச் சொன்னால் ஆண்பிள்ளை கண்ணீர் விடுவாய்...'

அவள் மேலே சொன்னதை சரியாகக் கவனிக்க முடியாமல் என் மனத்தில் வேகமாக எண்ணங்கள் தொடர்ந்தன.

திரும்ப அவள் ஹோட்டலுக்குச் சென்றபோது அங்கே பரத் குமார் சிகரெட்டைப் பிடித்துக்கொண்டு காத்திருந்தான்.

4

'ஹாய் பப்பி' என்று அவனை நோக்கி ஓடினாள் ப்ரியா.

சிகரெட்டைக் கடைசி இழுப்பு இழுத்து விட்டு எழுந்தான் பரத் குமார். என்னைப் பார்த்தான். தயங்கினான்.

இளைஞன்தான். ஆனால் வேறு ஜென ரேஷன். அவன் தலைமயிரின் அடர்த்தி பற்றி முன்பே குறிப்பிட்டிருக்கிறேன். மெலிதான உதடுகள். செய்துவைத்தாற்போல் மூக்கு. அந்த ராமர் வில் மீசைக்காக அவன் கண்ணாடி முன் அதிக நேரங்கள் செலவழித் திருக்கவேண்டும். அருகில் பார்க்கும்போது இவனிடம் இவள் என்னத்தைக் கண்டாள் என்கிற ஜனார்தனின் கேள்வியைத் திரும்பக் கேட்கத் தோன்றியது, அவன் என்னைப் பார்த்த பார்வையில் சினேகம் இல்லை. பற்களைக் காட்டி கிர்ர் என்று உறுமாத குறை. நெற்றிப்புருவத்தால் நான் யார் என்று ப்ரியாவைக் கேட்டான்.

'பப்பு, மீட் மிஸ்டர் கணேஷ். இவர் லண்டனில் இருக்கிறார். கணேஷ், இதுதான் நான் சொன்னேனே பரத்குமார்?'

'சொல்லியாகிவிட்டதா' என்று என் கையை சாஸ்திரத்துக்குக் குலுக்கிவிட்டு, 'எப்போது

வந்தாய்?' என்ற அவள் கேள்விக்கு 'வந்து ஒரு வருஷமாயிற்று' என்றான்.

ப்ரியா சிரித்து, 'என்ன வேடிக்கையாகப் பேசுகிறான் பார்' என்றாள் என்னைப் பார்த்து.

'எங்கே ஒழிந்து போனாய் இத்தனை நேரம்?'

'கணேஷுடன் லாஸ்ட் டாங்கோ இன் பாரிஸ் பார்க்கப் போயிருந்தேன்.'

'இப்போது என்ன செய்வதாய் உத்தேசம்? படத்தில் பார்த்ததை ப்ராக்டிஸ் பண்ணுகிறதாகவா?'

'ஹி இஸ் வெரி ஜெலஸ்!' என்றாள்.

'டோண்ட் பி ஸ்ட்யூபிட்!' என்றான்.

'எவ்வளவு கோபம் வருகிறது பார். பப்பு! கணேஷ் நல்ல கணேஷ். என் சகோதரன் போல. கணேஷ் நமக்கு உதவி செய்யப் போகிறான்.'

'நமக்கு எந்த உதவியும் தேவையில்லை. லுக் ஹியர்! நீ ஏதாவது இந்த ஆசாமியிடம் சொல்லிவிட்டாயா? உன் ஓட்டை வாயை வைத்துக்கொண்டு சும்மாயிருக்க முடியாதே!'

'பப்பு! கணேஷ் நம் கட்சி, என் ஃப்ரெண்ட்.'

'ப்ரி, நான் உன்னுடன் தனியாகப் பேசவேண்டும். உன் பாய் ஃப்ரெண்டுக்கு - ஸாரி, உன் சகோதரனுக்கு - வேறு வேலை இல்லை என்றால் நாளைக்குக் காலை திரும்ப வரச்சொல்.'

நான் முதன்முதல் பேசினேன். 'ப்ரியா, உங்கள் கதாநாயகனுக்கு கொஞ்சம் பண்பு தேவை. குட் நைட். வருகிறேன்.'

'ஓ நோ கணேஷ்! கொஞ்சம் இரு பப்பு!' என்று நடுக்கூடத்தில் தகராறு செய்துவிட்ட நாய்க் குட்டியை அதட்டுவதுபோல் அதட்டினாள். 'வா இங்கே!' என்றாள். அவனைத் தனியாக அழைத்துக்கொண்டு சென்று தணிந்த குரலில் பேசினாள். என்னை மீண்டும் மீண்டும் மாறி மாறிப் பார்த்துக்கொண்டே பேசினார்கள். இந்தக் கலந்துரையாடல் முடிந்ததும் பரத்குமார் என்னை அணுகி, 'ஸாரி' என்று சமாதானக் கை நீட்டினான்.

'பப்புவுக்கு முன் கோபம் ஜாஸ்தி கணேஷ். உனக்குக் கோபமில்லையே?'

'இல்லை' என்றேன்.

'கணேஷ் நமக்கு ஒத்தாசை செய்யப் போகிறான். இல்லை கணேஷ்?'

'ஆம்' என்றேன்.

'ஸாரி சார். இன்றைக்கு எனக்கு எதுவும் சரியாக நிகழவில்லை. ஏர்போர்ட்டில் யாரோ என் பெயரைக் கூப்பிட்டு எங்கேயோ வரச் சொல்லி, லொடக் லொடக் என்று நடந்து ஒரு மைல் போனால் அங்கே ஒருத்தரையும் காணவில்லை. அப்புறம் விசாரித்து விசாரித்து பஸ் ஏறி விக்டோரியா வந்து தப்பான ட்யூப் ரெயிலில் ஏறிக்கொண்டு எட்ஜ்வேர் வரை போய்விட்டேன்! அப்புறம் ஊரெல்லாம் தேடி இங்கு வந்தால் இவளைக் காணோம். ஒரே பசி. நீங்கள் படப்பிடிப்பு சம்பந்தப்பட்ட ஆசாமி என்று நினைத்துக்கொண்டுவிட்டேன். எங்களுக்கு உங்கள் உதவி தேவை... நிச்சயம் தேவை...'

'செய்கிறேன் என்று அப்போதே சொல்லிவிட்டேனே.'

'உங்களால் கொஞ்சம் பணம் புரட்டித் தர முடியுமா?'

'முடியும்.'

'நல்ல பெண் சார் இது. ஜனார்தன் இவளை வைத்து ப்ளு ஃப்லிம் எல்லாம் எடுத்திருக்கிறான். அவனிடமிருந்து இவளை விடுவிக்க வேண்டும். நான் வருவது எப்படியோ தெரிந்துபோயிருக்கிறது பாருங்களேன். ஏர்போர்ட்டில் பாவ்லா காட்டியது ஏதோ அவன் ஆசாமியாகத்தான் இருக்கவேண்டும். சரியான சர்வாதிகாரி. அவனிடம் நாம் எல்லோரும் ஜாக்கிரதையாக இருக்கவேண்டும். சொல்லாமல் கொள்ளாமல் எவ்வளவு சீக்கிரம் கிளம்ப முடியுமோ கிளம்பிவிட வேண்டும். அதற்கு நீங்கள்தான்...'

'கவலைப்படாதீர்கள். நீங்கள் அதிகப் பசியில் இருக்கிறீர்கள் என நினைக்கிறேன். எங்கேயாவது வெளியில் போய்ச் சாப்பிடலாம்.'

'மூன்று பேரும் போகலாம். நைட் கிளப் போகலாம்.' என்றான் பப்பு. 'நீ பிக்கடில்லி பார்க்கவேண்டும், டெர்ர்ரிஃபிக்.'

நான் மனத்தில் என் கையிருப்பு எவ்வளவு என்று கணக்கு போட்டுப் பார்த்தேன். ஷா கொடுத்ததில் சுமார் தொண்ணூறு பவுண்டு பாக்கி இருக்கும். போதும் என்று நினைத்தேன்... டாக் அஃப் த டவுன் என்கிற இடத்துக்கு டெலிபோன் செய்தோம். மூன்று பேருக்கு டேபிள் ரிசர்வேஷன் செய்வதற்கு, ஒரு ஆசாமிக்கு எட்டரை பவுண்டாம். அதைப் பதினெட்டால் பெருக்கிப் பார்த்தால் நூற்று ஐம்பது ரூபாய்க்கு மேல்... என் பசி சற்றுக் குறைந்தது.

டாக் அஃப் த டவுனில் பந்தாக்களே முதலில் பிடிபடவில்லை. இருட்டில் எங்களை அழைத்துச் சென்று மேஜையைக் காட்டினார்கள். ஷாம்பெய்ன் வேண்டுமா என்று கேட்டு நாங்கள் பதில் சொல்வதற்கு முன்பேயே ஒரு வெள்ளைத் துணியில் சுற்றி அந்த பாட்டிலைக் கொண்டுவந்து நுரைக்க உடைத்து மேஜை மேல் வைத்துவிட்டுச் சென்றார்கள். அதில் சோடா கலப்பதா அப்படியே சாப்பிடுவதா? எதுவும் தெரியாமல் அவர்கள் இருவரும் கொஞ்சம் போட்டுவிட்டு ப்ரியா சிரிக்க ஆரம்பித் தாள். பரத் குமார் தமிழ் நடிகர்களைப் போல் எல்லாம் நடித்துக் காட்ட ஆரம்பித்தான். சிரித்துக்கொண்டு ஒரு பெண் துடிப்பாகப் பாட ஆரம்பித்தாள். அவளை ஒளி வட்டம் தொடர்ந்தது. இரைச்சலாக பாப் சங்கீதம் தொடர்ந்தது. நடுவே எல்லோரும் நடனம் ஆட ஆரம்பித்தார்கள். ப்ரியாவுக்கும் பரத் குமாருக்கும் ஷாம்பெய்ன் வேலை செய்ய ஆரம்பித்திருக்க வேண்டும். இருவரும் திடுதிப் என்று எழுந்து அவர்களுடன் சேர்ந்து நடனம் ஆட ஆரம்பித்தார்கள். அந்த நடனத்துக்கு ஒரு விதிமுறையும் இருப்பதாகத் தெரியவில்லை. அசப்பில் பார்த்தால் மானசீகமாக துப்பட்டிகளை உதறுவதுபோல் இருந்தது. மற்றொரு கோணத் தில் பார்த்தால் மானசீகமாகக் கொசு மருந்து அடிப்பது போல் ஒரு முத்திரை. துடிப்பு மிகுந்த சங்கீதம். இடுப்பை வெட்டி வெட்டி ஆடுவது, பிற்பாடு தனியாகச் செய்யவேண்டிய காரியங்களுக்கு ஒத்திகை பார்ப்பது போலக்கூட இருந்தது. இந்த நடனத்தை ரசிப்பதற்கு எதையும் தாங்கும் இதயம் வேண்டும் எனத் தோன்றி யது. ப்ரியா என்னையும் வந்து ஆடு என்று கட்டாயப்படுத் தினாள். நான் மாட்டவே மாட்டேன் என்று சொல்லிவிட்டேன். ப்ரியா மிக சந்தோஷமாக இருந்தாள்.

கொண்டு வந்த சாப்பாட்டில் பச்சைக் காய்கறிகள் நிறைந்த ஸலாட் ஒன்றுதான் என்னால் சாப்பிடும்படியாக இருந்தது.

மற்றவற்றில் ஏதாவது ஒரு வடிவத்தில் மாமிசம் இருந்ததால் உருளைக்கிழங்குபோல் இருந்த பகுதியை மட்டும் சாப்பிட்டுப் பார்த்துவிட்டு, ஐஸ்க்ரீம் காபி இவற்றில் ஒதுங்கிக்கொண்டேன். பரத் குமார் நன்றாகத் தின்றான். ப்ரியா இன்னும் ஆடுவதிலேயே ஆவேசமாக இருந்தாள்.

பன்னிரண்டு மணிக்குமேல் காபரே தொடங்கியது. ஏறக்குறைய நூறு பெண்கள் ஒரு கஜம் துணியை நூறு பேரும் பங்கு போட்டு அணிந்துகொண்டு வந்தார்கள். அத்தனை பெண்களையும் சைஸ் வாரியாகப் பொறுக்கியிருக்கிறார்கள். ஒரு ஸ்டெப் பிசகாமல் அவர்கள் எல்லோரையும் பூச்சரம் போல் யாரோ கோத்துவிட்டது போல் ஆடினார்கள். முழுமையாக உடை உடுத்திக்கொண்டு நடுவே ஒரே ஒரு ஆண் ஆட்டக்காரன். அதற்கப்புறம் இண்டிமேட் ம்யூசிக் என்று இருட்டடித்தார்கள். ஆண்-பெண்கள் பசை போட்டு ஒட்டவைத்தாற்போல் ஒருவரை ஒருவர் வாசனை பார்த்துக்கொண்டு ஆடினார்கள். ப்ரியாவும் பரத் குமாரும் என் எதிரே வந்து உட்கார்ந்துகொண்டார்கள். எனக்குத் தூக்கம் வந்தது. இருந்தும் எனக்கு முக்கியமான ஒரு வேலை இருந்தது. நான்தான் பேச்சை ஆரம்பித்தேன்.

‘ஜனார்தன் எப்போது வருகிறார் என்று தெரியுமா?’

‘பதினெட்டாம் தேதி. இன்னும் பத்து நாள்தான் இருக்கிறது.’

‘உங்களுக்கு ஒரே ஒரு உபதேசம் சொல்லட்டுமா?’

‘சொல்லுங்கள்.’

‘இரண்டு பேரும் புரிந்து கொள்ளக்கூடிய நிலையில் இருக்கிறீர்களா? ஏகப்பட்ட ஷாம்பெய்ன் உள்ளே ஏறி இருக்கிறதே?’

‘எனக்கு ஒன்றும் இல்லை. திருக்குறள் சொல்லிக்காட்டட்டுமா?’

‘வேண்டாம். நான் சொல்வதைக் கவனியுங்கள். உங்கள் நன்மைக்காகச் சொல்கிறேன். நீங்கள் உங்கள் வாழ்க்கையை உங்கள் இஷ்டம் போல் அமைத்துக்கொள்வதில் ஒரு ஆட்சேபணையும் இல்லை. ஆனால் வெளிநாட்டில் வந்து பணம் இல்லை என்றால் தவிப்பீர்கள். உங்கள் இருவரிடமும் பணம் இல்லை. என்னால் உடனே உங்கள் தேவைக்கு ஈடாகப் பணம் புரட்டுவது முடியாது. கொஞ்சம் நாட்களாகும். ப்ரியா

வந்திருப்பது படப்பிடிப்புக்காக. படப்பிடிப்பு என்பது ஒரு காண்ட்ராக்ட். ஒரு ஒப்பந்தம். அதை அப்படியே விட்டுவிட்டு நீங்கள் ஓடிவிட்டால், திரும்ப இந்தியா போகமுடியாது உங்களால். கோர்ட்டில் கேஸ் காத்திருக்கும். ப்ரியாவை நம்பி டெக்னிஷியன்களும் டைரக்டர்களும் காத்திருக்கிறார்கள். எல்லாவற்றையும் அவ்வளவு சுலபத்தில் உதறிவிட முடியாது. பத்து நாட்கள் இருக்கின்றன. உங்கள் இருவருக்கும் நான் விஸா வாங்கித் தருகிறேன். அதுவரை ப்ரியா ஏதும் நடக்கவில்லை போல் படப்பிடிப்பில் தொடர்ந்து கலந்து ஒத்துழைப்பது நல்லது என்பது என் அபிப்பிராயம். அவர்களுக்கும் சந்தேகம் வராது. அவசரப்பட்டு ஜனார்தனை முன்பே வரவழைக்க முயற்சிக்க மாட்டார்கள். மாறாக படப்பிடிப்பில் பிடிவாதமாகக் கலந்து கொள்ளவில்லை என்றால் உடனே ஜனார்தனுக்குத் தகவல் தெரிவித்து அவனை வரவழைக்க முயற்சிப்பார்கள். நான் உங்கள் டைரக்டரிடம் பேசி உங்கள் ஒத்துழைப்பைச் சாக்காகச் சொல்லிக் கொஞ்சம் பணம் புரட்டுகிறேன். படப்பிடிப்பைச் சீக்கிரமே முடிக்கச் சொல்லிவிடுகிறேன். ப்ரியாவுக்குப் பாரிஸில் நடன நிகழ்ச்சி இருக்கிறது என்று ஏதாவது சாக்கு சொல்லிப் படப்பிடிப்பை சீக்கிரமே முடிக்கச் சொல்கிறேன். ப்ரியாவும் ஒத்துழைக்க வேண்டும். இந்த விதத்தில் காண்ட்ராக்ட் பூர்த்தியாகிறது. கேஸ் எதுவும் போடமுடியாது. நீங்களும் ஏழு தினங்களில் எல்லாவற்றையும் முடித்துக்கொண்டு ஜனார்தன் வருவதற்குள் கிளம்பிவிடலாம்' என்றேன். தண்ணீர் இல்லாத தால் கொஞ்சம் ஒயின் குடித்தேன்.

பரத் குமார் கவனமாகக் கேட்டான். 'அவர் சொல்வதில் சென்ஸ் இருக்கிறது. மிஸ்டர் கணேஷ், எவ்வளவு சீக்கிரம் உங்களால் பணம் புரட்ட முடியும்?'

'உங்களுக்குப் பாரிஸில் எவ்வளவு பணம் தேவைப்படும் என்று தெரியுமா?'

'தெரியாது.'

'நீங்கள் போட்டிருக்கிற திட்டத்தின்படி நிறையத் தேவைப்படும். நான் உங்களுக்குக் கடனாகக் கொடுப்பதாக இல்லை. ஆனால் கிழக்கு மேற்கு யூனிட்டிடம் பேசி, ப்ரியாவுக்குச் சேர வேண்டியதை முன்பணமாக வாங்கித் தந்து விடுகிறேன். உங்கள் பணம்... அதற்கு நடிக்க வேண்டும். அவ்வளவுதான்.'

'ஓ.கே! நல்ல ஐடியா. நாளையிலிருந்து நான் அவர்களுக்கு முழு ஒத்துழைப்பும் தருகிறேன்.'

'தட்ஸ் குட் கர்ல்! இன்னும் கொஞ்சம் ஷாம்பென்.'

மறுநாள் காலை ரொட்டியும் முட்டையும் சாப்பிட்டுவிட்டுக் குளித்துவிட்டு முதல் காரியமாக ப்ரியாவின் ஹோட்டலுக்கு ஓடினேன். சங்கரன் என்கிற ப்ரொட்யூஸர்-டைரக்டர் தலை கலைந்து ஹோட்டலின் லவுஞ்சில் உட்கார்ந்திருந்தார். அவர் புதிதாகப் பேண்ட் அணிகிறவர் என்று தோன்றியது. அருகில் இன்னும் இரண்டு மூன்று மதறாஸ் முகங்கள் காத்திருந்தன. எல்லோரும் கிழக்கு மேற்கு யூனிட் என்று தெரிந்தது. நான் சங்கரன் என்பவரிடம் சென்று 'குட் மார்னிங்' என்றேன். 'ப்ரியாவுக்காக் காத்திருக்கிறீர்களா?'

'நீங்க யார்?'

'உங்களுடன் பேச வேண்டும்.'

'என்ன விஷயம்.'

'நேற்று படப்பிடிப்பு நடந்ததா?'

'இல்லை.'

'இன்று?'

'அம்மாள் இன்னும் எழுந்திருக்கவில்லை!'

'இன்று நடக்குமா?'

'யாருக்குத் தெரியும்? ராட்சசிக்கு என்ன மூடோ?' என்று பக்கத்தில் ஒருத்தர் சொன்னார்.

'உங்களுக்கு ப்ரியாவின் பூரண ஒத்துழைப்பு வேண்டும் என்றால் என்னுடன் தனியாக வாருங்கள்.'

'நீங்கள் யாருன்னு தெரியவே இல்லை.'

'கிழக்கு மேற்கு படப்பிடிப்பு ஒழுங்காக நடக்க வேண்டும் என்று ஜனார்தனால் அனுப்பப்பட்டவன். இது ப்ரியாவுக்குத் தெரிய வேண்டாம். என் பெயர் கணேஷ்.'

'படப்பிடிப்பு நடக்கும் என்றே தோன்றவில்லை.'

‘எத்தனை சீன் எடுக்க வேண்டும்?’

‘கிடைத்தவரைக்கும் ஆதாயம். கிடைத்தால்தானே! நேற்று முழுக்க பஸ்ஸையும் காரையுமே எடுத்தோம். வெள்ளைக்காரன் திட்டுகிறான், சிரிக்கிறான்!’

‘ஒரு ஏழுநாள் தொடர்ச்சியாக வந்தால் ஷூட்டிங்கை முடித்து விடுவீர்களா?’

‘ஏழுநாள் என்ன, மூணு நாள் கிடைத்தால் போதும். எல்லாம் அவுட்டோர்தான். ஒரு ஸாங் ஸீக்வென்ஸ் இருக்கிறது, ஒரு துரத்தற ஸீன் இருக்கிறது. அப்புறம் விஜயனும் அவளும் அங்கங்கே வேடிக்கை பார்த்துக்கொண்டு சுற்றுகிறாற்போல் கொஞ்சம் ஸீன். அப்புறம் ஹைட்ரோ ஃபாயிலிலே ஒரு டான்ஸ்.’

‘ஏழுநாள் போதுமா?’

‘எதேஷ்டம்.’

‘கொஞ்சம் பணத்துக்கு அரேஜ்ஞ் பண்ண முடியுமா?’

‘பணம் கேட்கிறாளா?’

‘ஆமாம்.’

‘ஜனார்தன் ஒப்புத்துக்க மாட்டாரே?’

அவளைத்தான் தெரியுமே உங்களுக்கு. செலவாளி, கைச் செலவுக்குக் கேட்கிறாள்.’

‘ஒழுங்காக வருவாளா?’

‘நிச்சயம். நான் காரண்டி.’

‘ஏற்பாடு பண்ணுகிறேன். ரசீது கொடுப்பாளா?’

‘ஒரு நிமிஷத்தில் நான் அவளை ஏற்பாடு பண்ணுகிறேன்.’ நான் ப்ரியாவின் அறையை நோக்கிச் சென்றேன்.

ப்ரியா அன்றைய படப்பிடிப்பில் முழு மனத்துடன் கலந்து கொண்டாள். பைன்வுட் ஸ்டுடியோவின் அவுட்டோர் யூனிட் காத்திருந்தது. ட்ரஃபால்கர் சதுக்கத்தில் ஆரம்பித்து, அவளும்

கதாநாயகனும் புறா விரட்டிப் பாடுகிறார்போல் ஆரம்பித்தது படப்பிடிப்பு. நான் கூடவே இருந்தேன். விஜயன் என்கிற நாற்பது வயது ஆசாமி கதாநாயகன். மிக கனமான மேக் அப் அவன் கன்னத்தில் சுருக்கங்களை மறைக்க, ப்ரியா அவனுடன் சிரித்துக் கன்னத்துடன் கன்னம் ஒட்டிக்கொண்டு, ப்ளேபேக் யுனிட், 'உன்னைத்தான் நான் நினைத்தேன் - என்னைத்தான் நீ நினைத்தாய்' என்று திரும்பத் திரும்பப் பாட, அந்த வெள்ளைக் கார டெக்னிஷியன், 'ஒய் டோன்ட் தே கிஸ் ஈச் அதர்?' என்று கேட்டான். 'அன்-ஹைஜினிக்' என்றேன் நான். வெள்ளைக்கார டெக்னிஷியன்கள் மிகக் கச்சிதமாக, சுறுசுறுப்புடன் வேலை செய்தார்கள். அப்புறம் நெல்ஸன் காலம் அருகில், வெஸ்ட் மின்ஸ்டர், பக்கிங்ஹாம் அரண்மனை, வைட் ஹால், ஹைட் பார்க் என்று ஒவ்வொரு இடத்திலும் ஒரு வாக்கியமாக அந்தப் பாடல் தொடர்ந்தது. அன்று மத்தியானப் படப்பிடிப்புக்கு அவர்கள் தேம்ஸ் நதியின் மேல் செல்ல ஒரு ஹைட்ரோ ஃபாயில் ஏற்பாடு செய்திருந்தார்கள். நான் கூடச் செல்லவேண்டிய அவசியம் இருக்காது என்று தோன்றியது, டைரக்டர் சங்கரன் என்னை நன்றியோடு பார்த்தார். நான் விடை பெற்றுக்கொண்டு யூனிட்டிலிருந்து விலகினேன். எனக்கு ஒரு முக்கியமான வேலை இருந்தது. ஷாவுக்கு டெலிபோன் செய்ய வேண்டி இருந்தது. அவன் கொடுத்திருந்த சிக்கலான நம்பரைக் காசு போட்டு நம்பிக்கை இல்லாமல் சுழற்றிப் பார்த்தேன். கிடைத்தது.

'ஷா! எனக்கு இன்னும் பணம் வேண்டும்.'

'என்னது! ஒரு நாளில் தீர்த்துவிட்டாயா?'

'டாக் அஃப் த டவுன்,' என்றேன்.

'சரிதான்! தனியாகவா போனாய்?'

'ப்ரியாவுடன்.'

'ஷூட்டிங் நடக்கிறதா?'

'ஷூட்டிங் ஜாம் ஜாம் என்று நடக்கிறது. அவளைச் சரிக்கட்டி விட்டேன். இன்னும் கொஞ்சம் பணம் வேண்டும்.'

'தருகிறேன். சீப்ஸைடுக்கு வரவேண்டும். ட்யூப் ரெயிலில் ஏறிக்கொண்டு பாங்க் ஸ்டேஷன் விசாரித்துக் கொண்டு வா. நான் அரைமணியில் அங்கு காத்திருக்கிறேன்.'

சுரங்கப் பாதையின் எஸ்கலேட்டரில் இறங்கினேன். ஊஷ் என்று காற்று. படிகளின் மூலையில் ஒரு ஹிப்பி கித்தாரை வைத்துக் கொண்டு எதிரொலிக்கப் பாடிக்கொண்டிருந்தான். அவன் முன் பென்னி நாணயங்கள் இறைந்திருந்தன. சுலபமான வழிகாட்டும் வரைபடங்கள். ட்யூப் ரெயிலின் ந்யூமாட்டிக் கதவுகள் என்னை அணைத்து விழுங்கிக்கொள்ள, ப்ரியாவைப் பற்றி யோசித்தேன். ப்ரியா, பரத் குமார் இருவருமே ஒரு விதத்தில் எதிர்காலத்தைப் பற்றி அறியாத குழந்தைகள் போலத்தான் முதலில் தோன்றினார் கள். பரத் குமாரிடம் கொஞ்சம் மெலிதான மூர்க்கத்தனம் இருக்கிறது. இருவரும் சத்தியமாகக் காதலில் ஆழ்ந்திருக்கிறார் கள். காதலில் எனக்கு நம்பிக்கை இல்லை. நூற்றாண்டின் மகத்தான மயக்க மாத்திரை அது. காதலாவது வெங்காயமாவது. பணம் தீர்ந்ததும் இருவரும் அல்லல்படப் போகிறார்கள். ஆனால் அதைப்பற்றி எனக்குக் கவலை இல்லை. அவர்கள் எக்கேடு கெட்டுப் போகட்டும். ஆனால் என்னை இங்கிலாந்துக்கு அனுப்பியது ஜனார்தன். ஜனார்தன் என் கட்சிக்காரன். முக்கிய மானவன். அவனுக்குத் துரோகம் செய்யக்கூடாது. ஜனார்தன் நல்லவனா கெட்டவனா என்பது என் வாதமில்லை. எனக்கு ஒரு குறிப்பிட்ட பணி இருக்கிறது. அது, படப்பிடிப்பு நடக்க வேண்டும். முடிந்த உடனே அவர்கள் ஓடப்போகிறார்கள். அதை நான் அனுமதிக்கலாமா கூடாதா என்பதைத் தீவிரமாக யோசித்தேன். ஜனார்தனின் எதிர்க்கட்சியைத்தான் இதுவரை கேட்டிருக்கிறேன். ஜனார்தனின் கட்சி என்ன?

ஷா என்னை அவன் ஃப்ளாட்டுக்கு அழைத்துச் சென்றான். சிறிய ஃப்ளாட்டில் எல்லா சௌகரியங்களும் இருந்தன. ஒரு நீக்ரோ பெண் தென்பட்டாள்.

'எப்படி ப்ரியாவை வழிக்குக் கொண்டு வந்தாய்?'

'பேசி.'

'பேச்சைக் கேட்கிற ஜாதியாகத் தெரியவில்லை அது. அந்தப் பையன் என்ன ஆனான்?'

'பரத் குமார். அவனும் வந்துவிட்டான். அவனுடனும்தான் பேசினேன்.'

'ஹலோ.' அந்தக் கறுப்புப் பெண் உள்ளே வந்தாள்.

'கேட்டி. என் கேர்ல் ஃப்ரெண்ட். திஸ் இஸ் கணேஷ்.'

‘ஹலோ’ என்றாள். பர்ஃப்பூம் மணம் என்னைச் சூழ்ந்து கொண் டது.

அவள் துல்லியமான ஆங்கிலத்தில் ‘டு யூ லைக் இங்லண்ட்?’ என்றாள்.

‘நாட் எட்’ என்றேன். அவள் உடலில் பல பாகங்கள் தெரிய உடை அணிந்திருந்தாள். பாட்மிண்டன் பந்து போலத் தலைமயிர். பெரிய உதடுகள். எல்லாமே பெரிய.

‘இன்று மாலை இவளை அழைத்துப் போயேன்’ என்றான் ஷா. அவள் வேறு யாரையோ பற்றிப் பேசுவதுபோல் தன் நகத்தின் கூர்மையை ரசித்துக்கொண்டிருந்தாள்.

’எங்கே?’ என்றேன்.

‘இவள் அதையெல்லாம் பார்த்துக் கொள்வாள்.’

அவளைப் பார்த்தால் என்னைப் பந்தாடுவாள் போலத் தோன்றிய தால், ‘நான் டெலிபோன் செய்கிறேன் எதற்கும்’ என்று கழன்று கொள்ள முயற்சித்தேன். ஷா ஹிந்தியில், ‘ரொம்ப நேர்த்தியான சினேகிதி. உனக்கு நிறைய சந்தோஷம் கொடுப்பாள்... இவர்கள் தான் லண்டனிலேயே பெஸ்ட்’ என்றான்.

அதைப் பரிசோதித்துப் பார்க்க நான் தயாராக இல்லை. ‘பார்க்க லாம் இன்று இல்லாவிட்டால் மற்றொரு நாள் இருக்கிறது’ என்றேன். ‘ஷா! ஜனார்தனுடன் டெலிபோனில் பேச முடியுமா?’

ஷா, கடிகாரத்தைப் பார்த்தான். ‘இப்போது அங்கே மணி ஏழு. ஜனார்தன் தூங்கி எழுந்திருக்க மாட்டான். மேலும் லைன் கிடைப்பது கஷ்டம். சாட்டிலைட் மூலமாக பம்பாய் கிடைத்து விடும். உங்கள் உள்ளூர் டெலிபோன் காலை வாரிவிட்டுவிடும். கேபிள் அடித்துவிடேன்? நாளை போய்விடும்.’

‘கேபிள் அனுப்ப எங்கே செல்ல வேண்டும்?’

‘டைப் பண்ணிக் கொடு. நான் அனுப்பிவைக்கிறேன்’ என்று ஒரு காகிதத்தை என் முன் நீட்டினான்.

ஷாவின் சிறிய டைப்ரைட்டரில் அடித்தேன்.

‘படப்பிடிப்பு நடக்கிறது. அதிக நாள் நடக்காது. காதலனும் வந்திருக்கிறான். இருவரும் கிளம்பத் தீர்மானமாக இருக்கிறார் கள். தாற்காலிகமாக ஏமாற்றிப் பேசி ஒத்திப்போட்டு வைத்திருக் கிறேன். கிடைக்கும் அடுத்த ஃபிளைட்டில் இடம் பிடித்து உடனே லண்டன் வரவும். மூன்று அல்லது நான்கு நாட்கள்தான் என்னால் சமாளிக்க முடியும் - கணேஷ்.’

நான் ஒரு பிரதி வைத்துக்கொண்டு மற்றதை ஷாவிடம் கொடுத்து ‘உடனே அனுப்பிவிடு’ என்றேன்.

5

'குமார்! உங்களுக்காக நான் காலம் காலமாகக் காத்திருப்பேன்! என் உயிர் பிரிந்தாலும் உங்கள் நினைவு பிரியாது.'

'காமினி?'

'குமார்!'

'காமினி!'

'குமார்!'

அவர்கள் இருவரும் கை காலை நீட்டிக் கொண்டு பின் வாங்க, குறுக்கே ஓர் இங்கிலீஷ் குழந்தை, 'மம்மி, வாட்ஸி டூயின்?' என்று கேட்டுக்கொண்டு தத்தித் தத்தி ஓட... சங்கரன், 'கட், கட்' என்று சொல்ல, நான் ப்ளாஸ்டிக் கோப்பையிலிருந்து காபியை உறிஞ்சிக் கொண்டேன். ப்ரியாவை நோக்கி உயர்த்தினேன். அவள் என்னிடம் வந்தாள்.

'இங்கிலாந்துக்கு வந்து எடுக்கவேண்டிய படத்தைப் பார். 'காமினி! குமார்!' என்ன சில்லியான வசனம்' என்றாள். 'காபி நன்றாக இருக்கிறது' என்றேன். அவளை ஏக வசனத்தில் கூப்பிடத் தொடங்கிவிட்டேன். அந்தக் குழந்தையின் தாய் பொதுவாக எங்களிடம் மன்னிப்பு கேட்டுக்கொண்டு அதை ஒரு

கையால் தூக்கி இழுத்துக்கொண்டு சென்றாள். அது என்னைப் பார்த்துக் கண் சிமிட்டியது.

பின்னணியில் பழைய பிரபு ஒருவரின் பிரம்மாண்டமான கோட்டை. பச்சை பச்சைப் புல்வெளி. பிரபு திவால். இப்போது டூரிஸ்டுகள் டிக்கெட் வாங்கி, வரிசையாக அந்தப் பழைய தினங்களின் சௌகரிய வாழ்க்கையைக் காசு கொடுத்துப் பார்த்துக்கொண்டிருந்தார்கள். பாப் கார்ன், பெப்சி கோலா, குறுக்கே ஓடும் சிறார்கள்.

'ஷூட்டிங் முடியப் போகிறதா?' என்றேன்.

'இந்த ஃபவுண்டன்கிட்ட ஒரு டான்ஸ் இருக்கிறது. ஹீரோ பின்னாலேயே நடந்து வருவார். பப்புவுக்காகப் பல்லைக் கடித்துக்கொண்டு நடிக்கிறேன். இன்னும் இரண்டு நாள். அவ்வளவுதான். பணம் கிடைத்ததா.'

'அட்வான்ஸாக நூறு பவுண்டு வாங்கியிருக்கிறேன். பரத்திடம் கொடுத்திருக்கிறேன். அது போதாது. முடிந்ததும் சங்கரனிடம் நிறைய வாங்கிவிடலாம்.'

'பப்பு ஃப்ரெஞ்ச் எம்பஸிக்குப் போயிருக்கும்.'

'ப்ரியா!'

'என்ன கணேஷ்?'

'ப்ரியா!'

'உனக்கு வசனம் தொத்திக்கொண்டு விட்டதா என்ன!'

'நீ இந்த பரத் குமாரை முழுவதும் நம்புகிறாயா?'

'என்ன கேள்வி? அன்று ராத்திரி நீ போனதும் நாங்கள் இரண்டு பேரும் லாஸ்ட் டாங்கோ இன் பாரிஸ்!'

'எனக்கு உன்னைப் பற்றிக் கவலையாக இருக்கிறது.'

'ஐ டுக் மை பில்ஸ்.'

'டோன்ட் பி சில்லி, குழந்தை போல் ஒன்றும் அறியாமல் இருக்கிறாய். பணத்தைப் பற்றிக் கவலை இல்லாமல்

வளர்ந்திருக்கிறாய். ஜனார்தன் உன்னை உபயோகித்தான் என்று சொல்கிறாய். பரத் குமார் உன்னை உபயோகிக்கப்போகிறான் என்று நான் சொல்கிறேன்!'

'சே! பப்பு ரொம்ப நல்ல பப்பு!'

'எனக்கு அப்படித் தோன்றவில்லை.'

'உனக்கு அவன் மேல் பொறாமை.'

'அதில்லை. திடீர் என்று உன் மதிப்பு, நட்சத்திரப் பதவி, சம்பாத்தியம்.'

'எல்லாம் போய்விடும். அடுத்த வேளைச் சாப்பாட்டுக்கு என்ன செய்வேன் என்றுதானே கவலை!'

'ஆமாம்.'

'பட்டினி கிடந்துதான் பார்க்கிறேன்! பப்பு எனக்கு ரிக்ஷா இழுத் தாவது சோறு போடுவான். பப்புவின் பாடியைப் பார்த்திருக் கிறாய் அல்லவா?'

'வாழ்க்கை தமிழ் சினிமாபோல அவ்வளவு சிம்பிளானதில்லை. என்ன சங்கரன் சார்?'

'ரெடிம்மா ப்ரியா! கணேஷ் சார்!' என் கையைப் பிடித்துக் கொண்டு நிரம்ப சந்தோஷத்தில் அசைத்தார்.

'முடியப் போகிறதா?'

'ஆகிவிட்டது இன்னும் ஒரே நாள். நேற்று ரஷ் போட்டுப் பார்த்தேன். ஆஹ்ஹா! பிரமாதம்! தூக்கறது. ப்ளாக் அண்ட் வைட்டிலேயே சும்மா அப்படி! டெக்னிக்கலர் ப்ரிண்ட் போட்ட தும்... கருமாரியம்மன் கிருபையாலே தீபாவளிக்கு ரிலீசாயிடும்.'

ப்ரியா, 'சங்கரன் சார்! இண்டியாவிலே எடுக்கவேண்டியது எல்லாம் ஆய்ட்டுதா?' என்றாள்.

'ஓ.'

'இப்ப இந்த லண்டன் படப்பிடிப்போட காண்ட்ராக்ட் முடி கிறதா?'

‘ஆமாம்... ஒண்ணு ரெண்டு துண்டு ஃபைட்டிங் சீன்லே நீங்க கொஞ்சம் கையை உதறிக்கிட்டுத் தவிக்கிறதா ஒரு...’

‘டூப் போட்டு எடுத்துடுங்க.’

‘ப்ரியா நீங்க இவ்வளவு ஒத்துழைப்பீங்கன்னு நான் எதிர் பார்க்கவே இல்லை. கணேஷ் சார், நாலு நாளா அம்மா சும்மா பம்பரம்!’

‘சங்கரன் சார், நாளையோட கடைசி.’

‘முடிஞ்சுடும் முடிஞ்சுடும். எல்லாமே அம்மன் கிருபை இருந்தாப் போறும்.’

‘இப்ப அம்மன் நான்தான். நாளைக்கு மேல் நான் வரமாட்டேன்.’

‘பெரியவர் இன்னும் வரவில்லையே!’

‘அவர் கிடக்கிறார். அவர் வரதுக்குள்ளே எல்லாம் முடிஞ்சுடும்,’ என்று என்னைப் பார்த்துக் கண்ணடித்தாள்.

‘டிரெஸ் சேஞ்ச் பண்ணிட்டு வரீங்களா, ஓடிப் பிடிச்சு விளை யாடப் புது மாதிரியா டிரெஸ்!’

‘கவனிச்சேன்! ஹாட் பேண்ட்ஸ். சின்னதா நிஜார். தமிழ் மக்களுக்கு என் தொடையைக் காட்ட அவ்வளவு ஆவலா இருக்கிறார் சங்கரன் சார்.’

‘இந்த ஊர் வழக்கமில்லையோ! கணேஷ் சார், இண்டியா ஹவுஸிலே சூடா மசாலா தோசை போடறான் சார்!’

‘பிரயாணக் கட்டுரையிலே எழுதிடுங்கோ’ என்றாள் ப்ரியா. ‘கணேஷ், இருக்கியா?’ என்று என்னைப் பார்த்துக் கேட்டாள்.

‘இல்லை. நான் ப்ரிட்டிஷ் மியூசியம் போகலாம் என்றிருக் கிறேன்.’

என்னிடம் தனியாக வந்து, ‘எப்படியும் நாளன்னைக்கு டேக் ஆஃப்’ என்றாள்.

‘க்ளியர்!’ என்றேன்.

என் முதுகில் தட்டினாள். வலித்தது. எனக்கு அவள்மேல் இரக்கம் வந்தது. ஒரு சுழலிலிருந்து விடுபட்டு அடுத்த சுழலில் அகப்படப்போகிறாள்.

அந்த ஆசைகள் தீர்ந்ததும்... இளமையின் அக்கினி எல்லாம் அடங்கியதும்... கைவளையல்களையும் நகைகளையும் விற்றதும் இருவருக்கும் பரஸ்பர விவகாரங்கள் பரிச்சயமானதும்... பணமில்லாமல் அவன் ஆஷ் டிரேயில் உள்ள சிகரெட் துண்டுகளை மறுபடி பிடிக்க ஆரம்பித்ததும்... அடித்தளத்திலிருந்து எழப்போகும் விரோதங்கள், சோகங்கள் சட்டென்று நிறைமாதமாக வயிற்றைச் சாய்த்துக்கொண்டு கண்களில் உயிரை வைத்துக்கொண்டு ப்ரியா தோன்றி மறைந்தாள். மறுபடி இரக்கம் வந்தது. ஜனார்தன் வந்தாலும் அவள் அவர் சொன்னதைக் கேட்கப்போகிற ஜாதியாகத் தெரியவில்லை. என்னைப் பொருத்தவரையில் படப்பிடிப்பை முடித்துவிட்டேன். ஜனார்தனைக் கூப்பிட்டுக் காட்டிவிடப் போகிறேன். இனி அது அவர்கள் சொந்த நரகம்!...

படப்பிடிப்பை முடித்துவிட்டேன் என்று சொன்னது தப்பாகிவிட்டது. லண்டனின் பிரபல வானிலை தன் புத்தியைக் காட்டியது. முதல்நாள் நல்ல நீல வானமாக இருந்தது, மறுதினம் முழுவதும் கருகிக்கொண்டு நசநசவென்று அவ்வப்போது தூறலுடன் நனைந்து கசிந்து அழுதது. லண்டன்வாசிகள் இதைப் பற்றி எதுவும் சட்டை செய்யாமல் தத்தம் மழைக் கோட்டுகளுடன் குடை விரித்தார்கள். படப்பிடிப்புதான் அம்போ ஆகிவிட்டது. நான் ப்ரியாவின் அறைக்குச் சென்றபோது அவள் மும்முரமாக, தன் அத்தனை சாமான்களையும் இரண்டு பெட்டிக்குள் அடைத்துக் கொண்டிருந்தாள். அடைத்தபின்னர் அத்தனை சாமான்களும் பாக்கி இருந்தன.

என்னைப் பார்த்ததும், 'கணேஷ்! அப்பாடா! நீயும் கொஞ்சம் கட்டு! அடை!' என்றாள்.

'எங்கே புறப்படுகிற உத்தேசம்?'

'பப்பு சொல்லவில்லை? நாளைக்குப் பாரிஸ்! டிக்கெட் வாங்கியாகிவிட்டது. டூரிஸ்ட் பஸ்ஸில் போகிறோம். அதுதான் சீப்! இனிமேல் நாங்கள் சிக்கனமாக இருக்கவேண்டும்!'

'படப்பிடிப்பு இன்னும் கொஞ்சம் பாக்கி இருக்கிறது ப்ரியா.'

'என்ன பண்ணுவது? வெயில் வரவில்லை. அது அவர்கள் துரதிஷ்டம்!'

'நாளைக்கு க்ளியர் ஆகிவிடும்.'

'நீ என்ன லண்டன் வெதர் பீரோவைச் சேர்ந்தவனா?'

'விளையாடாதே. சங்கரன் பணம் கொடுக்க மாட்டார்.'

'கொடுத்தவரைக்கும் போதும்.'

'கேஸ் போடுவார்.'

'பணம் முழுக்க வாங்கிக்கொண்டால்தானே கேஸ் போடுவதற்கு?'

'ஜனார்தன் வாங்கி இருக்கிறாரே.'

'ஜனார்தன்மேல் கேஸ் போடட்டும்.'

'நீதானே கையெழுத்து போட்டிருக்கிறாய்?'

'என்னைப் போடவைத்தான்.'

'அது நடக்காது. ப்ரியா, கொஞ்சம் யோசித்துப் பார். இத்தனை நாள் கஷ்டப்பட்டு நடித்ததெல்லாம் ஒரு நாளைக்காக விரயமாவதா? ஒரு நாள் தாமதிக்கக் கூடாதா?'

'டெலிவிஷனில் சொன்னான். இன்னும் ஒரு வாரம் இப்படித் தான் இருக்குமாம்...'

'டெலிவிஷனை இங்கு யாரும் நம்ப மாட்டார்கள்.'

'மேப் எல்லாம் வரைந்து டிப்ரெஷன் எங்கே இருக்கிறது என்று கோடு போட்டுக் காட்டினான். அவன் என்ன முட்டாளா! கணேஷ், அவ்வளவுதான். நான் இனிமேல் படத்தில் நடிக்கப் போவதில்லை. ஹீரோ வந்தானே நேற்று தெரியுமா? எப்படி வந்தான்? லண்டனில் வந்து இறங்கினதிலிருந்து குடிக்க ஆரம்பித்தவன் இன்னும் நிறுத்தவில்லை! சதா பீர் வாசனை! இவனோடு நான் சல்லாபம் பண்ணவேண்டும். முகத்தோடு முகம். சே! நான் போகிறேன். ஜனா வந்துவிடும்!'

'சங்கரனுக்குத் தெரியுமா நீ விட்டுப் போகப்போவது?'

'நான் சொல்லவில்லை.'

'சொல்ல வேண்டாமா?'

'எதற்காக? சொன்னால் வழிமறித்துப் படுத்துவிடுவான்!'

‘நீ அவரை நடத்துகிற விதம் நன்றாக இருக்கிறதா?’

‘கணேஷ், அவர்கள் என்னை நடத்தின விதம் எப்படி என்று உனக்குத் தெரியுமா?’

‘எவர்கள்?’

‘அவர்கள்! அது பெரிய கோஷ்டி. படவுலகில் புகுந்த காலத்தில் நடந்த ஒரு விஷயம் சொல்லட்டுமா? என்னை ஊர் ஊராகக் காட்டி மேற்கொண்டு எடுக்கப் பணம் சேர்க்கிறார்கள். ஒரு விநியோகஸ்தர் கேட்கிறார், ‘குட்டி நன்றாக இருக்கிறாள். பொழுதோட அனுப்பிவிடு. காலையிலே வந்து செக்கை வாங்கிக்கொண்டு போய்டு!’ எனக்கு ஷூட்டிங்காம்! கூட்டிக் கொண்டு போனாங்க. ‘ஏன் சார், இந்த வீட்டு மாடியிலே யான்னா?’ ப்ரொட்யூஸர் கையெழுத்துப் போடக் கூப்பிடுகிறா ராம்! மாடிக்குப் போனா பனியன் இல்லாமல் ஜிப்பாவை மட்டும் போட்டுக்கொண்டு கரி முனி மாதிரி உட்கார்ந்திருக்கிறான் நட்ட நடுவிலே. ‘வா பாப்பா!’ என்கிறான். ஒரே குல்கந்து வாசனை. ஜெக ஜோதியா சாமி படம். கதவு சாத்தி இருக்கு. நான் கான்வெண்டிலே நல்லா ஓடுவேன். ரூம் கொஞ்சம் விசாலமாக இருந்தது. கையிலே அடங்காம ஓடினேன். அவனோ புனுகுப் பூனை மாதிரி வளைய வளைய வரான். உடம்பை வைத்துக் கொண்டு ஓட முடியலை. இரைக்கிறது. அப்புறம் என்ன செய்தான் தெரியுமா?’

என்னை அலட்சியமாகப் பார்த்து ஒரு சட்டையை உதறி மடித்தாள் ப்ரியா.

‘முத்து இங்கே வா! இந்தப் பெண்ணைக் கொஞ்சம் புடிச்சுக்க...’ அவள் நிறுத்தினாள்.

நான் மௌனமாக இருந்தேன்.

‘ட்ரீட்மெண்ட் பற்றிப் பேசினியே, எப்படி இருக்கு ட்ரீட்மெண்ட்! இன்னும் சொல்லட்டுமா?’

‘வேண்டாம்’ என்றேன்.

‘அதே ஆசாமியை பீச்சிலே வேர்க்கடலை விற்கிறவரைக்கும் ஒழிச்சே கட்டினேன் பிரபலமானதும். அதுவும் தெரிஞ்சுக்கோ!’

‘அதற்…’

‘இன்னும் கேளு. என் கணவரும் உத்தமருமான ஜனா என்கிற ஜனார்தனம், என்னை என்ன செய்தது தெரியுமா?’

‘ப்ரியா, விஷயம் வேறு பாதையில் இறங்குகிறது. நீ உன் கடந்த காலத்தைப் பற்றி பேசுகிறாய். நான் உன் எதிர்காலத்தைப் பற்றிப் பேசுகிறேன்.’

‘என் எதிர்காலத்தை நானே நிர்ணயம் செய்து கொள்ளத் தீர்மானித்துவிட்டேன். என்னை எவரும் தடுக்க முடியாது. நான் பப்புவைக் கல்யாணம் செய்துகொள்ளப் போகிறேன்.’

‘நீ கல்யாணமானவள். உன் கணவர் டிவோர்ஸ் கொடுக்க மாட்டார். டிவோர்ஸ் அவ்வளவு சுலபமானதல்ல.’

‘மெஹருன்னிஸா என்று பெயரை மாற்றிக் கொள்கிறேன்.’

நான் சிரித்தேன்.

‘சிரிக்காதே வினோத் மெஹ்ரா. என் தீர்மானத்தை ஒருவரும் அசைக்க முடியாது.’

‘ப்ரியா, காதல் என்பதற்கெல்லாம் அடிப்படையாகப் பணம் வேண்டும். சோற்றுக்கு லாட்டரி அடிக்கக்கூடாது…’

‘கவலையே படாதே… நான் இருந்தது தங்கக் கூண்டு. நாளைக்கு விடுதலை… இனி எந்த ஜனார்தனாலும் என்னை அசைக்க முடியாது…’

‘இனி என்ன பண்ணுவதாக உத்தேசம்?’

‘ஒன்றும் உத்தேசம் இல்லை. என்னிடம் கொஞ்சம் நகை இருக்கிறது. இரண்டு பேருக்கும் ரிடர்ன் டிக்கெட் இருக்கிறது. கொஞ்ச நாட்கள் யூரோப் சுற்றப் போகிறோம். பாரிஸ், ஜெனிவா, ரோம், வெனிஸ், வியன்னா. அப்புறம் திரும்பிப் போய் பப்பு ஒரு மலையாளப் படத்தில் நடிக்கப்போகிறான். நான் ஓட்டு வீட்டில் இருந்துகொண்டு நிட்டிங் பண்ணப் போகிறேன். கண்டபடி படிக்கப் போகிறேன்… அப்புறம் நான்கு குழந்தைகள் பெற்றுக்கொள்ளப் போகிறேன். ஆல் பாய்ஸ்.’

கதவு தட்டப்பட்டது.

'பப்புவாகத்தான் இருக்கும்' என்றாள்.

நான் கதவைத் திறந்தேன். ஒரு வி.ஐ.பி. ஸூட்கேஸூடன் மழைக்கோட்டை மாட்டிக்கொண்டு அகலமாக டை கட்டிக் கொண்டு ஜனார்தன் நின்றுகொண்டிருந்தார்.

'அட, நீயா! உள்ளேயே வந்துவிட்டாயா?' என்றார் என்னைப் பார்த்து.

ப்ரியாவின் முகம் ரத்தம் இழந்து வெளிறிப் போய்விட்டது. அப்படியே நின்றுவிட்டாள்...

'என்ன கண்ணா, வந்துவிட்டேன்! உன்னைவிட்டு ஒரு நிமிஷம் இருக்க முடியவில்லை. என்ன இது லக்கேஜ் எல்லாம்? எங்கேயாவது கிளம்புகிற உத்தேசமா?'

ப்ரியா மௌனமாக நின்றாள்.

'ஷூட்டிங் நடந்ததா?'

'நடந்தது. ஏறக்குறைய முடிந்துவிட்டது' என்றேன். ப்ரியாவைப் பார்த்தேன். மௌனமாக மறுபடி ஸாரிகளை வேணுமென்றே மடித்துப் பெட்டியில் அடைப்பதில் முனைந்தாள்.

'உன் கேபிள்...' என்று ஆரம்பித்தார்.

நான் 'க்கு' என்று கனைத்துக்கொண்டு, 'என்ன ஜனார்தன் சார், எதிர்பாராமல் வந்துவிட்டீர்கள்! ஸர்ப்ரைஸ்!' என்றேன்.

'ஃப்ளைட் கிடைத்தது. வந்துவிட்டேன். ஷா உன்னைக் காண்டாக்ட் செய்தானா?'

'ஆம், பர்மிங்ஹாம் போயிருக்கிறார். இன்று வந்திருக்கலாம்.'

'வந்துவிட்டான். டெலிபோனில் பேசிவிட்டுத்தான் வருகிறேன். இங்கே வந்தானா?'

'இல்லை.' ப்ரியா இன்னும் பேசவில்லை. வெற்றுப் பார்வை பார்த்துக் கொண்டு துணி மடித்தாள்.

'என்ன ப்ரியா பேசாமல் இருக்கிறாயே. கணேஷ் தொந்தரவு கொடுத்தானா? எங்கேயாவது கிளம்புகிறாயா?'

'ஆம்' என்றாள் ஸ்பஷ்டமாக.

'எங்கே?'

'பாரிஸ்.'

'யாருடன்?'

'மிஸ்டர் ஜனார்தன், ஏதாவது சாப்பிடுகிறீர்களா? பிராயணக் களைப்பில்...' என்றேன்.

'இரு! யாருடன் போவதாக உத்தேசம்!'

ப்ரியா அவரை நேராகப் பார்த்தாள். 'பரத் குமாருடன்.'

'அவன் வந்திருக்கிறானா?'

'ஆம்.'

'ஷூட்டிங் பூர்த்தியாகிவிட்டதா?'

'அதைப் பற்றி எனக்குக் கவலை இல்லை.'

'நான் போய்விட்டு அப்புறம்...' என்றேன்.

'இரு கணேஷ்!' என்றாள்.

'என்ன ப்ரியா இது! அங்கே மெட்ராஸில் எவ்வளவு கால்ஷீட் காத்திருக்கிறது தெரியுமா? முந்தா நாள்தான் முகர்ஜியுடன் ஸெட்டில் பண்ணி டிரங் கால் போட்டுப் பேசி விட்டு வருகிறேன். காண்டிராக்ட். ஃபாரம் கொண்டு வந்திருக்கிறேன் கையெழுத்து போடுவதற்கு!'

'எல்லாவற்றையும் கிழித்துப் போடு ஜனா!'

'நீ கொஞ்சம் வெளியே போய் இருய்யா. சிகரெட் இருக்கிறதா?'

'நான் பிடிப்பதில்லை!'

'ஒரு பெட்டி வாங்கிக் கொண்டு வா, சில்லறை இருக்கிறதா?'

'கணேஷ் இரு. நானும் உன்னுடன் வருகிறேன்' என்றாள் ப்ரியா. என் நிலை தர்மசங்கடமாகிவிட்டது. தனியாக ஜனார்தனை எதிர்க்க அவள் பயப்படுகிறாள் என்று தெரிந்தது. அவள் உதடு துடித்தது தெரிந்தது.

‘ஜனா, நான் உன்னுடன் எதுவும் பேசத் தயாராயில்லை. உனக்கும் எனக்கும் சாப்ட்டர் க்ளோஸ்! எல்லாம் கணேஷைக் கேட்டுக்கொள். கணேஷ்தான் என் லாயர். என் அறையை விட்டு வெளியில் போகலாம்.’

‘என்னது? கணேஷ் உன் லாயரா?’ என்னைக் கேலியாகப் பார்த் தார்.

‘மிஸ்டர் ஜனார்தன், கொஞ்சம் வெளியில் வருகிறீர்களா?’

‘வாய்யா.’ பெட்டியைக் கீழே போட்டார்.

‘கணேஷ், ஜனாவுக்கு எல்லாவற்றையும் சொல்லிவிடு!’

அறைக்கு வெளியே காரிடரில் நடந்தோம். ‘எனக்குப் புரிய வில்லை. இவளுக்கு யார் பணம் கொடுத்தா? யார் இவ்வளவு தைரியம் கொடுத்தா? இந்த மாதிரிப் பேசினதே இல்லையே!’

‘மிஸ்டர் ஜனார்தன், இதுவரைக்கும் உங்கள் மனைவியை நிறுத்தி வைத்ததையே நான் பெரிய சாதனையாகக் கருதுகிறேன். இன்னும் ஒருநாள் தள்ளி வந்திருந்தால் நீங்கள் அவளைப் பார்த்திருக்க முடியாது.’

‘அதுதான் கேபிள் கொடுத்திருந்தாயே. ஆனால்...’

‘ஷூட்டிங் பெரும்பாலும் முடிந்துவிட்டது. நன்றாக ஒத்துழைத் தாள். இன்று துரதிருஷ்டவசமாக மழை வந்துவிட்டது. இல்லா விட்டால் முடிந்திருக்கும். இனிமேல் அவள் வரமாட்டாள் என்று தோன்றுகிறது. மிக மிகப் பிடிவாதமாக இருக்கிறாள்.’

‘அந்த ஆண்டியுடன் ஓடப் போகிறாளா? நடக்குமா? எனக்கு என்ன குடுமியா! எவ்வளவு பணம் நஷ்டம் ஆகிறது தெரியுமா? அங்கே எவ்வளவு படம் காத்திருக்கிறது.’

‘அவள் மனத்தை மாற்றுவது மிகவும் கடினம் என்று நினைக் கிறேன்.’

‘முதலில் அவளை இந்த இடத்தை விட்டு மாற்றவேண்டும். எங்கே இந்த ஷா போய்த் தொலைந்தான்? அவளிடம் பணம் இருக்கிறதா?’

‘அதிகம் இல்லை.’

‘அவன் இங்கே வரப்போகிறானா?’

‘பரத் குமாரா? ஆம், அவனைத்தான் எதிர்பார்த்துக் கொண்டிருந் தாள்.’

‘விட்டுவிடுவேனா!’ என்றார். அவர் கை நடுங்கியது.

‘வளர்ந்த பெண்ணை, தன்னிச்சையாக மறுக்கும் பெண்ணை நீங்கள் கட்டிப்போட முடியுமா?’

‘நீ யார் கட்சி? உன்னை நான்தானே நியமித்தேன்.’

‘நியமித்ததைப் பூர்த்தி செய்து விட்டேனே, ஏறக்குறைய. இனி உங்கள் பாடு.’

‘கணேஷ் என் லாயர் என்கிறாளே, அவளிடமும் பீஸ் வாங்கி னாயா?’

‘ஸில்லி! அவள் மனத்தீர்மானத்தை உங்களால் இப்போது அசைக்க முடியாது என்று நினைக்கிறேன்.’

‘அவர் யோசித்துக்கொண்டிருந்தார். அவர் நெற்றியில் ரேகைகள் வடிவம் மாறின. ‘நீ எனக்கு ஒரு காரியம் செய். திரும்ப அவள் அறைக்குப் போ. அவளுடன் பேச்சு கொடுத்துக்கொண்டிரு. அரை மணி அல்லது முக்கால் மணியில் வந்து விடுகிறேன். இடையில் அந்த ராஸ்கல் வந்தால் எப்படியாவது தாமதம் செய்து அவளைப் புறப்படாமல் பார்த்துக் கொண்டுவிடு. அப்புறம் நான் கவனித்துக் கொள்கிறேன். உன் பேச்சைக் கொஞ்சம் கேட்பாள் போலத் தெரிகிறது...’

நான் பதில் சொல்வதற்கு முன் அவர் படியிறங்கிக் கீழே சென்றுவிட்டார். நான் திரும்ப அவள் அறைக்குச் சென்று கதவைத் தட்டினேன்.

‘யாரது?’ என்றாள் அதட்டலுடன்.

‘கணேஷ்’ என்றேன்.

‘கூட ஜனாவும் இருக்கிறதா?’

‘இல்லை!’

கதவு திறந்தது. உள்ளே காஸெட் ஒலித்துக்கொண்டிருந்தது.

‘எங்கே அது?’

‘வெளியே போயிருக்கிறார்.’

‘என்ன ஐந்தாம் படை வேலை பார். யாரோ தகவல் சொல்லித் தான் அலறிப் புடைத்துக்கொண்டு ஓடி வந்திருக்கிறது.’

‘வந்துவிட்டார்.’

‘யார் சொல்லியிருப்பார்கள்?’

‘அதுதானே!’ என்றேன்.

‘நீங்கள் என்ன பேசிக்கொண்டிருந்தீர்கள்?’

‘உன்னைப் பற்றி?’

‘என்னவாம்?’

‘கவலைப்படுகிறார்!’

‘படட்டும். எல்லாவற்றையும் சொல்லிவிட்டாயல்லவா?’

‘அதிக சமயமில்லே. உன் பிடிவாதத்தைப் பற்றிச் சொன்னேன்.’

‘எங்கே போயிற்று இந்தப் பப்பு! சரியான சமயத்தில் எங்கே யாவது பராக் பார்த்துக் கொண்டு அலைந்துகொண்டிருக்கும்... ஜனா திரும்பி வருவதற்குள் வந்தாக வேண்டுமே!’

அந்த அறையில் இருந்த அழகான டெலிபோன் ஒலித்தது!

ப்ரியா அதை எடுத்தாள். கேட்டாள். முகம் மலர்ந்தாள்.

‘வேர் இஸ் ஹி?’ என்றாள்.

‘...’ என்றது டெலிபோன்.

‘ஐம் கமிங்’ என்றாள்.

‘ஒரு நிமிஷம் இரு. வந்து விடுகிறேன்’ என்று செருப்பில் காலைச் செருகிக்கொண்டாள். கிளம்பினாள்.

’எங்கே?’ என்றேன்.

‘பப்பு வந்துவிட்டது! ரிசப்ஷனில் காத்திருக்கிறது. அதனுடன் கொஞ்சம் தனியாகப் பேசவேண்டும். ஒரு நிமிஷம் இரு. வந்துவிடுகிறேன்’ என்று விரைந்தாள். மறைந்தாள்.

அறையில் காஸெட் இன்னும் ஒலித்துக்கொண்டிருந்தது... அவள் புடைவைகளும் வண்ண வண்ணத் துணிகளும் மேக் அப் சாதனங்களும் திறந்திருந்தன... ஜன்னலுக்கு வெளியே மழை பெய்துகொண்டிருந்தது. நான் முட்டாள்தனமாகக் காத்திருந் தேன். ஐந்து நிமிஷம், இருபது நிமிஷம், முக்கால் மணி!

ப்ரியா திரும்பி வரவில்லை.

6

எதற்காகத்தான் அத்தனை நேரம் காத்திருந் தேனோ! அவள் அப்படி ஏமாற்றுவாள் என்று எதிர்பார்க்கவில்லை. ஒரு நிமிஷம் என்று சொல்லி எல்லாவற்றையும் அப்படியே போட்டது போட்டபடிச் சென்றவள் திரும்ப வில்லையே! யோசித்தேன்.

கீழே இறங்கி வந்தேன். ரிசப்ஷனில் இருந்த அந்தப் பெண் பழக்க தோஷத்தில் என்னைப் பார்த்து மெஷின் புன்னகை செய்தாள். அவளிடம் விசாரித்தேன். அறையில் உள்ள டெலிபோன் மூலம் ப்ரியாவை கூப்பிடும்படி ஓர் இளைஞன் சொன்னானாம். 'எப்படி இருந்தான்?' என்றேன்.

'ஹி வாஸ் என் ஏசியாடிக் லைக் யூ' என்றாள்.

'லாங் ஹேர்?' என்றேன்.

'சாரி, ஐ டோன்ட் ரிமெம்பர்' என்றாள்.

'அவள் அவனுடன் பேசினாளா?' என்று கேட்டேன்.

'அவன் உடனே வாயில் பக்கம் சென்றுவிட் டான். அங்கே அவளை வரச் சொன்னான்...'

அவளுக்கு அருகிலிருந்த டெலிபோனில் அமைதியுடன் ஷாவின் நம்பரைச் சுழற்றி

னேன். வெகு நேரம் அடித்தது. அலுத்துப்போய்க் கீழே வைக்க இருந்தபோது எடுக்கப்பட்டது.

'மிஸ்டர் ஜனார்தன் அங்கே வந்தாரா?'

'யார் பேசுவது?'

'கணேஷ்.'

'ஒரு நிமிஷம்.'

'அங்கேதான் இருக்கிறார். நான் நினைத்தது சரி. ஷாவை அழைத்துவரத்தான் சென்றிருக்கிறார்.

'என்ன?' என்றார்.

'மிஸ்டர் ஜனார்தன்?'

'ஆம். என்ன விஷயம்?'

'சார், ப்ரியா பரத் குமாருடன் போய்விட்டாள்!'

'என்ன!' என்று வெடித்தார்.

'ஆம்.'

'நீ என்ன செய்துகொண்டிருந்தாய்! பார்த்துக்கொண்டிருந்தாயா?'

'நான் அறையில் இருந்தேன். அவனிடமிருந்து டெலிபோன் வந்தது. ஒரு நிமிஷம் என்று சொல்லிவிட்டு...'

'இப்படித்தான் அவள் ஏமாற்றுவாள் என்று நான் உன்னிடம் சொன்னேனே, கோட்டை விட்டுவிட்டாயே! நீ இங்கு வந்து இதுவரை என்ன செய்திருக்கிறாய்? அவர்களை எந்த விதத்திலும் தடுத்ததாகத் தெரியவில்லை...'

'நீங்கள் நினைப்பது தப்பு. அவள் இதுவரை படப்பிடிப்பில் ஒத்துழைத்ததே என் வற்புறுத்தலினால்தான்.'

'படப்பிடிப்பு முடிந்ததா? இல்லை! அதற்குள் கோட்டை விட்டாகிவிட்டது!'

'அவர்கள் இருவரும் நாளைதான் பாரிஸ் போக டிக்கெட் வாங்கி இருக்கிறார்கள்...!'

'நீ போய் வழி அனுப்பிவிட்டு வா!'

'அப்படி இல்லை. அதற்குள் அவர்களை...'

'எப்படிக் கண்டுபிடிப்பது இத்தனை பெரிய நகரில்? கேனத்தன மாகப் பேசுகிறாய்! டிக்கெட் நீ வாங்கிக் கொடுத்தாயா?'

'சேச்சே.'

'உன் பேரில் எனக்கு நம்பிக்கை போய்விட்டது. உன்னை இங்கே அனுப்பியது வேஸ்ட்!'

எனக்குக் கோபம் வந்தது. 'மிஸ்டர் ஜனார்தன், நீங்கள் நன்றி இல்லாமல் பேசுகிறீர்கள்!'

'எனக்கு நன்றி சொல்லிக் கொடுக்க நீ யார்! உன்னை நம்பி ஒரு மணி நேரத்துக்கு அவளை ஒப்படைத்தேன்... பறக்க விட்டு விட்டாய். இப்போது நான் என்ன செய்வது?'

'அவள் எப்படியும் திரும்பி வருவாள். அவளது சகல சாமான் களும் இங்கு இருக்கிறது.'

'இருபது லட்சம் ரூபாய் வரை காண்ட்ராக்ட்களை உதறிவிடு கிறேன் என்கிறாள். ஒரு பிசாத்து டேப் ரெகார்டருக்காகத் திரும்பி வருவாளா? என்ன வக்கீல் நீ!'

'நான் அவளைக் கண்டு பிடிக்க முயற்சிக்கிறேன்.'

'கிழித்தாய்! போய் ஓசிச் சோறு தின்றுவிட்டுத் திரும்ப இந்தியா போய்ச் சேர். எனக்கு எரிச்சலாக வருகிறது! நான் ஷாவைத்தான் இனி நம்ப வேண்டும். அவன் எங்கே தங்கியிருக்கிறான் என்றாவது தெரியுமா?'

'யார்?'

'யார், பரத்குமார்.'

'ஸாரி.'

'போய்ப் படுத்துத் தூங்கு.' படக்கென்று வெட்டுப்பட்டது.

எனக்கு ஆத்திரம் வந்தது. அந்த ரிசப்ஷன் பெண் என்னைப் பார்த்து மறுபடி புன்னகை செய்தது இன்னும் ஆத்திரம் வந்தது.

குற்ற உணர்ச்சி ஏற்பட்டது. ப்ரியாவின்மேல் கோபம் வந்தது. அவள் நடிப்பை என்னிடமே காட்டிவிட்டாள். ஜனார்தனின் ஆத்திரத்துக்கு அர்த்தம் இருக்கிறது. ப்ரியா அவர் சொத்து. அதைப் பறிகொடுத்த ஆத்திரம். மிகவும் தனிமையாக உணர்ந்தேன். ப்ரியாவை எப்படிக் கண்டுபிடிக்கப்போகிறேன்?

இத்தனை நாள் பரத் குமாருடன் சுற்றினேன். அவன் எங்கே தங்கியிருக்கிறான் என்று விசாரித்துக் கொள்ளவில்லையே. தீவிரமாக அவனுடன் பேசியதையெல்லாம் யோசித்துப் பார்த்தேன். எப்போதோ ஒய்.எம்.சி.ஏ. என்று சொன்னதாகப் பளிச்சென்று ஞாபகம் வந்தது. புறப்பட்டேன். மழை நின்றிருந்தது.

ஃபிட்ஸ்ராய் சதுக்கத்தில் இருந்த இண்டியன் ஒய்.எம்.சி.ஏ.யில் 'நோ ரூம் ப்ளீஸ்' என்றாள் அந்தப் பெண். சிரிக்கவே தெரியாது போலும். 'நான் ரூம் கேட்க வரவில்லை. மிஸ்டர் பரத் குமார் என்பவர் இங்கு தங்கி இருக்கிறாரா என்பது தெரியவேண்டும்' அவள் உடனே அருகே இருந்த மைக்கில், 'விஸிட்டர் ஃபர் மிஸ்டர் பரத் குமார் ப்ளீஸ்' என்று அறிவித்தாள். ஹால் முழுவதும் அவள் குரல் எதிரொலித்தது. 'சோம்பேறி' என்று மனத்தில் சொல்லிக்கொண்டு, 'அவர் தங்கி இருக்கிறா என்பது முதலில் தெரியவேண்டும்' என்றேன். 'அதை ஏன் முதலில் சொல்லவில்லை' என்று அலுத்துக்கொண்டு அடித்துத் திருத்தின ஒரு லிஸ்ட்டை அரை மனத்துடன் பார்த்து 'ஸாரி' என்றாள்.

'ஸாரி?'

'அந்தப் பெயர் இல்லை' என்றாள்.

'சபித்துக்கொண்டு வெளிவந்தேன். லண்டன்! உலகத்திலேயே மூன்றாவது அதிக ஜனத்தொகை நகரம் இது! இதில் நான் ப்ரியாவைத் தேடப் போகிறேன். சிரித்துக்கொண்டேன். டாட்டன்ஹாம் கோர்ட் ரோடில் நடந்தேன். ஒரு செக்ஸ் ஷாப்பின் உள்ளே இரண்டு சர்தார்ஜிகள் தோள்மேல் கை போட்டுக்கொண்டு அந்தக் கடையில் வைத்திருந்த விதவித சாதனங்களைப் பஞ்சாபியில் ரசித்துக்கொண்டிருந்தார்கள். லண்டன்! செக்ஸ் நிறைந்த லண்டன். பாட்டரியில் இயங்கும் அந்தரங்க முயற்சிகளுக்கான சாதனங்கள். காற்று ஊதினால் முழு அளவு நங்கைகளாக மாறும் ப்ளாஸ்டிக் விபரீதங்கள்...

ப்ரியா...

எங்கே போய்விட்டாள்! அவள் இதுவரை என்னுடன் பேசினதில் இம்மாதிரியான ஏமாற்றுக் குணம் தென்பட்டதில்லையே! அவர்கள் இருவரும் ஜனார்தன் வந்துவிட்டதால் திட்டத்தை மாற்றிக்கொண்டு உடனே புறப்படத் தீர்மானித்திருக்கலாம். உடனே என்றால் விமான நிலையத்துக்குச் சென்றிருக்கலாம். நாளை டூரிஸ்ட் பஸ்ஸில் போவதற்குப் பதில் இன்று விமானம் மூலம் கிளம்ப உத்தேசித்திருக்கலாம். ஆனால் இருவரிடமும் பணம் இல்லையே! தலைமறைவாக இருக்கத் தீர்மானித்திருக்க லாம். இருந்தும் ஏன் இப்படி என்னை ஏமாற்றினாள். என்னிடம் எல்லாம் சொன்னாளே! என்னையும் ஏமாற்றிச் செல்லவேண்டிய அவசியம் அவளுக்கு எப்படி ஏற்பட்டது! ஒருவேளை நான் ஜனார்தனுக்குத் தகவல் கொடுத்து வரவழைத்ததை அறிந்திருப் பாளோ! ஜனார்தன் சொன்னதுபோல் அவள் ஒன்றும் வெகுளி இல்லை. என் கடமையில் தவறிவிட்டேன். நான் யார் கட்சி? எனக்குப் பணம் கொடுத்து இங்கு அனுப்பியது யார்? எதற்காக?

குழம்பியது. ஒரு இத்தாலிய ரெஸ்டாரண்டில் நுழைந்து நல்ல காபி பருகினேன். ஓரத்தில் உட்கார்ந்துகொண்டேன். ப்ரியா என்னிடம் விடைபெறாமல் கிளம்பிவிட்டாள். சென்ற தினங் களில் அவளுடன் பழகிப் பேசினதில் அவள் மேல் எனக்கு ஒரு அபிமானம் ஏற்பட்டுவிட்டது. ஒரு பாசம் ஏற்பட்டுவிட்டது. அத்தனை புகழுக்கு மத்தியில் அவள் ஒரு அவுன்ஸ் சந்தோ ஷத்தைத் தேடிக்கொண்டிருந்தாள். இருந்தும் அவளிடம் ஒரு நகைச்சுவை உணர்ச்சி இருந்தது. களங்கமில்லாத தன்மை இருந்தது. புத்திசாலிப் பெண்தான். அவள் அறையில் இறைந் திருந்த காமிக் புத்தகங்களின் இடையில் ஆர்னால்ட் டாய்ன்பியின் உலக சரித்திரமும் இருந்ததைப் பார்த்து ஆச்சரியப்பட்டிருக் கிறேன். அவள் எனக்குப் பழகிவிட்டாள். அவளிடம் ஒரு க்ரேஸ் இருந்தது. விளையாட்டுப் புத்தி, எதையும் சட்சட் என்று தயக்க மில்லாமல் உண்மையைச் சொல்லிவிடும் குணம்... எனக்கு திடீரென்று ஞானோதயம் ஏற்பட்டது. ஹூம் ப்ரியா எங்கும் போகவில்லை. நாளைதான் கிளம்பப் போகிறாள். இன்று பரத் குமாருடன் கொஞ்சம் சுற்றிவிட்டு நிச்சயம் மறுபடி அவள் அறைக்குத் திரும்ப வருவாள். ஜனார்தனால் அவளைக் கட்டிப் போட முடியாது. இது வேறு தேசம், வேறு ஊர். இதில் அவள் ஜனார்தனைத் தன் அறையை விட்டு வெளியே போ என்று

விரட்டலாம். அந்தத் தைரியம் அவளுக்கு நிச்சயம் வந்துவிட்டது. ஜனார்தனுக்கு அவள் பயப்படவில்லை. என்ன முட்டாள் நான்! திரும்ப அவள் அறைக்குச் சென்றால் அங்கே வந்திருப்பாள் பாரேன்!

அவசர அவசரமாக அவள் அறைக்குத் திரும்பினேன். ம்ஹூம். அவள் திரும்ப வந்ததாக அடையாளமே இல்லை. அப்படியே எல்லாம் இறைந்து கிடந்தது. கீழே வந்து ரிசப்ஷன் பெண்ணை விசாரிக்கலாம் என்றால் அவள் ட்யூட்டி மாறி இருந்தாள். மற்றொரு கன்னிகா ஸ்திரீ உட்கார்ந்திருந்தாள். அவளும் சிரித்தாள். மறுபடி ஷாவின் நம்பருக்கு டெலிபோன் செய்து பார்த்தேன். அடித்துக் கொண்டே... கொண்டே... கொண்டே... சே!

என்னவோ தப்பு ஏற்பட்டு விட்டது. எல்லோரும் எங்கே? திரு திரு என்று சற்று நேரம் புனுகுப் பூனை போல (ப்ரியாவின் உதாரணம்) அலைந்தேன்.

சங்கரன் நனைந்த காக்கை போல உதறிக்கொண்டு உள்ளே நுழைந்தார். 'கணேஷ் சார். நீங்கள் இங்கே இருக்கிறீர்களா! ப்ரியா எங்கே!'

'வெளியில் போயிருக்கிறாள்.'

'என்ன மழை என்ன மழை! நாளைக்கும் அடிக்கும்போல இருக்கிறது. பெரியவர் வந்துவிட்டார் போலிருக்கிறதே?'

'எப்படித் தெரியும் உங்களுக்கு?'

'ஹோட்டலுக்கு போன் வந்தது. ஒன்று இரண்டு நாள் தள்ளிப் போனாலும் முடித்துக் கொடுத்துவிடலாம். கவலைப்படாதே என்றார். அம்மாதான் வரவேண்டும்...'

'ஆம் வரவேண்டும்.'

'ஜனார்தன் வந்துவிட்டார். இனிமேல் ஆட்டம் எல்லாம் அடங்கி விடும். கட்டின பசுவாகிவிடுவாள்... என்ன சிரிக்கிறீர்கள்?'

'சொல்லுங்கள்.'

'எனக்குக் கவலை இல்லை. படம் எடுத்தவரைக்கும் போதும். ஏறக்குறைய எடுத்தாகிவிட்டது. ஒரு நைட்கிளப் சீன் எடுக்கலாம்

என்று பார்த்தேன். மெட்றாஸிலேயே சீப்பாக முடித்துவிடலாம். பல்லாவரத்திலிருந்து நாலைந்து குட்டிகளை வரவழைத்துக் கொள்ளலாம். உட்காருன்னா படுத்துக்கும், கணேஷ் சார்! இங்கே படமெல்லாம் பார்த்தீர்களா! சேச்சே, ரொம்ப மோசம். சென்ஸார் சர்ட்டிபிகேட் காட்டின உடனேயே சட்டையைக் கழற்றி விடுகிறார்கள்... உள்ளுக்குள்ளே பாடிகூட.'

'சங்கரன், நான் அப்புறம் உங்களைப் பார்க்கிறேன்.' நான் தப்பித்து வெளிவந்துவிட்டேன். நனைந்த லண்டன் குளிர்ந்தது. ஒரு ஓவர்கோர்ட் வாங்கிக்கொள்ள வேண்டும். யார் பணத்தில்?

ஓர் இந்திய ரெஸ்டாரண்டில் நுழைந்து பசியில்லாமல் உட்கார்ந்தேன். நாள்பட்ட ரொட்டியும் கொஞ்சம் யோக்ஹர்ட் என்னும் தயிரும் சாப்பிட்டேன். என் அறைக்குத் திரும்பி வந்தேன். டெலிவிஷனில் கால்பந்து துரிதமாக நடந்து கொண்டிருந்தது. மழையைப் பற்றிக் கவலைப்படாமல் சேற்றில் விளையாடிக் கொண்டிருந்தார்கள். ஏறக்குறைய நாற்பதாயிரம் ஜனங்கள் ஆரவாரித்துக்கொண்டிருந்தார்கள். அவர்களுள் எங்கேயாவது உட்கார்ந்திருக்கிறாளோ? சானலை மாற்றினேன், நாடகம் நடந்துகொண்டிருந்தது. ஹாஸ்ய நாடகம் தக்க சமயத்தில் ஸின்த்தெட்டிக் சிவப்பு கலக்கப்பட்ட பிரிட்டிஷ் ஹாஸ்யம்... எப்போதோ தூங்கிவிட்டேன்.

காலை எழுந்ததும் ப்ரியாவின் அறைக்கு டெலிபோன் செய்து பார்த்தேன். 'ஸாரி நோ ரிப்ளை.' ஷாவுக்கு டெலிபோன் செய்தேன். பதில் இல்லை. ஏதோ உண்டேன், ஏதோ தலைவாரிக் கொண்டேன். என்ன செய்வதென்று இலக்கில்லாமல் கிளம்பினேன். பிரிட்டிஷ் மியூசியத்தில் திரிந்தேன். மதாம் துஸ்ஸாதின் மெழுகு பொம்மையுடன் நின்றேன். பஸ் ஏறி டவர் ஆஃப் லண்டன் சென்று பளிச்சிடும் வைரங்களை ஆராய்ந்தேன். திரும்ப ப்ரியாவின் அறைக்குப் போய்ப் பார்க்கலாமா? என்ன பிரயோஜனம்? எந்த டூரிஸ்ட் பஸ்ஸில் போகிறாள் என்று தெரியும். எப்போது எங்கே கிளம்பினாள் என்று தெரியும்... ஏதோ ஒரு சினிமாவில் போய் உட்கார்ந்தேன்.

அலுத்துப் போய் மாலையில்தான் திரும்பினேன். என் ரூம் சாவியுடன் ஒரு கடிதம் செருகியிருந்தது. 'உடனே டெலிபோன் செய்யவும்.' என்று எழுதியிருந்தது. ஷாவின் நம்பர் கொடுத்திருந்தது.

‘ஹலோ!’

‘கணேஷ் ஹியர்.’

‘கணேஷ்... நான் ஜனார்தன் பேசுகிறேன். விஷயம் விபரீத மாகிவிட்டது. எங்கிருந்து பேசுகிறாய்?’

‘என் ஹோட்டலிலிருந்து.’

‘உடனே டாக்ஸி பிடித்து இங்கே வா, ஷாவின் ஃப்ளாட்டுக்கு.’

‘என்ன விஷயம்? ப்ரியா...’

‘வா, சொல்கிறேன்.’

‘ப்ரியா...’

‘வாயேன், சொல்கிறேன்.’

டாக்ஸியில் பாய்ந்தேன். ஷாவின் ஃப்ளாட்டை அடைந்தபோது இருட்ட ஆரம்பித்துவிட்டது. ஜனார்தன் பரிதாபகரமான நிலை யில் இருந்தார். ஆயிரம் சிகரெட் குடித்திருக்கவேண்டும். தூக்க மில்லாத கண்கள். சட்டை நனைந்திருந்தது. என்னைப் பார்த்த தும் அவர் பார்வை என்மேல் வெறுப்பாகத் தாக்கியது. ‘அந்த பரத்குமாரை நேற்றுப் பார்க்க முயற்சித்தாயா? எங்கே போய்த் தொலைந்தாய்?’

‘முயற்சித்தேன். பார்க்க முடியவில்லை.’

‘பாஸ்டர்ட் செய்திருக்கும் வேலையைப் பார்.’ மேஜைமேல் கசங்கி இருந்த கடிதத்தை என்னிடம் எறிந்தார்...

ஆங்கிலத்தில் டைப் அடித்த வாசகங்கள்.

> ‘ப்ரியா எங்களிடம் இருக்கிறாள். அவள் உயிருடன் வேண்டும் எனில் பத்து பவுண்டு பழைய நோட்டுக்களாக சீரியல் நம்பர் வரிசையாக இல்லாமல், ஐயாயிரம் பவுண்டு தயார் செய்து வை. எங்கள் டெலிபோன் கால் வரும். காத்திரு. போலீசுக்குச் சொன்னால் எல்லாம் ரத்து.’

‘ஊரெல்லாம் தேடிவிட்டு அவள் அறைக்குச் சென்றேன். எல்லாம் திறந்துகிடந்தது. மேஜைமேல் என் பெயர் போட்டு

இந்தக் கடிதம் கிடந்தது. ப்ரியாதான் எழுதி வைத்திருக்கிறாள் என்று பார்த்தால் இப்படி....'

'எனக்குப் புரியவில்லை.'

'என்ன புரியவில்லை! பரத் குமாரின் வேலை இது. என்னிட மிருந்து பணம் பிடுங்க! இரண்டு பேரும் சேர்ந்து திட்டமிட்டிருக் கிறார்கள். ஐயாயிரம் பவுண்டு! ஏறக்குறைய ஒரு லட்சம்! என்ன விளையாடுகிறார்களா?'

'எனக்கு அப்படித் தோன்றவில்லை.'

'ஏன்?'

மறுபடி கடிதத்தைப் படித்தேன். 'எனக்கு இது வேறு ஏதோ மூன்றாவது ஆசாமிகளின் வேலையாக இருக்குமோ எனப்படு கிறது....'

'ஏன்?'

'நேற்று ப்ரியா திடீர் என்று கிளம்பிச் சென்ற விதத்தில் ஏதோ தப்பாக நிகழ்ந்துவிட்டதாக எனக்குப்பட்டது.'

'இல்லை, அவள் முன்பே பேசி வைத்திருக்கிறாள். அவர்க ளுக்குத் தேவை பணம்! இருவரிடமும் பணம் இல்லை. இந்த மாதிரி வெட்டி மிரட்டல் செய்து என்னிடம் பணம் கிடைக்குமா என்று பயம் காட்டிப் பார்க்கிறார்கள். முதலில் என்னிடம் அத்தனை பணம் இல்லை. இருந்தாலும் கொடுக்கத் தயாரா யில்லை. கணேஷ், நான் உன்னைக் கூப்பிட்டது எதற்காக? சொல்கிறேன். அவர்கள் இன்னும் லண்டனை விட்டுச் செல்லவில்லை. இங்கேதான் தலைமறைவாக இருக்கிறார்கள். சிறுபிள்ளைத்தனமாக இந்தமாதிரி கடிதம் எழுதினால் பயந்து விடுவேன் என்று நினைத்துக் கொண்டிருக்கிறார்கள். ஷா ஆபீஸிலிருந்து இன்னும் திரும்பி வரவிலலை. அவனை டெலி போனில் கேட்டேன். அவன் உடனே போலீசுக்குச் சொல்லு என்றான். அதற்குமுன் உன்னையும் கன்ஸல்ட் பண்ணலாம் என்று தோன்றியது. நீ என்ன நினைக்கிறாய்?'

'எனக்கு இன்னும் சந்தேகமாகத்தான் இருக்கிறது... நான் அவர்களுடன் பழகினதில் அவர்கள் இந்தமாதிரி வேலை

எல்லாம் செய்யமாட்டார்கள் எனத்தான் தோன்றுகிறது. ப்ரியா ஒருவேளை அபாயத்தில் இருக்கலாம் எனத் தோன்றுகிறது...'

'இல்லை. தலைமறைவாக இருக்கிறாள்! பணம் கிடைத்தால் ஓடுவார்கள். டெலிபோன் செய்து பேரம் பண்ணுவார்கள். நிச்சயம் இது அவர்கள் விஷமம்தான்... கவலையே படாதே. அதற்குள் இந்த ராஸ்கலைப் போலீசில் பிடித்துக் கொடுக்க வேண்டும்... நீ என்ன சொல்கிறாய்?'

'ப்ரியா அபாயத்தில் இருந்தால் நாம் காலம் தாழ்த்துகிறோம்!'

'சரி, போலீசிடம் சொல்லிவிடலாம். நீ ஒரு லாயர். உனக்குத் தெரியும். இந்தச் சந்தர்ப்பத்தில் நாம் போலீஸ் கம்ப்ளெய்ன்ட் கொடுக்க முடியுமா?'

'ப்ரிட்டிஷ் சட்டங்கள் எனக்கு அதிகம் தெரியாது. இந்திய சட்டங்களின்படி க்ரிமினல் அப்டக்ஷன் என்று கொடுக்கலாம். அதுகூடச் செல்லாது. ப்ரியா தன்னிச்சையாக பரத் குமாருடன் சென்றிருந்தால் அவளை அசைக்க முடியாது... என்னைக் கேட்டால் சிம்பிளாக 'காணோம்' என்று ஒரு புகார் கொடுக்கலாம்.'

'கொடுத்துவிடு.'

நான் யோசித்தேன். டெலிபோனை எடுத்தேன். வேறு தேசம். வேறு மனிதர்கள். வேறு சட்டங்கள். நாங்கள் ஒரு மாதத்துக்கு இங்கு வந்தவர்கள். எத்தனை சிக்கல்களோ. 'அந்தக் கடிதத்தைக் கொஞ்சம் கொடுங்கள்.'

கொடுத்தார், ஆராய்ந்தேன். நினைத்தேன். சொன்னேன். 'மிஸ்டர் ஜனார்தன், புகார் கொடுப்பதற்கு முன் உங்கள் அனுமதியுடன் ஒன்று செய்ய விரும்புகிறேன்.'

'என்ன?'

'மறுபடி அவள் அறைக்குச் செல்லலாம். அவள் அறையை ஆராய்ந்து தேடினால் எதாவது தகவல் கிடைக்கும் என எதிர்பார்க்கிறேன்.'

'எந்த விதத்தில் தகவல்?'

'எங்கேயாவது பரத் குமார் தங்கியிருக்கும் இடத்தின் டெலிபோன் எண்ணை எழுதிவைத்திருக்கலாம்.'

'நானும் வரவேண்டுமா?'

'ஆம். உங்கள் மனைவியின் அறையை நான் தேடுவதற்கு அனுமதிக்க!'

'மனைவி! ஷாவும் வந்துவிடட்டுமே.'

'நேரம் தாழ்த்தவேண்டாம் என நினைக்கிறேன். வேறு விபரீதங்கள் இருக்கலாம்.'

ப்ரியாவின் ஹோட்டல் வாயிலில் நுழைந்ததுமே அவனைப் பார்த்துவிட்டேன். பரத் குமார்!

7

பரத் குமாரும் நானும் ஒரே சமயம் 'ப்ரியா எங்கே?' என்று ஒருவரை ஒருவர் கேட்டுக் கொண்டோம். ஜனார்தன் சூடாக அவனை அணுகி, 'அடேய்! எங்கே அவள்?' என்றார். பரத் குமார் எதையோ மென்று தின்று கொண்டிருந்தான். ஜனார்தனைப் பார்த்து, 'வந்து விட்டாயா?' என்றான். ஜனார்தன் அவன் சட்டையைப் பிடித்து, 'எங்கேடா அவள்?' என்றார்.

'எவள்?'

'ப்ரியா?'

'அதைக் கேட்கத்தான் நான் வந்தேன். சட்டையை விடுகிறாயா இல்லை, நானும் உன் சட்டையைப் பிடித்துக்கொள்ளட்டுமா?'

நான், 'ப்ரியா எங்கே என்று உங்களுக்குத் தெரியாது?' என்றேன்.

'கணேஷ் சார், என்ன இதெல்லாம்? எல்லோரும் ஒரே கேள்வியையே கேட்டுக்கொண்டு இருக்கிறோம்?'

நான் அவர்களைப் பிரித்தேன்.

ஜனார்தன், 'என்ன ஜாலம் பண்ணுகிறான் பார். ப்ரியாவை அழைத்துக்கொண்டு சென்றுவிட்டு! பாஸ்டர்ட்!' என்றார்.

‘ஏய்! பாஸ்டர்ட் கீஸ்டர்ட் என்றெல்லாம் பேசினால் பல்லை உதிர்த்துவிடுவேன்!’

‘கணேஷ், இவனோடு பேசிப் பிரயோஜனமில்லை. போலீசுக்குப் போன் பண்ணிவிடு. இவனை அரெஸ்ட் பண்ணச் சொல்லு.’

‘இருங்க சார். பரத் குமார், உங்களுக்கு ப்ரியா எங்கே இருக்கிறாள் என்று தெரியாது?’

‘நேற்றிலிருந்து நாயாய் அலைந்து அவளைத் தேடிக் கொண்டிருக்கிறேன். நான்கு தடவை இந்த ஹோட்டலுக்கு வந்து பார்த்தேன். ஸ்டூடியோவில் விசாரித்தேன். கடைத் தெருவெல்லாம் அலைந்தேன்.’

‘பொய். பொய். அவள் உன்னிடம்தான் இருக்கிறாள்.’

‘என்ன!’

‘நீங்கள் அறையில் விட்டுப் போன கடிதத்தை நாங்கள் பார்த்திருக் கிறோம்’ என்றேன்.

‘எந்த அறை? எந்தக் கடிதம்?’

‘ப்ரியாவை நீங்கள் நேற்று அழைத்துச் சென்றீர்களே.’

‘நானா?’ மெல்வது நின்றுவிட்டது.

‘ஆம்! நேற்று அவள் அறைக்கு ரிசப்ஷனிலிருந்து டெலிபோன் செய்து கீழே வரவழைத்தீர்களே? அப்போது நான் இருந்தேன்.’

‘யார்? நானா?’

‘நீ இல்லாமல் வேறு யார்?’

‘என்ன எல்லோரும் உளறுகிறீர்கள்! நான் நேற்று இங்கு வந்த போது ப்ரியா இங்கு இல்லை. அறை திறந்திருந்தது. ரிசப்ஷ னிஸ்ட்டைக் கேள், சொல்வாள்.’

‘இவன் சொல்லமாட்டான். இவன் ஏன் சொல்கிறான்? ஏய்! என்னிடம் பணம் பெயரும் என்று எதிர்பார்க்காதே! ஒரு காசு கிடைக்காது. போலீஸ் கம்ப்ளெய்ண்ட்தான் கொடுக்கப் போகிறேன்...’

'என்ன கிழவன் உளறுகிறான்?'

'ஏய்!'

'ஏ!'

'இருங்கள், இருங்கள். சற்று நிதானமாகப் பேசலாம். அயல் தேசத்தில் இருக்கிறோம்...' ஹோட்டல் சிப்பந்திகள் எங்களையே பார்த்துக்கொண்டிருந்தார்கள். பிரிட்டிஷ் முறையில் தத்தம் வேலைகளைக் கவனிக்கிறாற்போல் எங்களை அடிக்கடி பார்த்துக்கொண்டு 'க்கும்' என்று கனைத்துக்கொண்டு எங்கள் புரியாத தமிழ்ப் பேச்சையும் சைகைகளையும் கவனித்துக் கொண்டிருந்தார்கள். ஸ்டீவர்ட் போல இருந்த ஆளின் உணர்ச்சியற்ற முகத்தில் தாடை நரம்புகள் மட்டும் அசைந்து கொண்டிருந்தன. 'அவர்கள் எல்லோரும் நம்மையே பார்க்கிறார்கள். மிஸ்டர் ஜனார்தன், உட்காருங்கள். பரத்குமார், நீங்களும் உட்காருங்கள்.'

'எனக்கு நேரமில்லை. ப்ரியாவை அழைத்துக்கொண்டு போக வந்திருக்கிறேன்.'

'ப்ரியாவைக் காணோம்.'

'எப்போதிருந்து?'

'நேற்று முற்பகலிலிருந்து.'

'அவள் என்னிடம் இல்லை.'

'அவள் உன்னிடம்தான் இருக்கிறாள். உன்னுடன் ஓடுவதற்குத்தான் இங்கு வந்தாள். உன்னுடன்தான் கற்றினாள். உன்னுடன்தான் பாரிஸ் போகத் திட்டமிட்டிருக்கிறாள். பணம் இல்லை. பணம் பிடுங்க, என்னை பயங்காட்டி வாங்க, லெட்டர் எழுதி வைத்தாய். நான் மசிவேன் என்று நினைக்கிறாயா, தூங்கு மூஞ்சிப் பயலே!சோமாரி!'

'ஈஸி மிஸ்டர் ஜனார்தன். விஷயம் சீரியஸாக இருக்கிறது. நாம் நமக்குள் தர்க்கம் செய்துகொண்டு நேரத்தை வீணடித்துக் கொண்டிருக்கிறோம். பரத்! நீங்கள் உண்மையில் அவளை மறைத்து வைக்கவில்லை? அந்தக் கடிதத்தை நீங்கள் அனுப்பவில்லை?'

'எந்தக் கடிதம்? எந்தக் கடிதம்?'

சொன்னேன்.

அயர்ந்துவிட்டான். 'மடப்பசங்களா, உடனே போலீசுக்குச் சொல்லுங்கடா! அவள் என்னிடம் இல்லை. அவள் ஆபத்தில் இருக்கிறாள்! டேய் கிழவா! எனக்கு உன் ஒரு காசு தேவை யில்லை. எனக்குச் சம்பாதித்து சோறுபோடத் திறமை இருக் கிறது. எனக்கு அவள் ஒருத்தித்தான் வேண்டும். அவளை நான் லவ் பண்ணுகிறேன். அவளை யூரோப் எல்லாம் சுற்றிக் காட்டப் போகிறேன். அவளைக் கல்யாணம் செய்துகொள்ளப் போகிறேன். ஹோட்டலிலே மாவரைத்தாவது அவளைக் காப்பாற்றுவேன்...'

'எங்கே அவள்?' என்றேன்.

'எனக்கு இவன்மேல்தான் சந்தேகம்' என்றார் ஜனார்தன்.

'மிஸ்டர் ஜனார்தன், நாம் உடனே போலீசுக்குத் தெரிவிக்க வேண்டும். பரத் குமார், இருங்கள்.'

'இருக்கிறேன்.'

என் வயிற்றில் புரியாத பயம் ஏற்பட்டது. இது மூன்றாவது கோஷ்டியின் வேலை. யார்? போலீசுக்குச் சொல்லாதே என்று எச்சரிக்கிறது கடிதம். யார்? மற்றொரு டெலிபோனுக்காகக் காத்திரு என்கிறது கடிதம். யார்? ஜனார்தனைத் தெரிந்தவர், ப்ரியாவின் மதிப்பைத் தெரிந்தவர், லண்டனில் யார்? போலீசுக்கு இந்த விஷயத்தைச் சொல்லலாமா?

சொல்லித்தான் ஆகவேண்டும். அயல் தேசத்தில் எங்களுக்கு வேறு வழியில்லை. அந்த ரிஸ்க் எடுத்துத்தான் ஆகவேண்டும். அந்தக் கடிதம் திடீர் என்று நிஜ ரூபம் அடைந்துவிட்டது. அதில் பொதிந்துள்ள அபாயம் திடீரென்று கத்திக்குத்து போல் தாக்கியது.

'எனிதிங் ராங்?' என்றாள் அந்தப் பெண்.

'எங்களுக்குப் போலீஸ் உதவி தேவை.'

'அவசரமாகவா?'

'ஆம்?'

‘999 டயல் செய்யுங்கள்.’

செய்தேன்.

ஸ்காட்லண்ட் யார்டிலிருந்து சிநேகிதம் மிகுந்த ஆண் குரல் பதில் தந்தது.

‘என் பெயர் கணேஷ். நான் ஒரு இந்தியன். டாட்டன்ஹாம் கோர்ட் ரோடில் இருக்கும் கார்ல்ட்டன் ஹோட்டலிலிருந்து பேசுகிறேன். ஒரு பெண்ணைக் காணவில்லை. அவள் ஒரு நடிகை. படப்பிடிப்புக்காக இங்கு வந்தவள்.’

‘மன்னிக்கவும், சற்று நிதானமாகப் பேசுங்கள். உங்கள் ஆங்கில உச்சரிப்பைப் புரிந்துகொள்வது சிரமமாக இருக்கிறது.’

மறுபடி மெதுவாகச் சொன்னேன். தொடர்ந்தேன். ‘எங்களுக்கு கடிதம் வந்தது. அதில் அவளை மீண்டும் பெறுவதற்கு 5,000 பவுண்டு வேண்டும் என்றும், போலீசிடம் சொல்லக்கூடாது என்றும் மற்றொரு டெலிபோன் கால் வரும் என்றும் எழுதியிருக்கிறது. எங்களுக்குக் குழப்பமாகவும் அச்சமாகவும் இருக்கிறது.’

‘பயப்படாதீர்கள். இன்னும் சில நிமிடங்களில் கார் வரும். டாட்டன்ஹாம் கோர்ட் ரோடு, கார்ல்ட்டன் ஹோட்டல் அல்லவா?’

‘ஆம்.’

‘மிஸ்டர் ஜனேஷ்?’

‘கணேஷ்...’

‘வருகிறோம்.’

ஜனார்தன் கவலையாக என்னைப் பார்த்தார். ‘இந்தப் பையனுடன் அவள் போகவில்லை என்றால் அதற்கு என்ன அர்த்தம்?’

‘விபரீத அர்த்தம்! அவளை நிஜமாகவே காணவில்லை.’

‘ஐயய்யோ! நான் என்ன செய்வேன்! கணேஷ், கணேஷ். கொடுத்துத் தொலைத்துவிடுவோம்! எனக்குப் படப்பிடிப்பு நடக்கவேண்டுமே! சங்கரனுக்கு இது தெரியுமா?’

‘தெரிந்திருக்காது என்று நினைக்கிறேன்.’

‘என்ன குடிகெட்ட பெண் பார்! வேறு எவனையாவது பிடித்துக் கொண்டுவிட்டாளா?’

‘இல்லை, அவள் ஆபத்தில் இருக்கிறாள்.’

பரத் குமார் வாயிற்பக்கம் சென்று நின்றுகொண்டிருந்தான்.

‘அவனைப் பாரேன்! திருதிரு என்று விழிக்கிறான். அவன்தான் இந்த வேலை செய்திருக்கிறான்...’

‘இல்லை என்று தோன்றுகிறது.’

‘ஏன்?’

‘போலீசுக்குச் சொன்னதும் பயந்திருப்பான்.’

‘ஏகப்பட்ட காண்ட்ராக்ட் பாக்கி இருக்கிறது.’

‘பரத் குமார் எங்களருகில் வந்தான். ஜனார்தன் படபடத்தார்.

‘கணேஷ். எனக்கு அவள் வேண்டும். கொடுத்துத் தொலைத்து விடுவோம். ஷாவிடம் பணம் வாங்கிக்கொண்டு வருகிறேன். எனக்குப் படபிடிப்பு நடக்கவேண்டும்...’

‘இருங்கள். குழப்பமாக இருக்கிறது.’

‘நாம் போலீசுக்கு போன் செய்தது அவர்களுக்குத் தெரிந்துபோய் ஒன்று கிடக்க ஒன்று நிகழ்ந்துவிட்டால்?’

‘யார் அவர்கள்?’ என்றான் பரத்குமார்.

‘நீ போடா, உன்னால்தான் வந்தது எல்லாம்.’

‘உன்னால்தான் வந்தது எல்லாம். அந்தப் பெண்ணை இல் ட்ரீட் செய்திருக்கிறாய், ஓடிவிட்டாள்.’

‘மிஸ்டர் ஜனார்தன்! நீங்கள் இங்கிலாந்து வந்தது யார் யாருக்குத் தெரியும்?’ என்றேன்.

‘ஏன்?’

‘கடிதம் உங்கள் பெயருக்கு வந்திருக்கிறது.’

அவர் பதில் சொல்வதற்குமுன் ஓட்டலின் வாயிற்புறத்தில் மெட்ரோபாலிடன் போலீசின் ஏரியா கார் - ஓர் அழகான நீல நிற

ட்ரயம்ஃப் - சிக்கனமாக, சப்தமிடாமல் வந்து, அது நிற்பதற்கு முன்னாலேயே கதவு திறந்துகொண்டு இரண்டு போலீஸ் ஆபீசர்கள் இறங்கினார்கள்.

'மிஸ்டர் கணேஷ்?'

'கணேஷ்.'

'சார், நீங்கள்தானே 999...'

'ஆம்.'

'இன்ஸ்பெக்டர் ஹெண்டர்ஸன்' என்று என் கையைக் குலுக்கினார். ஹெண்டர்ஸன் சதுர முகம், கூர்மையான நீலக் கண்கள். அப்போதுதான் குளித்துவிட்டு வந்ததுபோல புதிய தோற்றம். நல்ல வலிவு மிகுந்த உடற்கட்டு. உயரம். அவர் அணிந்திருந்த கருநீல போலீஸ் உடையில் தோள் பட்டைகளிலும் தலைத் தொப்பியிலும் பிரிட்டிஷ் கிரீடம் பளிச்சிட்டது. உடன் வந்திருந்த போலீஸ் கான்ஸ்டபிள் இளைஞன். முட்டை வடிவத் தொப்பி.

'இவர் மிஸ்டர் ஜனார்தன். காணாமற்போன பெண்ணின் கணவர்.'

'கடிதம் எங்கே?' என்றார் ஹெண்டர்ஸன். காட்டினேன். நிதானமாகப் படித்தார்.

'இதன் மேலுறை இருக்கிறதா?'

கொடுத்தேன். பார்த்தார்.

'தபாலில் வரவில்லையா?'

'அவள் அறையில் மேஜைமேல் இருந்தது.'

'ம். டெலிபோன் வந்ததா?'

'டெலிபோன்?'

'கடிதத்தில் குறிப்பிட்டிருக்கிறபடி.'

'இல்லை இன்னும் இல்லை.'

'ஆபிஸர்! எனக்கு என் மனைவி உயிருடன் வேண்டும்! நான் எப்படியாவது பணத்தைச் சேகரித்துக்கொண்டு வந்துவிடுகிறேன். அவள் எனக்கு மிகவும் முக்கியமானவள்.'

'கண்டுபிடிக்கலாம். நீங்கள் பிரிட்டிஷ் பிரஜைகளா?'

'இல்லை. இந்தியாவில் இருந்து வந்திருக்கிறோம்.'

'அந்தப் பெண்?'

'அவளும்தான்.'

'உங்கள் பாஸ்போர்ட்களை அப்புறம் பார்க்கிறேன். மிஸ்டர் ஜனா... ஜனா... ஸார்.'

'ஜனார்தன்.'

'கஷ்டமான பெயர். உங்கள் கிரிக்கெட் கேப்டனின் பெயர்போல நான் உங்களை ஜான் என்று கூப்பிடுகிறேன். சம்மதமா?'

'சம்மதம்.'

'கடிதம் எங்கிருந்தது என்று சொன்னீர்கள்?'

'ப்ரியாவின் அறையில்.'

'ப்ரியா... ஸ்வீட் நேம். ப்ரியா. லைக் மரியா. டெலிபோன் வரும் என எதிர்பார்க்கிறீர்களா?'

'தெரியவில்லை.'

'நீங்கள் தங்கி இருப்பது எங்கே?'

'நான் நேற்றுதான் லண்டன் வந்தேன். நேராக இங்கு வந்தேன்.'

'நேற்று இரவு எங்கு தங்கி இருந்தீர்கள்?'

'என் நண்பன் ஷாவுடன்.'

'எங்கே இருக்கிறார்.'

'சீப்ஸைடில். அங்கே இருக்கிறது அவன் வீடு ஒரு நிமிஷம். ஷாவுக்கு நான் டெலிபோன் செய்கிறேன். அங்கே ஏதாவது தகவல் வந்திருக்கிறதா, பார்க்கலாம்.'

'ப்ளீஸ் டு.'

ஜனார்தன் ஷாவுக்கு டெலிபோன் செய்யச் சென்றார்.

'எப்போதிலிருந்து அவளைக் காணவில்லை?'

'நேற்று முற்பகலிலிருந்து' என்றேன்.

'என்ன நிகழ்ந்தது, சொல்லுங்கள்.'

முதலிலிருந்து விவரமாகச் சொன்னேன். பரத் குமார் கூப்பிடுவதாக அவள் அறையில் இருக்கும்போது செய்தி வந்தது பற்றியும், அவள் 'ஒரு நிமிஷம்' என்று சொல்லிவிட்டுச் சென்றவள் இதுவரை திரும்பாதது பற்றியும்.

'பரத் குமார்?'

'இவர்தான்.' பரத் குமார் ஒதுங்கியிருந்தவன், வந்து ஹலோ என்று கை குலுக்கினான்.

'நீங்கள் என்ன செய்கிறீர்கள்?'

'யாரோ என் பெயரை உபயோகித்திருக்கிறார்கள். நான் அவ்வாறு செய்யவில்லை. நானே அவளைத் தேடிக்கொண்டிருக்கிறேன்.'

'ஸீ. நீங்கள் கூப்பிட்டவுடன் அவள் வந்துவிடுவாளா?'

'ஆம்.'

'ஏன்?'

பரத் குமார் என்னைப் பார்த்தான்.

'நீங்கள் எல்லாம் இங்கு வந்தது...'

'ஒரு படப்பிடிப்புக்காக. ப்ரியா ஒரு இந்திய நடிகை.'

'அப்படியா. பிரபலமானவளா?'

'ஆம்.'

ஜனார்தன், 'ம்ஹூம். அங்கேயும் தகவல் இல்லை. டெலிபோன் எதுவும் வரவில்லை.' என்றார்.

‘டெலிபோன் இந்த ஓட்டலுக்குத்தான் வரும் என எதிர் பார்க்கிறேன். ரிச்சர்ட், ஓட்டலின் நம்பரைக் குறித்துக்கொள். மிஸ்டர் குமார், உங்களுக்கும் ப்ரியாவுக்கும் என்ன தொடர்பு என்று சொல்லவில்லையே!’

ஜனார்தன் குறுக்கிட்டு, ‘சார், இவன்மேல் எனக்கு சந்தேகம். இவன் என் மனைவியை என்னிடமிருந்து பிரிப்பதற்கே இங்கு வந்தான். இவன் படப்பிடிப்புடன் சம்பந்தமில்லாதவன்’ என்றார்.

‘மிஸ்டர் குமார்?’

‘நான் ப்ரியாவைக் காதலிக்கிறேன்’ என்றான்.

ஹெண்டர்ஸன் விசிலடித்தார். ‘இந்தியத் திரைப்படம் போல இருக்கிறது. லெட்ஸ் கெட் திஸ் ஸ்ட்ரெய்ட். ப்ரியா, ஜான், குமார். ப்ரியா நடிகை, ஜான் கணவர், குமார் காதலன். ப்ரியா இஸ் மிஸ்ஸிங், மிஸ்டர் ஜான், நீங்கள் இங்கிலாந்துக்கு நேற்றுதான் வந்தீர்கள் இல்லையா?’

‘அதுதான் எனக்கு ஆச்சரியமாய் இருக்கிறது. இவர் வந்தது ஒன்றிரண்டு பேர்களைத் தவிர மற்றவர்களுக்குத் தெரியாது’ என்றேன்.

‘யார் யார்?’

‘நான், ஷா இவர் நண்பன், சங்கர் பிலிம் டைரக்டர்...’

‘எனக்கு இவர் வந்திருப்பது இப்போதுதான் தெரியும்’ என்றான் பரத் குமார்.

‘ஃபிலிம் யூனிட்டில் யாருக்காவது தெரியுமா?’

‘தெரியாது.’

‘அதனால்?’

‘அதனால் இவர் பெயருக்கு அவர்கள் எப்படி எழுதியிருக்க முடியும்?’

‘ஸிம்பிள் மிஸ்டர் ஜனேஷ், அவர்கள் ப்ரியாவைக் கேட்டிருப்பார் கள். நீங்கள் ஒரு லாயர் என்கிறீர்கள். யோசித்திருக்கலாமே?’

ஜனார்தன், 'சார், எனக்கு இவன்மேல்தான் சந்தேகம்' என்றார்.

ஹெண்டர்ஸன், 'மிஸ்டர் குமார், நீங்கள் அந்தப் பெண்ணை மறைத்துவிட்டு விளையாட்டுக் காட்டுகிறீர்கள் என்றால் அது உங்களுக்கு நல்லதல்ல. லண்டன் போலீசின் நேரத்தை வீணடிப்பது அவ்வளவு சிலாக்கியமானதல்ல' என்றார்.

பரத் குமார், 'அவள் என்னிடம் இல்லை.' என்றான்.

ரிசப்ஷனில் இருந்த பெண் அங்கிருந்து கூப்பிட்டாள். 'மிஸ்டர் ஜனார்தன் யார்? அவருக்கு டெலிபோன் வந்திருக்கிறது.'

அதுவரை சுதாரித்த நிலையில் இருந்த ஹெண்டர்ஸன் உடனே உஷாரானார். 'ரிச்சர்ட். ரேடியோ காருக்குச் சென்று தகவல் தந்து, இந்த காலை ட்ரேஸ் பண்ணச் சொல்லு. க்விக்!' என்றார்.

கான்ஸ்டபிள் உடனே வாசலிலிருந்து காருக்கு ஓடினார்.

'மிஸ்டர் ஜான், நீங்கள் பேசுங்கள்' என்றார் ஹெண்டர்ஸன். அந்தப் பெண்ணிடம் சென்று மற்றொரு இணைப்பு வாங்கி, டெலிபோனில் ஜனார்தன் பேசுவதை தானும் கேட்பதற்கு ஏற்பாடு செய்துகொண்டார்.

ஜனார்தன் டெலிபோனை எடுத்து 'ஹலோ' என்றார்.

நாங்கள் எல்லோரும் அவரைப் பார்த்துக்கொண்டிருந்தோம். ஜனார்தனின் கை நடுங்கியது. 'எஸ்' என்றார். ஹெண்டர்ஸன், சைகை காட்டி, 'பேசு, பேசு!' என்றார். ரிசப்ஷன் மேஜையிலிருந்து ஒரு காகிதம் கிழித்துக்கொண்டு அதில் எழுத ஆரம்பித்தார்.

ஜனார்தன் கேட்டுக்கொண்டிருந்தார். அவர் முகத்தில் பயம் பரவியது. அடிக்கடி இன்ஸ்பெக்டரைப் பார்த்தார். அவர் எழுதிக் கொண்டிருந்தார். நான் அவரருகே சென்றேன்.

'சரி.' மெஷின் போல டெலிபோனைத் திரும்ப வைத்தார் ஜனார்தன். ஹெண்டர்ஸனிடம் சென்றார். ஹெண்டர்ஸன் தான் எழுதிய காகிதத்தைப் படித்துக்கொண்டே வந்தார்.

'திஸ் இஸ் இட்?' என்றார்.

'என்ன?' என்றோம் பரபரப்புடன்.

அவர் பதில் சொல்லவில்லை. மறுபடி டெலிபோனை எடுத்து எட்டு எண்களைச் சுழற்றினார். 'இன்ஸ்பெக்டர் ஹெண்டர்ஸன். சி டிபார்ட்மெண்ட் ப்ளீஸ்!'

நான் ஜனார்தனிடம், 'என்ன ஆயிற்று' என்றேன். 'ஐயாயிரம் போதாதாம்! பத்தாயிரம் வேண்டுமாம்! இடம் எல்லாம் கொடுத்து வரச் சொல்லியிருக்கிறான்! ப்ரியா நிச்சயம் ஆபத்தில் தான் இருக்கிறாள்.'

ஹெண்டர்ஸன் டெலிபோனை வைத்துவிட்டு எங்களிடம் வந்தார். எழுதிக்கொண்ட குறிப்புகளை மறுபடி பார்த்தார். நான் எட்டிப் பார்த்தேன்.

'பத்தாயிரம் பவுண்டு. ஒரு கறுப்பு நிற ப்ரீப்கேசில். வடக்கு சர்க்குலர் ரோடுக்கு ஒரு ஃபோர்டு காரில் வரவேண்டும். கேம்ப்ரிட்ஜ் ரோடை அடையவும். அங்கிருந்து டிராஃபிக் விளக்குகளைக் கடந்ததும் மக்மாஹன் தெருவின் சந்திப்பில் ஒரு டெலிபோன் பூத் இருக்கும். அதன் எண் 01.375-3356X டெலிபோன் பூத்தில் நுழைந்து அங்கே காத்திருக்கவும். இன்னும் ஒரு மணி நேரத்தில் மேல் விவரங்கள் கிடைக்கும். உன் மனைவி ஆரோக்கியமாக இருக்கிறாள். உன்னால் வேறு எதுவும் செய்ய முடியாது. தவறாக ஏதும் நிகழ்ந்தால், போலீசுக்குத் தெரிந்தால் பிற்பாடு நடப்பதற்கு நீயே காரணமாவாய்.'

ஹெண்டர்ஸன் என்னைப் பார்த்தார். 'இந்த கேஸ் எங்கள் சி டிபார்ட்மெண்டுக்கு அனுப்ப வேண்டும். இது சிக்கலான கேஸாகிறது. ஸ்காட்லண்ட் யார்டின் மத்திய அலுவலகத்தில் எடுத்துக் கொள்ளுவார்கள். டெலிபோனில் ஒலித்த ஆங்கில உச்சரிப்பிலிருந்து இந்தியன் அல்லது பாகிஸ்தானி என்று தெரிந்துகொள்ள முடிந்தது. எஸ் ரிச்சர்ட்?'

கான்ஸ்டபிள் வந்து ஒரு காகிதத்தை அவரிடம் கொடுத்தார். சட் என்று கசக்கி அதை எறிந்தார்.

'என்ன' என்றோம்.

'அந்தக் கால் எங்கிருந்து வந்தது என்று கண்டுபிடித்தார்கள். புஷ் ஹௌஸுக்கு அருகில் ஒரு பப்ளிக் டெலிபோனிலிருந்து வந்திருக்கிறது. அங்கே ஒரு ரோந்து கார் அனுப்பியிருக்கிறார் கள். அது போய்ச் சேருவதற்குள் ஆசாமி கிளம்பிவிட்டதாகத் தெரிகிறது.'

'இன்ஸ்பெக்டர்! நான் பணம் கொடுத்துவிடுகிறேன்! நான் பணம் கொடுத்துவிடுகிறேன்! இந்த விபரீதங்களே வேண்டாம். நான் பணம் கொடுத்துவிடுகிறேன்! என் மனைவி திரும்பக் கிடைத்தால் போதும்!' என்றார் ஜனார்தன்.

'ஒரு மணி நேரத்துக்குள் உங்களால் பத்தாயிரம் பவுண்டு புரட்ட முடியுமா? மேலும், பத்தாயிரம் பவுண்டுடன் நின்றுவிடுவான் என்று என்ன நிச்சயம்? உங்கள் மனைவி எங்கிருக்கிறார், எப்படித் திரும்ப அனுப்பப்போகிறார்கள் என்பது பற்றித் தகவல் கொடுத்தானா? இல்லை. நம்மை அலைய வைக்கப்போகிற கேஸ் இது. அந்த டெலிபோன் பூத்துடன் நிற்கப் போவதில்லை இது!'

ஜனார்தன் அப்படியே உட்கார்ந்து, தலையைப் பிடித்துக் கொண்டார்.

'இன்ஸ்பெக்டர் ஹெண்டர்ஸன், உங்களுக்கு டெலிபோன்.'

ஹெண்டர்ஸன் போன் அருகில் சென்றார். 'ஹெண்டர்ஸன், எஸ் மைக்...'

தலையைப் பிடித்துக்கொண்டு உட்கார்ந்திருந்த ஜனார்தனுக்கு அருகிலேயே சிகரெட் பிடித்துக்கொண்டு பரத் குமார் உட்கார்ந்திருந்தான்.

யாருக்கு ப்ரியாவின் மதிப்பு தெரிந்திருக்கும்? யாருக்கு, பரத் குமார் பெயரை உபயோகித்தால் ப்ரியா கேள்வி கேட்காமல் வந்துவிடுவாள் என்பது தெரியும்? யாருக்கு ஜனார்தன் வந்திருப்பது தெரியும்? ஜனார்தன் வந்திருப்பதைப் பற்றியாவது, ஹெண்டர்சன் சொன்னபடி, அப்புறம் ப்ரியாவிடமிருந்து அவர்கள் கேட்டறிந்திருக்கலாம்.

அவர்கள்!

ஹெண்டர்ஸன் என்னிடம் வந்தார். 'சி டிபார்ட்மெண்டில் என்னைத் தொடர்ந்து கவனிக்கும்படி சொல்லியிருக்கிறார்கள். இன்று தூக்கம் போச்சு. மிஸ்டர் ஜனேஷ், உங்களிடம் கறுப்புப் பெட்டி ஏதாவது இருக்கிறதா?'

'என்னிடம் ஒரு பிரீஃப் கேஸ் இருக்கிறது. ப்ரியாவின் அறையில் இருக்கிறது' என்றார் ஜனார்தன்.

'கொண்டு வாருங்கள்.'

'ஜனேஷ், உங்களுக்கு ப்ரியாவை அடையாளம் தெரியுமல்லவா?'

'தெரியும்.'

'பின் என்னுடன் காரில் வாருங்கள்.'

'எதற்கு?'

'நம் நண்பர்களைச் சந்திப்பதற்கு.'

'பணம்.'

ஹெண்டர்ஸன் மேஜையில் இருந்த கனத்தை செய்தித்தாளை மடித்தார்... 'இதுதான் பணம்.'

8

ஜனார்தன் கொண்டுவந்து கொடுத்த கறுப்பு ப்ரீஃப் கேசில் டெய்லி டெலிகிராஃப் பிரதியை மடக்கி அடைத்துக்கொண்டு இன்ஸ்பெக்டர் ஹெண்டர்ஸனும் கான்ஸ் டபிள் ரிச்சர்டும் காரில் ஏறிக்கொள்ள, நான் பின் சீட்டில் ஏறிக்கொண்டேன். ஜனார்தனை யும் பரத்குமாரையும் நாங்கள் திரும்பி வரும் வரை ஹோட்டலிலேயே இருக்கும்படிச் சொன்னார் ஹேண்டர்ஸன்.

அந்தப் புத்தம் புதிய அபார நீல நிற டிரயம்ஃப் 2.5 காரை போலீஸைச் சேர்ந்தது என்று சுலபத்தில் சொல்ல முடியாது. அத னுள் இருந்த ரேடியோ பொதிந்து மறைந் திருந்தது. அதன் ஏரியல் கூடச் சாதாரணமாக எல்லா கார்களிலும் இருப்பதுபோல ஒல்லி யாக இருந்தது. காரினுள் இருந்த ரேடியோ வில் ஸ்காட்லண்ட் யார்டு சதா ஒலித்துக் கொண்டிருந்தது. வினோதமான சங்கேத பாஷை. 'எல்லா கார்களுக்கும் கவனிக்க. கரிய நிற ஆஸ்டின் வான். ஹோட்டல் ஜூலியட், டெல்ட்டா, ஃபைவ், ஓ, கிலோ, இன்று மாலை கிங்ஸ்டன் வேல் அருகில் திருடப்பட்டது. விவரம் தெரிந்தால் கால்ஃப் ஆல்ஃபா 3135-க்குச் செய்தி தரவும்.'

எங்கள் கார் வேகம் பிடித்தது. அதன் சக்தி நிறைந்த இன்ஜினின் சீறலில் என் வயிற்றை

வேகம் கவ்வியது. ஹெண்டர்ஸனின் பார்வை சாலையின் இரு மருங்குகளிலும் அலைந்தது. திறமை மிக்க ஆபீசர். கடமை மறக்காத மனிதன். அந்த இருள் பொந்துகளிலும் இந்தத் திறந்த ஜன்னல்களிலும் சந்தேகத்தின் நிழலைத் தேடிக்கொண்டே இருக்கும் போலீஸ் பார்வை. 'ஸ்மோக்?' என்றார் திரும்பிப் பார்க்காமல்.

'நோ, தாங்க்ஸ்' என்றேன். கையை உரசிக்கொண்டேன்.

'குளிருகிறதா?' என்றார்.

'லேசாக,' என்றேன்.

'கொஞ்சம் பிராந்தி சாப்பிட்டால் சரியாகப் போய்விடும்.'

'நான் குடிப்பதில்லை.'

'டோன்ட் டெல் மி! சைவமா?'

'ஆம்.'

'ஷய்! எதற்காக உயிர் வாழ்கிறீர்கள்?'

சிரித்தேன்.

'நீங்கள் லாயரா?'

'ஆம். க்ரிமினல்.'

'நீங்கள் எல்லாரும் இந்தியர்கள். லண்டனில் நடக்கிறது இந்தக் குற்றம். பின்னால் கண்டுபிடித்ததும் நாம் எல்லோரும் சட்டப் புத்தகங்களை வைத்துக்கொண்டு தலையைச் சொறிந்துகொள்ள வேண்டி இருக்கும் என எதிர்பார்க்கிறேன்.'

'கண்டுபிடித்து விடுவீர்களா?'

'ஸ்காட்லண்ட் யார்டினால் முடியாதது எதுவும் இல்லை,' என்றார் அலட்சியமாக.

'ஹெண்டர்ஸன்?' என்று கூப்பிட்டது ரேடியோ.

'எஸ்.'

'சி. டிபார்ட்மெண்ட்... இந்த கேசில் மக்கேயின் சில அம்சங்கள் இருக்கின்றன.'

‘கவனித்தேன்.’

‘டெலிபோன் கால் வரும்போது காலம் தாழ்த்தவேண்டும். அது எங்கிருந்து வருகிறது என்று கண்டுபிடிக்க ஏற்பாடு செய்து விட்டோம்.’

‘ராஜர்’ என்றவர் என்னிடம் திரும்பி, ‘மிஸ்டர் கணேஷ், நீங்கள் ஒரு காரியம் செய்யவேண்டும்.’

‘நிச்சயம்.’

‘பெட்டியை எடுத்துக்கொண்டு டெலிபோன் கூட்டில் போய் இருங்கள். நான் எதிர்பார்க்கிறபடி அந்த விவகாரம் டெலிபோனுடன் முடியப் போவதில்லை. கால் வரும். அங்கிருந்து எங்கே செல்வது என்று மேலும் ஆணைகள் வரும். அலையவைக்கப் போகிறார்கள். விட்டுப் பிடிக்கவேண்டும்... பேசுகையில் புரியாதது போல, குறித்துக்கொள்ள அவகாசம் தேவைபோல் நீங்கள் காலம் தாழ்த்தவேண்டும்... நாங்கள் சற்றுத் தூரத்தில் எப்போதும் இருப்போம். கவலைப்படாதீர்கள் போலீஸ் உதவியுடன் வந்திருப்பது அவர்களுக்குத் தெரியக்கூடாது. சற்றுநேரத்திற்கு நீங்கள்தான் ஜனார்தன்.’

‘சரி’ என்றேன்.

மார்பிள் ஆர்ச், ரீஜண்ட்ஸ் பார்க், க்ரிக்கிள்உட். கார் லண்டனில் பல்வேறு வெளிச்சங்களின் ஊடே நழுவியது. இரவு நேரம்... குளிரில் ஒரு கிழவன் செய்தித்தாள் விற்றுக்கொண்... ஃபிஷ் அண்ட சிப்ஸ் என்று நீல நிற நியான் ஒளிர்த்... பப் என்று சொல்லப்படும் மதுச்சாலைகளில் எல்லோரும் பீர் குடித்துக்... டார்ட்ஸ் ஆடிக்கொண்... காதல் ஜோடிகள் குளிருக்கு அடக்கமாக முத்...

‘ப்ரியா எப்படி?’ என்றார் ஹெண்டர்ஸன்.

‘நல்ல பெண். வெகுளியான பெண்.’

‘அவள் ஜானிடம் இருக்க விரும்பவில்லையா?’

‘ஆம்.’

‘விவகாரத்து செய்திருக்கலாமே?’

'இந்தியாவில் அது அவ்வளவு சுலபமில்லை.'

'டெலிபோனில் பேசும்போது நீங்கள் கேட்கப்போகும் குரலைப் பிரயத்தனப்பட்டு ஞாபகப்படுத்திப் பார்க்கவேண்டும். எப்போதாவது கேட்ட குரலா என்று. அதனால்தான் ஜானுக்குப் பதில் உங்களை அழைத்துவந்தேன். எப்போதாவது கேட்ட குரலா? நீங்கள் படப்பிடிப்பில் உடன் இருந்திருக்கிறீர்கள். யூனிட்டில் எல்லா இந்தியர்களின் குரலையும் கேட்டிருப்பீர்கள். குரலில் கொஞ்சம் பரிச்சயம் தெரிந்தால் போதும்.'

'முயன்று பார்க்கிறேன். இந்த வேலை படப்பிடிப்பில் சம்பந்தப் பட்டவர்கள் வேலை என்று நினைக்கிறீர்களா?'

'அது ஒரு சாத்தியம். ப்ரியா யார்? இங்கிலாந்தில் யாருக்குத் தெரியும்? அவள் மதிப்பு யாருக்குத் தெரியும்? முதல் சந்தேகம் உங்கள் யூனிட்டில் சம்பந்தப்பட்டவர்களின் பேரில்தான் ஏற்படும், நீங்கள் உள்பட.'

'ஸர்ச் மி! ப்ரியாவைப் பற்றி இங்கிலாந்தில் இருக்கும் இந்தியர்கள் சிலருக்கும் தெரிந்திருக்கலாம். குறிப்பாக, தமிழ் மொழி பேசுபவர்களுக்கு. எங்கள் சினிமாப் பத்திரிகைகளில் செய்தி வந்திருந்தது...'

'அதுவும் சாத்தியம்.'

'நல்ல பெண்.'

'அழகானவளாக இருக்க வேண்டும். ஆல் இண்டியன் கர்ல்ஸ் ஆர் ப்ரெட்டி.'

'ஆம்.'

'அழகானவர்கள் எல்லோரும் சந்தோஷமாக இருப்பதில்லை.'

'அவள் சந்தோஷமாக இல்லை.'

'குமார் பற்றி என்ன சொல்கிறீர்கள்?'

'அவளை உபாசிக்கிறான். ஆனால் இந்தக் காரியம் அவன் செய்திருப்பான் என்று எனக்குத் தோன்றவில்லை.'

ப்ரெண்ட் க்ராஸில் கிளாவர் வடிவ வளைவுகளைத் தொடர்ந்து இடது பக்கம் திரும்பிச் சற்றுத் தூரம் சென்றதும் எம்-1 என்று

பிரபலமாயிருக்கும் ராட்சச பாட்டையைக் கடந்து வடக்கு சர்க்குலர் ரோடுக்கு வந்தோம்.

‘கேம்ப்ரிட்ஜ் ரோடு வருகிறது’ என்றார் ரிச்சர்ட்.

‘மெல்லப் போ’ என்றார் ஹெண்டர்ஸன்.

அங்கிருந்து இரண்டாவது குறுக்கில் அந்த டிராஃபிக் விளக்கு தெரிந்தது.

‘மக்மோஹன் ரோடு... இதுதான் அந்த டெலிபோன் பூத். பார்த்து வைத்துக் கொள்ளுங்கள். ரிச்சர்ட், நீ சென்றுகொண்டிரு. நிறுத்தாதே... மிஸ்டர் ஜனேஷ், பாருங்கள்.’

கார் மந்த கதியில் செல்ல, தனியாக. ஒற்றையாக, சாலை ஓரத்தில் நின்றது அந்த டெலிபோன் கூண்டு. அதனுள் ஒரு பெண் கையை பலமாக ஆட்டிக்கொண்டு பேசிக்கொண்டிருந்தாள். அவள் பேச்சின் சைகைகள்தான் இங்கிருந்து தெரிந்தது... ‘யாரையோ திட்டுகிறாள்’ என்றார்.

கார் தொடர்ந்து ஒரு ஃபர்லாங்குக்கு மேல் சென்று நிழலான இடத்தில் நின்றது. அதன் இன்ஜின் சப்தம் கேட்கவில்லை. ‘பிளாட்பாரத்தின் பக்கம் இறங்கிக் கொள்ளுங்கள். நிதானமாக நடந்து அந்த டெலிபோன் பூத்துக்குச் செல்லுங்கள். கையில் எல்லோருக்கும் தெரியும்படி பெட்டியை வைத்துக் கொள்ளுங்கள். டெலிபோன் பூத்துக்குள் இருக்கும்போது யாராவது அதை உபயோகிக்க வந்தால் ரிசீவரைக் காதில் வைத்துக்கொண்டு பட்டனை மட்டும் அழுத்திக்கொண்டு பேசுவதுபோல் பாவனை செய்யுங்கள். மணி அடிக்கும். அப்போது எடுத்துப் பேசுங்கள். பேசும்போது காலம் தாழ்த்துங்கள். பயப்படாதீர்கள். குட் லக்.’

இறங்கி மெதுவாக கார்க் கதவை மூடிவிட்டு நடக்க ஆரம்பித்தேன். லண்டன் குளிரையும் மற்றொரு குளிரையும் உணர்ந்தேன். கோட்டின் காலரை நிமிர்த்திக் கழுத்தை மறைக்க முயற்சித்தேன்.

மெதுவாகத்தான் நடந்தேன். தூரத்தில் அந்தக் கூண்டு தெரிந்தது.

என் எதிரே மூன்று வெள்ளைக்கார இளைஞர்கள் திறந்த கோட்டுகள் வழியாக மார்பிலிருந்த பனியன் தெரிய ஜீன்ஸ் அணிந்துகொண்டு பாடிக்கொண்டே வந்தார்கள். இவர்களுக்கெல்லாம் குளிரே கிடையாதா?

நான் அந்த இளைஞர்களை எதிர்கொள்ளச் சற்றுப் பயந்தேன். லண்டன் இளைஞர்கள் வம்புக்காரர்கள். நேர்ப் பார்வையுடன் நடந்தேன்.

'ஷ்டாப்' என்று விரலால் துப்பாக்கி காட்டி ஒருவன் என்னை எதிர்த்தான். குடி. ஷ்டாப்பினேன். அவர்கள் மூவர் பனியன்களிலும் கொட்டை எழுத்தில் 'வெஸ்ட்ஹாம்' என்று எழுதியிருந்தது.

'ஆர் யூ ஃப்ரம் பாகிஸ்தான்?' என்றான் ஒருவன்.

'ஐயம் ஃப்ரம் வெஸ்ட்ஹாம்' என்றேன். அவர்கள் சந்தோஷத்துடன் என்னைத் தூக்கி நிறுத்திக் கீழே வைத்து 'லெட்ஸ் ட்ரிங்க் ஃபர் தட்!' என்றார்கள்.

'நான் குடிப்பதில்லை' என்று அவர்களிடமிருந்து கழன்று கொள்ள முயற்சிக்க, அவர்கள் மறுக்க, நல்லவேளை எதிர்ச்சாரியில் ஒரு பெண் தென்பட, உடனே அவளை நோக்கிப் போருக்குக் கிளம்பப் போவது போலச் சொன்றார்கள். நான் விருட்டென்று நடந்தேன்.

அந்த டெலிபோன் கூண்டில் ஒற்றை பல்பு எரிந்தது. வலுவான தகர அட்டைகளுடன் லண்டன் நகரத்தின் பிரம்மாண்டமான டெலிபோன் டைரக்டரி பாகம் ஒன்று, பாகம் இரண்டு என்று ஆறு பாகமாக மடங்க சௌகரியமாக அமைந்திருந்தது. டெலிபோன் கூண்டின் கண்ணாடி அல்லாத பகுதிகள் எல்லாம் விதவித எண்களும் செய்திகளும், கத்தி, பால்பாயிண்ட் பேனா, பென்சில் போன்ற பலவித சாதனங்களால் பலரால் எழுதப்பட்டிருந்தன. '0 1.2845-76' 'ட்ரேஸிஜம் க்ரேஸி', 'உன் பாக்கெட்டிலிருந்து கை எடு', 'டேவிஸ் இஸ் இன்னொஸெண்ட்', 'ப்ளாக்பவர்'.

கதவை மூடிக்கொண்டு காத்திருந்தேன். வெளியே கார்கள் விஷ் விஷ் என்று பறந்தன. ஒரு ஆம்புலன்ஸ் மண்டையில் நீலநிற விளக்கு சுற்றச் சுற்ற மேல் ஸ்தாயி கீழ் ஸ்தாயி அலறலில் விரைந்தது. யாருக்கு? மௌனம். சற்றுநேரம்.

ஹெண்டர்ஸனின் கார் எங்கிருக்கிறது என்று தெரியவில்லை. அதோ, அந்த இருளில் போலீசின் ஆயிரம் காதுகள்.

என்னை யாராவது பார்த்துக்கொண்டிருக்கிறார்களா? எதிரே ஹை ரைஸ் அப்பார்ட்மெண்ட் கட்டடத்தின் ஜன்னல்கள் வெளிச்சம் காட்டின.

ஒரு நிமிஷம், இரண்டு நிமிஷம், எட்டு நிமிஷம், பன்னிரண்டு நிமிஷம்...

சுவருடன் பதிந்திருந்த டெலிபோனின் மேல் அதன் நம்பர் எழுதியிருந்தது. ஆம். அந்த நம்பர் சற்று முன் ஹோட்டலில் கால் வரும்போது சொல்லப்பட்டதே... மணி ஒலித்தது.

'எஸ்.'

'மிஸ்டர் ஜனார்தான்?'

'எஸ். பணம் கொண்டு வந்திருக்கிறேன்.'

ஸ்பஷ்டமாகக் கேட்டது. 'முட்டாளே! நீ வைத்திருக்கும் பெட்டியில் ஒன்றுமில்லை என்று எங்களுக்குத் தெரியாதா? நீ ஜனார்தான் இல்லை என்று எங்களுக்குத் தெரியாதா? நீங்கள் போலீசிடம் சொல்லியிருப்பது தெரியாதா? லுக்! கணவனிடம் சொல்! அந்தப் பெண்ணின் உயிருடன் விளையாடுகிறான் என்று சொல். உடனே போலீசை விலகச் சொல். இது கடைசி எச்சரிக்கை... இன்னும் ஒரு நாள் அவகாசம். அதற்குள் போலீஸ் விலகவில்லை என்றால், நடப்பதற்கு நீங்களே பொறுப்பு... முதன் முதலில் அந்தப் பெண்ணின் ஒரு விரல் வெட்டப்படும்... ஒரு நாள்! அவ்வளவுதான். அடுத்த போன் கால் நாளை வரும்.'

'ஹலோ... நீ சொல்வது சரியாகக் கேட்கவில்லை. ஹலோ... ஹலோ...'

வெட்டப்பட்டுவிட்டது. டெலிபோனின் இனிய ஆயிரம் சைக்கிள் ஒலிதான் கேட்டது.

நிச்சயம் நான் கேட்ட குரல் இந்தியக் குரல் இல்லை. எனக்கு அந்தக் குளிரில் வியர்த்திருந்தது. சற்று நேரம் அந்தக் கூண்டிலேயே நின்றேன். என் மனத்தில் பிம்பங்கள் சஞ்சரித்தன. ப்ரியா தோன்றினாள். 'கணேஷ் சார், பாருங்க என் கையை...'

சினிமாவின் ஃப்ரீஸ் போல அவள் அலறல் இருளில் மௌனமாகக் கரைந்தது.

என்ன செய்வது?

'அதோ, அந்த இருளில் போலீஸ் கார் எனக்காகக் காத்திருக்கிறது. இங்கே அந்தச் செய்தியின் எச்சரிக்கை. போலீசிடம் சொல்லாதே.

முதன் முதலாக அந்த முகமற்ற எதிரியின் மூர்க்கத்தையும் பலத்தையும் எனக்கு அந்த டெலிபோன் பேச்சு உணர்த்திவிட்டது. அபாயகரமான எதிரி. நடப்பதை முழுவதும் அறிந்த எதிரி. போலீசுக்குத் தகவல் போனதை உடனே அறிந்த எதிரி... ப்ரியாவின் பத்திரம் அந்த லண்டன் இரவில் எல்லாவற்றையும் விட முதன்மையானதாகப் போய்விட்டது. எங்கே இருக்கிறாள், யாரிடம் அகப்பட்டிருக்கிறாள்? பரிச்சயமான குரல் அல்ல அது. இந்திய உச்சரிப்பு இல்லாத குரல். யார் இந்த எதிரி? வெளியே நடந்த என் மனத்தில் போராட்டம். போலீசுக்குச் சொன்னதில் நான் தப்பு செய்துவிட்டேன். அதனால் அவள் நிலைமை இன்னும் அபாயகரமானதாகிவிட்டது. எதிரியின் பிடிவாதமும் மூர்க்கத்தனமும் அதிகமாகிவிட்டது. போலீஸ் கண்டுபிடித்து விடுவார்கள்... நிச்சயம். ஆனால் அவர்கள் கண்டுபிடிப்பதற்குள் ப்ரியாவை இழந்துவிடுவோமோ என்ற அச்சம்...

தீர்மானித்தேன். ஜனார்தன் சொன்னதுபோல் கொடுத்துத் தொலைத்துவிடலாம், போலீசுக்குத் தெரியாமல்.

என் அருகில் சப்தமின்றி போலீஸ் கார் வந்து நின்றது. இருளி லிருந்து ஹெண்டர்ஸனின் குரல், 'உள்ளே வாருங்கள்,' என்றது. பொம்மைபோல் உட்கார்ந்தேன். கார் புறப்பட்டது.

'வெல்?'

நான் மௌனமாக இருந்தேன்.

'கால் வந்ததா?'

'வந்தது.'

'என்ன கேட்டான்? என்ன சொன்னான்?'

'எனக்குத் தெளிவாகக் கேட்கவில்லை. டெலிபோனில் கோளாறு இருந்திருக்க வேண்டும்.'

'அப்படியா? அவன் உங்களிடம் என்ன சொன்னான் என்று தெளிவாகத் தெரியவேண்டுமா? ரிச்சர்ட்!'

கார் ஓட்டிக்கொண்டே ரிச்சர்ட் அதன் க்ளவ் கம்பார்ட் மெண்டைத் திறந்தான். அதிலிருந்த நோட்டுப் புத்தகத்தை ஹெண்டர்ஸன் எடுத்தார். ஒரு டார்ச்சை எடுத்தார். ஏற்றினார். புரட்டினார்.

‘உங்களுக்கு வந்த டெலிபோனை ட்ரேஸ் பண்ணி ரெகார்டும் பண்ணிவிட்டார்கள். பேசியது என்ன என்ற விவரம் ரேடியோ மூலம் எனக்கும் வந்தது. ரிச்சர்ட் குறித்துக்கொண்டுவிட்டான். கேளுங்கள். ‘முட்டாளே! நீ வைத்திருக்கும் பெட்டியில் ஒன்றும் இல்லை என்று எங்களுக்குத் தெரியாதா? நீ ஜனார்தான் இல்லை என்று எங்களுக்குத் தெரியாதா? நீங்கள் போலீசிடம் சொல்லி யிருப்பது தெரியாதா...’

‘போதும்’ என்றேன்.

‘மிஸ்டர் ஜனேஷ், எங்களிடம் நம்பிக்கை இல்லையா?’

‘அப்படியில்லை.’

‘பின் ஏன் திடீரென்று பின் வாங்குகிறீர்கள்?’

‘பயம்தான். போலீசிடம் தொடர்ந்து சம்பந்தம் வைத்துக்கொண் டால் அவள் விரலை வெட்டி விடுவோம் என்று சொன்னான்.’

‘அதனால்?’

‘பேசாமல் தனிப்பட்ட முறையில் தீர்த்துவிடுகிறோமே?’

‘அது பத்தாயிரம் அல்லது இருபதினாயிரம் பவுண்டுடன் முடியப்போகிறது என்று எண்ணுகிறீர்களா? நீங்கள் தனிப்பட்ட முறையில் இதைச் சமாளிக்க முடியுமா? அவர்களிடம் ப்ரியா இருக்கிறாள் என்பதே என்ன நிச்சயம்? அவர்கள் பணத்தை மட்டும் கவர்ந்துகொண்டு அவளை விடுவிக்காமல் விட்டால் என்ன செய்வீர்கள்? இந்த மாபெரும் லண்டன் நகரத்தில் நீங்கள் எங்கே தேடப்போகிறீர்கள்?’

‘எனக்கு ப்ரியாவைப் பற்றி இப்போது அதிகக் கவலையாக இருக்கிறது மிஸ்டர் ஹெண்டர்ஸன்.’

‘அதற்கு ஸ்காட்லண்ட் யார்ட் என்னும் மகத்தான இயந்திரம் இருக்கிறது. தப்பவே தப்பாது. கவலைப்படாதீர்கள்.’

‘அவர்களுக்கு எப்படி போலீசுக்குச் சொன்னது தெரிந்தது? நாங்கள் உங்களுக்குச் சொன்னதே இன்று மாலைதானே?’

‘கார்ல்ட்டன் ஹோட்டலைக் கண்காணித்திருக்கலாம் அவர்கள். இது ஒரு தேர்ந்த கோஷ்டி என்று தெரிகிறது. அந்தக் குரல் பற்றி ஏதாவது சொல்ல முடியுமா?’

'நிச்சயம் அந்தக் குரலில் இந்திய உச்சரிப்பு இல்லை. ஒருவித மான வழுக்குகிற ஆங்கிலம்...'

'வாய்ஸ் ப்ரிண்ட் போட்டுப் பார்க்கலாம்.'

'நிச்சயம் புதிய குரல்.'

'கண்டுபிடிக்கலாம். கண்டுபிடிக்கலாம்.'

ரேடியோ உயிர் பெற்றது.

'ஹெண்டர்ஸன்...'

ஹெண்டர்ஸன் மைக்கை எடுத்து, 'எஸ்' என்றார்.

'உன் நண்பனைக் கண்டுபிடித்துவிட்டோம்...'

'கோ அஹெட்.'

'எங்கே இருக்கிறீர்கள்?'

'வடக்கு சர்க்குலர் ரோடில் திரும்பிக் கொண்டிருக்கிறோம். எம் ஒன்னைக் கடந்து விட்டோம். ஏ 41 உடன் சேரப் போகிறோம்.'

'ஏ41-ல் தெற்கு முகமாக வந்து ஏ 407-ஐப் பிடித்து ஏ 5-ல் இடது பக்கம் திரும்பி கில்பர்னுக்கு வரவும். அங்கே ரேடியோ கார் டெல்ட்டா 27 உடன் தொடர்பு கொள்ளவும். உன் நண்பனைச் சந்திக்கலாம்.'

'யார் அவன்?'

'பெயர் மாட்டிஸன், பாடிங்டன் அருகில் ஒரு பப்ளிக் டெலிபோனிலிருந்து டெலிபோன் செய்து கொண்டிருந்தான். காலை ட்ரேஸ் செய்து அவனைப் பிடித்தாகிவிட்டது. உடனே போய்ப் பார். கேள்வி கேட்பதற்கு அழைத்துப் போ...'

'தாங்க்ஸ் ... ரிச்சர்ட்!'

ரிச்சர்ட் கட்டை விரலை உயர்த்திக் காட்டினான். கார் வேகம் பிடித்தது.

'பிடித்துவிட்டோம்.'

'புரியவில்லை. யாரை?'

‘உனக்குச் சற்று நேரம் முன் டெலிபோன் செய்தவனை. எந்த டெலிபோனிலிருந்து கூப்பிட்டான் என்பது தெரிந்துபோய் உடனே அங்கே மற்றொரு கார் சென்று அவன் வெளிவந்ததும் வளைத்தாகிவிட்டது. நாம் இப்போது அங்கே போகிறோம்.’

என் ரத்த ஓட்டம் அதிகரித்தது, ‘ரிமார்க்கபிள்!’ என்றேன்!

‘அவன் பெயர் மாட்டிஸன். கேள்விப்பட்டிருக்கிறாயா?’

‘இல்லை’ என்றேன்.

கார் அசுர வேகத்தில் சென்றுகொண்டிருந்தது. ஸ்காட்லண்ட் யார்டு என்னும் அபார மெஷின்! எத்தனை வேகத்தில் எத்தனை எளிதில் விஞ்ஞானத்தின் அத்தனை சாகசங்களையும் பயன் படுத்துகிறார்கள்! ப்ரியா கிடைக்கப்போகிறாள். முதல் பாதை தெரிந்துவிட்டது! ப்ரியாவை இவர்கள் நிச்சயம் கண்டுபிடித்து விடப் போகிறார்கள்.

ஹெண்டர்ஸன் மெதுவாக விஸிலடித்துக் கொண்டிருந்தார். சற்று நேரத்தில் டெல்ட்டா 27 என்கிற மற்றொரு காருடன் ரேடியோ தொடர்பு கொண்டார்கள்.

‘கில்பர்ன் அருகில் இருக்கிறோம்... உன் நண்பன் மாட்டிஸன் உனக்காகக் காத்திருக்கிறான்...’

‘யார் அவன்?’

‘பழைய கேடி. குடிகாரன். வயதானவன். அவனுக்கு ஒன்றும் தெரியாதாம்.’

‘ஏன் டெலிபோன் செய்தானாம்? என்ன காரணம்?’

‘காரணம் சொல்கிறான். வந்து கேளேன்?’

9

எங்கள் கார் கில்பர்னை அடைந்தபோது இரவு ஒன்பது மணி. டெல்ட்டா 27 என்ற மற்றொரு போலீஸ் கார் ஒரு ரெஸ்டாரண்டின் வாசலில் காத்திருந்தது. அதன் கதவு திறந்தது. அழுக்கு பூட்ஸுடன் கால்கள் கார் ஜன்னலுக்கு வெளியே தெரிந்தன.

ஹெண்டர்ஸன் எங்கள் கார் நின்றதும் வெளியே பாய்ந்தார். 'எங்கே அவன்?' என்றார்.

'உட்கார்ந்திருக்கிறான்,' என்ற பதில் காத்திருக்கும் காரின் உட்புறத்திலிருந்து கேட்டது. நான் இறங்கிக்கொண்டேன். காரின் உள் விளக்கு எரிந்தது.

குஷாலாகப் போலீஸ் காரின் பின் சீட்டில் பாதி படுத்துக்கொண்டும் உட்கார்ந்துகொண்டும் இருந்த மாட்டிஸனுக்கு வயது அறுபதுக்கு அருகில் இருக்கும். அந்த வயதின் மடிப்புகள் முகமெங்கும் இருந்தன. வெளிர்ப் பச்சைக் கண்கள். ஹெண்டர்ஸனைப் பார்த்து, 'ஹாய் தேர்,' என்று தன் கையிலிருந்து பீர் கோப்பையை உயர்த்தினான். மஞ்சள் பற்கள். மூக்கில் கரு கரு என்று ஒரு மச்சம். போலீசுக்குப் பயப்படுகிறாற் போலத் தோன்றவில்லை. காலை நீட்டிக்கொண்டு சுகமாக இருந்தான்.

‘இவன்தானா டெலிபோன் செய்தது?’ என்று கான்ஸ்டபிளைப் பார்த்துக் கேட்டார் ஹெண்டர்ஸன்.

‘நான்தான் நான்தான்’ என்று ஆவலுடன் பதிலளித்தான் மாட்டிஸன்.

‘சொல்லு?’ என்று அவனை உலுக்கி நிமிர்த்தி உட்காரவைத்தார்.

‘ஈஸி,ஈஸி. சொல்கிறேன். பீர்?’ மறுபடி கோப்பையை உயர்த்தினான்.

‘நோ, சொல்லு. என்ன நடந்தது? ஏன் அவ்வாறு டெலிபோன் செய்தாய்?’

மாட்டிஸனின் ஆங்கிலம் ‘காக்னி’ என்று சொல்லும் கொச்சை யில் இருந்தது. அதைப் புரிந்துகொள்வதில் எனக்குச் சிரம மிருந்தது. நிகழ்காலத்திலேயே பேசினான். ‘யூ ஸீ இன்ஸ் பெக்டர். நான் காக் அண்ட் ஸ்பானியலுக்கு வருகிறேன். யாராவது நண்பன் கிடைத்தால் ஒரு பைண்ட் பீர் கிடைக்கும் என்று வாசலில் நிற்கிறேன். பாப் என்னை உள்ளே வராதே என்று விரட்டுகிறார். அப்போது இந்த இந்திய ஜென்டில்மன் வரு கிறார். என்னைப் பார்க்கிறார். ‘மாட்டிஸன், உனக்கு இரண்டு பவுண்டு வேண்டுமா?’ என்றார். யார்தான் வேண்டாம் என்பார் கள்? இரண்டு பவுண்டு இருந்தால் மூன்று பைண்ட் பீர் போட்டுவிட்டு எம்மாவிடம் இரண்டு தடவை போய்விட்டு வரலாம். எனவே நான் வேண்டும் என்றேன். எனக்கு ஒரு காரியம் செய்யவேண்டும் என்கிறார். என்ன காரியம் என்கிறேன். என்னிடம் ஒரு காகிதத்தைக் கொடுத்து பத்து பென்னி கொடுத்து ஒரு டெலிபோன் செய்யவேண்டும் என்று ஒரு நம்பரை எழுதித் தருகிறார். ‘மாட்டிஸன், உனக்குப் படிக்கத் தெரியுமா?’ என்கிறான் அந்தப் பழுப்பு எலி. எனக்குப் படிக்கத் தெரியாது என்று எந்த நாய் மகன் சொன்னான் என்கிறேன்... தினம் தினம் மிர்ரர் படிக்கிறேன். எனவே அந்தக் காகிதத்தைக் காட்டி டெலிபோன் பண்ணியதும் எடுப்பவர் பெயர் கேட்க வேண்டும். ஏதோ பெயர் எழுதித் தந்தான். வாயில் அந்த நாய் மகன் பெயர் நுழையவில்லை. அவன் ஆம் என்றதும் கடிதத்தில் எழுதியிருப் பதை அப்படியே வாசித்துவிட்டு வைத்துவிட வேண்டும் என்று சொல்லிவிட்டு அந்த இந்திய ஜென்டில்மென் எனக்கு ஒரு பவுண்டு முன் பணமாகக் கொடுத்தான். சுலபமான வேலை.

எனக்கு என்ன? நான் போன் செய்தேன். பேசினேன். பேசி முடிப்பதற்குள் லண்டன் போலீஸ் படையே என்னை வந்தடைந்துவிட்டது. இந்தா அந்தக் காகிதங்கள் மேட்! என்னைக் கைது செய்யப்போகிறீர்களா?'

'மாட்டிஸன், அந்த ஆசாமியின் முகம் ஞாபகம் இருக்கிறதா உனக்கு?' காகிதங்களைப் பைக்குள் போட்டுக்கொண்டார்.

'இண்டியன் ஜென்டில்மன் லெட் மீ ஸி...ம்...' என்னைப் பார்த்து 'இவர்தான்' என்றான்.

'மாட்டிஸன். நீ குடித்திருக்கிறாய்.'

'ஸாரி! இவர் யார் போலீஸா? என்னை அரெஸ்ட் செய்யுங் களேன். ராக்குளிர் தாங்கவில்லையே. பார்க்கில் செய்தித்தாள் விரித்துப் படுத்து அலுத்துவிட்டதே!'

'மாட்டிஸன், அந்த ஆளை வர்ணிக்க முயற்சி செய்' என்று மருந்து பாட்டிலைப்போல் குலுக்கினார் அவனை. பீர் சிந்தியது.

'வெய்ட் எ மினிட்... அவன் காஃபி பழுப்பாக இருந்தான். கறுப்பு மயிர்... மீசை வைத்திருந்தானா?... ஸாரி. ஞாபகமில்லை... லுக் அட் தட்!' என்று விசிலடித்தான். அவன் பார்த்த திக்கில் ஒயிலாக ஒரு பெண் நெளிந்து நடந்து ரெஸ்டாரண்டின் உள் நுழைந்து கொண்டிருந்தாள்... 'என்ன அபாரமான பின்பாகம்' என்று மானசீகமாகப் பத்து விரல்களாலும் வருடினான்.

ஹெண்டர்ஸன் தலையை ஆட்டிக்கொண்டார். அவன் கன்னத் தில் தட்டினார். 'எத்தனை உயரம் இருந்தான் அவன். 5.6? 6?'

'மீடியம்' என்றான்.

'உபயோகமில்லை!' என்று அவனைத் தள்ளினார். காருக்கு வெளியே வந்தார்.

மாட்டிஸன் என்னிடம் கவலையுடன், 'என்னைக் கைது பண்ணமாட்டீர்களா?' என்றான்.

'ஷட் அப்!' என்றேன்.

'நான் நினைத்தேன். ராத்திரி குளிருக்கு...'

ஹெண்டர்ஸன், ‘இவன் சுயபுத்தியில் இருக்கும்போது நாளை ஸ்டேஷனுக்கு அழைத்துச் சென்று விசாரியுங்கள். ஐ மே ஹேவ் எ லைன் அப். நீங்கள் இவனை அடைந்தபோது டெலிபோனுக்கு அருகில் யாராவது வெளியில் நின்றுகொண்டிருந்தார்களா?’

‘இல்லை சார்.’

மாட்டிஸன், ‘அந்த நாய்மகன் இன்னும் ஒரு பவுண்டு கொடுக்க வேண்டும்’ என்றான். ஹெண்டர்ஸன் கைகளை உரசிக்கொண்டு வாய்க்குள் முணுமுணுத்துக் கொண்டு அந்த ரெஸ்டாரண்டுக்குள் நுழைந்தார். என்னையும் உடன் கூப்பிட்டார்.

அந்தப் பெண் தனியாகப் பாரின் அருகில் உட்கார்ந்து கொண்டிருந்தாள். அவள் ஸ்கர்ட் தொடையை மறைப்பதற்காக ஏற்பட்டதாகத் தெரியவில்லை. இங்கிலீஷ்காரர்கள் சின்னச் சின்ன கும்பலாகக் குடித்துக்கொண்டிருந்தார்கள். ஹெண்டர் ஸனைப் பார்த்ததும் சற்று பேச்சின் அரவம் அடங்கியது. சிலர் கடிகாரத்தைப் பார்த்தார்கள். ஹெண்டர்ஸன் பாருக்கு அருகில் சென்று அங்கு கண்ணாடிகளைத் துடைத்துக் கொண்டி ருந்தவனைக் கூப்பிட்டார்.

‘இங்கே ஒரு இந்தியன் வந்தானா சற்று முன்பு...’

அவன் யோசித்து, ‘இல்லை’ என்றான்.

அந்தப் பெண் என்னைப் பார்த்து, ‘ஹலோ! பய் மி எ ட்ரிங்க்?’ என்றாள்.

‘கீப் கொயட்’ என்று அதட்டினான் கண்ணாடிக்காரன். குட்டை யாக இருந்தான். இத்தாலியன் போலும்.

‘ஆர் யூ ஷ்யூர்?’

‘ஷ்யூர். நான் நான்கு மணி நேரமாக இருக்கிறேன் இங்கே.’

‘மாட்டிஸனைத் தெரியுமா உனக்கு?’

‘தெரியும். நான்தான் தினம் மாலை அவனை விரட்டுவேன். ஹி இஸ் த லோகல் பம்.’

‘அவன் ஒரு இந்தியனுடன் பேசிக்கொண்டிருந்தானா?’

'இருக்கலாம். உள்ளே வரவில்லை... மாட்டிஸன் ஏதாவது தப்பாகச் செய்து விட்டானா?'

'இந்த ரெஸ்டாரண்டுக்கு இந்தியர்கள் வருவார்களா?'

'சில சமயம்.'

'ஜனேஷ், வாருங்கள் போகலாம்.'

கிளம்பும்போது அந்தப் பெண் என்னைப் பார்த்துக் கண் சிமிட்டினாள். மார்பை முன் பக்கம் துருத்திக் காட்டினாள்.

திரும்ப காரில் செல்லும்போது ஹெண்டர்ஸன் அலுத்துக் கொண்டார். 'சே! மிக அருகில் வந்தோம்' என்றார்.

'மாட்டிஸனுக்கும் இதற்கும் சம்பந்தமில்லை என்கிறீர்களா?'

'இல்லை. அவனை உபயோகித்திருக்கிறார்கள். விஷயம் தெரிந்த ஆசாமிகள். ஸ்காட்லண்ட் யார்டின் முறைகளைப் பற்றித் தெரிந்திருக்க வேண்டும். டெலிபோன் காலை ட்ரேஸ் செய்துவிடுவோம் என்று தெரிந்திருக்க வேண்டும்... அதற்காகத் தான் மாட்டிஸன் மூலம் போன் செய்திருக்கிறார்கள். ஒரு பவுண்டு இரண்டு பவுண்டு கொடுத்தால் கொலை கூடச் செய்யக் கூடிய ஆசாமிகள் இருக்கிறார்கள் லண்டனில்... சே!' ரேடியோ வின் மைக்கை எடுத்துக்கொண்டார். சங்கேத பாஷையில் ஹெட்குவார்ட்டஸைக் கூப்பிட்டார்.

'ஹூம். ப்ளாங்க்! அவன் ஒரு சாதாரண பம்.'

'டஃப் லக்' என்று பதில் வந்தது.

கார்ல்ட்டன் ஹோட்டலை மறுபடி வந்தடைந்தோம். அங்கே ஷா, சங்கரன், பரத் குமார், ஜனார்தன் எல்லோரும் கவலையுடன் காத்திருந்தார்கள். என்னைப் பார்த்ததும் ஜனார்தன் ஓடியே வந்தார். 'என்ன ஆயிற்று?' என்றார். 'கால் வந்ததா?'

'வந்தது... நாம் போலீசுக்குச் சொன்னது அவனுக்குத் தெரிந்து விட்டது.'

ஷா ஹெண்டர்ஸனிடம் வந்து, 'இன்ஸ்பெக்டர், வாட் ஹாப்பன்ட்?' என்றான்.

'ஹூ ஆர் யூ?'

‘அது ஷா. ஜனார்தனின் நண்பன்’ என்றேன்.

‘அது?’

‘படத்தின் டைரக்டர்.’

ஜனார்தன், ‘என்னதான் சொன்னான்?’ என்றார்.

நான் ஹெண்டர்ஸனைப் பார்த்தேன். அவர் ‘சொல்லலாம்’ என்றார்.

‘போலீஸின் உதவியை நாடியது அவர்களுக்குத் தெரியுமாம். போலீசை உடனே விலகிவிடச் சொல்லவேண்டுமாம். அப்போது தான் அவர்கள் மறுபடி நமக்கு டெலிபோன் செய்வார்களாம். நாம் ப்ரியாவின் உயிருடன் விளையாடுகிறோமாம்.’

‘என்னடாது எழவாப் போச்சு! இவர்களைக் கூப்பிட்டதே தப்பாகிவிட்டது. எப்படித் தெரிந்தது? இப்போது என்ன செய்வது? ஷா! ஏதாவது சொல்லேன்.’

ஷா இன்ஸ்பெக்டரிடம் சென்றான். ‘இன்ஸ்பெக்டர்! போலீசுக்குச் சொன்னது அவர்களுக்கு எப்படித் தெரிந்தது?’

‘அவர்கள் இந்த ஹோட்டலைக் கண்காணிக்கிறார்களோ என்னவோ?’

‘விஷயம் விபரீதமாகிவிட்டதே!’ என்றார் ஜனார்தன்.

‘என்ன செய்யச் சொல்கிறீர்கள்?’

‘போலீசைப் பின்னணியில் வைத்துக்கொண்டு பிரைவேட் டிடெக்டிவ்களை வைத்துக்கொண்டு சமாளித்துப் பார்க்கலாமே?’

‘பணம் கொடுக்கப் போகிறீர்களா?’

‘என்ன செய்வது- எனக்கு என் மனைவி வேண்டும். நான் ஷாவுடன் சேர்ந்து போதுமான பணம் நாளை தயார் செய்து விடுகிறேன். கொடுத்துவிடலாம்... போலீஸ் வேண்டாம்.’

‘ஸில்லி! பணம் கொடுத்ததும் அவள் கிடைக்கப் போகிறாள் என்று நம்பிக்கை இருக்கிறதா?’

இந்தக் கேள்வி என்னை வயிற்றில் தாக்கியது...

'ஏன்?'

'பத்தாயிரம் பவுண்டுடன் விட்டுவிடுவார்கள் என்று எண்ணுகிறீர்களா? இது ஒரு தேர்ந்த கோஷ்டி! ப்ரொஃபஷனல்ஸ் என்று தெரிகிறது. நமது ஒவ்வொரு மூவையும் தெரிந்திருக்கிறார்கள். அவர்களுடன் இந்த ஹோட்டலும் சம்பந்தப்பட்டிருக்கலாம். அவர்களைத் தாக்குப்பிடிக்க போலீசின் மகத்தான சக்தி நிச்சயம் தேவைப்படும். அனாவசியத்துக்கு பயப்படாதீர்கள். இன்னும் சற்று அலைய வைப்பார்கள். ப்ரியாவின் மதிப்பு எதுவரை என்று பரிசோதித்துப் பார்ப்பார்கள். இன்றைய இரவே அவர்களைப் பிடித்திருக்கலாம். மயிரிழையில் தப்பியிருக்கிறார்கள். நாளை இன்னும் வலுவாக நாங்கள் வேலை செய்வோம். நாளைக் காலை டிடெக்டிவ் சூப்பரிண்டெண்டெண்ட் ஸ்காட்லண்ட் யார்டிலிருந்து இந்த கேஸை கவனிப்பார்...'

'இப்போது என்ன செய்வது?'

'காத்திருங்கள்! மற்றொரு டெலிபோன் வரும்வரை காத்திருங்கள். ஹோட்டலுக்குத்தான் வரும் என்று எதிர்பார்க்கிறேன். மிஸ்டர் ஜனேஷ், கொஞ்சம் என்னுடன் வருகிறீர்களா?'

ஹோட்டலின் வாயிலில் நின்றோம். 'உங்கள் நண்பர்களிடத்தில் சொல்லுங்கள். போலீசின் உதவி இல்லாமல் முட்டாள்தனமாக எதையும் செய்ய முற்படாதீர்கள். நாளை நீங்கள் எல்லாம் ஸ்டேஷனுக்கு வரவேண்டி இருக்கும். ஞாபகமிருக்கட்டும். தனியாக வேலை செய்தால் நீங்கள் எவ்வளவு பேர்? பத்துப் பேரா? ஸ்காட்லண்ட் யார்டின் அளவு என்ன தெரியுமா? இருபதினாயிரம்! குட்நைட்.' அந்த காரின் சிவப்பு விளக்குகள் மறையும்வரை பார்த்திருந்தேன்.

உள்ளே வந்ததும் ஜனார்தன் அடிபட்ட புலிபோல் உலவிக் கொண்டிருந்தார், லவுஞ்சில் வேறு ஆட்கள் இல்லை. டெலிவிஷனில் ஒரு பெண் சிரித்துக்கொண்டு எதையோ உபயோகிக்கச் சொல்லிக்கொண்டிருந்தாள். பரத் குமார் சிகரெட்டை ஆஷ்ட்ரேயில் திணித்துவிட்டுத் தலையைப் பிடித்துக்கொண்டு உட்கார்ந்திருந்தான். சங்கரன் வாய் திறந்து ஜனார்தன் பின்னாலேயே நடந்தார். ஷாவின் நெற்றிப் புருவங்கள் சுருங்கி இருந்தன.

'நான் அப்பவே சொன்னேன், இவனிடம் போலீஸ் வேண்டாம் என்று' என்றார் ஜனார்தன்.

‘எப்போது சொன்னீர்கள்?’ என்றான் பரத் குமார்.

‘ஷட் அப்! எல்லாவற்றுக்கும் காரணம் நீதான்.’

‘கணேஷ், என்ன செய்வதாய் உத்தேசம்!’ என்றான் பரத் குமார்.

‘ஷா, சொல்லு ஷா! சும்மா இருக்கிறாயே! சொல்லு, அவள் எப்படிக் கிடைக்கப் போகிறாள்?’

ஷா யோசித்தான். ‘கால் வரவேண்டும். எப்படியும் அவர்கள் அடுத்து என்ன கேட்கப் போகிறார்கள் என்பது தெரிய டெலிபோன் வரவேண்டும். டெலிபோன் வந்தால் அதைப் போலீசிடம் சொல்லாமல் சுமுகமாக நாமே பார்த்துக்கொள்ள வேண்டியதுதான்...’

‘கையைக் காலை உடைத்து விடப் போகிறான்’ என்றார் சங்கரன்.

‘நீர் சும்மா இருமய்யா அபசகுனம்!’ என்று எரிந்து விழுந்தார் ஜனார்தன். ‘ஆமாம் ஷா! காதோடு காது வைத்தாற்போல் செய்துவிடலாம். நீ பணம் தயார் செய்துவிடு...’

‘நடக்காது’ என்றேன்.

‘ஏன்யா!’

‘இந்த ஹோட்டலுக்கு வரும் எல்லா டெலிபோன் கால்களையும் போலீசில் மானிட்டர் செய்துகொண்டிருப்பார்கள்... அவர்களுக்கு எல்லாம் தெரிந்துவிடும். அவர்களை மீறி நாம் ஏதாவது செய்ய முற்படுகிறோம் என்றால் அதுவும் தெரிந்துவிடும்!’

‘என்னடா இது, சரியான வம்பில் வந்து மாட்டிக் கொண்டுவிட்டோம். இந்தத் -----ளாலே எனக்கு எப்பவும் அல்லல்தான்.’

‘டேய்! அவளை அப்படிப் பேசாதே!’ என்றான் பரத்குமார்

‘ஆமாம். வக்காலத்துக்கு வந்திருக்கான்... சிரைக்கப் போடா! அவளைத் தடவறதுக்குன்னே லண்டன் வந்திருக்கியே. வெக்கமில்லை! போயேன். போய்க் கண்டுபிடி! போடா! ஓசி சிகரெட்டைப் பிடிச்சுட்டு உக்காந்திருக்கியே.’

ஷா பரத் குமாரைத் தள்ளி உட்கார வைத்தான். நான், ‘பரத் குமார், இருங்கள். இன்னும் பிரச்னைகள் வேண்டாம்!’ என்றேன்.

ஜனார்தன் என் மேல் பாய்ந்தார். 'ஆமாம், பெரிய வக்கீல்! ஒரு அரை மணிக்கு அவளைப் பார்த்துக்கொள் என்றால் கோட்டை விட்டுவிட்டு போலீசைக் கிளப்பிவிட்டு, குட்டையைக் குழப்பி இருக்கிறாய்! போய்யா நீ! வேண்டாம், நாங்கள் பார்த்துக் கொள்கிறோம். போ! ஒழி. என் மூஞ்சி முன் நிற்காதே!'

சற்று நேரம் அசட்டுத்தனமாக நின்றேன்.

ஷாவும் ஜனார்தனும் பேசிக்கொண்டிருந்தார்கள். பரத்குமார் வெற்றுப் பார்வை பார்த்துக்கொண்டிருந்தான். என் அருகில் சங்கரன் வந்தார், 'கிடைச்சுடுவாள். எங்கே போகிறாள்?'

நான் அவரை முறைத்துப் பார்த்தேன். 'சங்கரன்! யூனிட்டில் உங்களுடன் எவ்வளவு பேர் இந்தியர்கள் வந்திருக்கிறார்கள்?' என்றேன்.

'மூன்று பேர்தான்.'

'யார் யார்?'

'என் அசிஸ்டண்ட் ஒருத்தன், தாஸ் என்று ஒரு ஆப்பரேட்டிவ் கேமராமேன். என் மச்சினன் ஒருத்தன் டெக்னிஷியன்... பாக்கி எல்லோரும் வெள்ளைக்காரர்கள்.'

'அவர்கள் எல்லோரும் எங்கே?'

'சினிமாவுக்குப் போயிருக்கிறார்கள். ஏன் கேட்கிறீர்கள்?'

'நாளைக்கு காலையில் அவர்கள் எல்லோரையும் வரச் சொல்லுங்கள்.'

'ஏன்?'

'விசாரிப்பதற்கு.'

'சேச்சே! பசங்கள் நல்ல பசங்கள்! இந்த வம்புக்கெல்லாம் போக மாட்டாங்க. ஏதோ அப்பப்ப செக்ஸ் சினிமாவிலே ஒதுங்குவார்களே தவிர...'

'எதற்கும் வரச் சொல்லுங்களேன்.'

பரத் குமார் என்னிடம் வந்தான். 'என்ன செய்வதாக உத்தேசம்?' என்றேன்.

'காத்திருக்கப் போகிறேன். எனக்கு ராத்திரி தூக்கம் வரப்போவ தில்லை. மறுபடி போன் வந்தால் நீங்கள் என்ன செய்யமுடியும், தெரியவில்லை. ஆனால் காத்திருக்கப் போகிறேன். கிழவன் உளறுகிறான். அவனுக்கு உங்கள் உதவி தேவை இருக்கும். என் உதவி, போலீஸ் உதவி எல்லாம் தேவையாக இருக்கும். சும்மா இந்தியாவில் போல கூச்சல் போட்டால் காரியம் நடக்கப் போவதில்லை.'

'ஜனார்தன் அதிகக் குழப்பத்தில் இருக்கிறார். இந்த சமயத்தில் அவர் கோபித்துக் கூச்சல் போடுவது சகஜமே. நான் என் அறைக்குப் போகிறேன். ஏதாவது விபரீதமாக நடந்தால் எனக்கு போன் செய்துவிடுங்கள்' என்று என் ஹோட்டலின் பெயரைக் குறிப்பிட்டேன்.

ஹோட்டலுக்குத் திரும்பிவந்து ஷர்ட் பாண்டைக் கழற்றாம லேயே படுக்கையில் விழுந்தேன். ரூம் சர்விஸைக் கூப்பிட்டு இரண்டு ஸாண்ட்விச்களும் ஒரு கப் ஆர்லிக்ஸூம் ஆர்டர் செய்தேன். டெலிவிஷனைப் போட்டேன். அது உயிர் பெற்று வெறும் கீறல்கள்தான் திரையில் தோன்றின. டெலிவிஷன் முடிந்துவிட்டது. மற்றொரு பட்டனைத் தட்டி சானல் சங்கீதம் கேட்டேன். அருமையான அந்தச் சங்கீதத்தில் மனம் செல்ல வில்லை. கண்கள் கனத்தன. தூக்கம் வரவில்லை. விளக்கை அணைத்தேன். வெளியே லண்டன் வானம் நிறம் மாறி இருந்தது. நான் வெற்றுப் பார்வை பார்த்துக்கொண்டு யோசித்தேன். முடிவில்லாத குழப்பமான யோசனைகள். வயிற்றுக்குள் பயம் தோன்றியது. கணேஷ் சார், கணேஷ் சார் என்று எத்தனை தடவை கூப்பிடுவாள்! எங்கே இருக்கிறாள், யாரிடம் இருக்கிறாள், எந்த நிலையில் இருக்கிறாள்? *மறுபடி போலீஸின் உதவியை நாடுகிறாயா முட்டாளே... இதோ அவள் விரலைப் பார்சலாக அனுப்பி வைக்கிறேன்... நீ என்பாள் நீங்கள் என்பாள் வினோத் மெஹ்ரா என்பாள்... அவளைப் பார்த்து சரியாக முப்பத்தாறு மணி நேரம் ஆகிவிட்டது! அய்யோ! கணேஷ் சார் கையைப் பாருங்க! எப்படி ஆக்கிவிட்டான் பாருங்க! ப்ரியா பான்டேஜைத் திறக்காதே ப்ளீஸ் ப்ளீஸ்!... அப்புறம் என்னைக் கட்டிப்போட்டு வாயைக் கட்டிக் கைகளைப் பின்பக்கம் கட்டி என்னை படுக்கவைத்து உடைகளை... சொல்லாதே சொல்லாதே!*

விருட்டென்று எழுந்து விளக்கைப் போட்டேன். வியர்த்தது. படுக்கையில் உட்கார்ந்து கொண்டேன். கணேஷ், யோசி! உன்

யோசிக்கும் திறமை என்ன ஆயிற்று? இந்த வேலையை யார் செய்திருப்பார்கள்? யார்?

கேள்வி: ப்ரியா யார் என்பது அவர்களுக்கு எப்படித் தெரியும்?

பதில்: அவளிடம் கேட்டறிந்திருக்கலாம்.

கேள்வி: அவள் பிரபல நடிகை என்பது முதலில் அவர்களுக்கு எப்படித் தெரியும்?

பதில்: எப்படி?

கேள்வி: ஜனார்தன் வந்தது அவர்களுக்கு எப்படித் தெரியும்?

பதில்: ப்ரியாவிடம் கேட்டறிந்திருக்கலாம்.

கேள்வி: பரத் குமாரின் பெயரைச் சொன்னால் அவள் வருவாள் என்பது எப்படித் தெரியும்?

பதில்: எப்படி?

அவர்கள் படப்பிடிப்புடன் சம்பந்தப்பட்டவர்கள் அல்லது ப்ரியா பரத் குமார் உறவை அறிந்தவர்கள்... ஜனார்தன் வந்ததை அறிவார்கள்... போலீசுக்குச் சொன்னதை உடனே தெரிந்து கொண்டவர்கள்... ஹெண்டர்ஸன் சொன்னபடி கார்ல்ட்டன் ஹோட்டலும் இதனுடன் சம்பந்தப்பட்டிருக்கலாம். ஹோட்டலில் வேறு யாராவது இந்தியர்கள் தங்கியிருந்தார்களா என்று விசாரிக்கவேண்டும்... நாங்கள் ஹோட்டலில் மாலை பேசிக் கொண்டிருந்தபோது பல வேற்று முகங்களைப் பார்த்தேனே. அதில் இந்திய முகங்களும் இருந்தனவே... எப்போது தூங்கிப் போனேன்... பிடிவாதமாக டெலிபோன் மணியடித்து என்னை எழுப்பிவிட்டது.

10

தூக்கம் கலைந்தது. டெலிபோனை எடுத்தேன்.

'குட்மார்னிங்' என்றது.

'குட்மாரினிங், மிஸ்டர் ஹெண்டர்ஸன்' என்றேன்.

'நீங்கள் என் குரலைத் தெரிந்துகொண்டு விட்டீர்களா?'

'நீங்கள் நான் இருக்கும் இடத்தைத் தெரிந்து கொண்டுவிட்டீர்களா?'

'வி ஃபைண்ட் அவுட்.'

மணி பார்த்தேன். நம்ப முடியவில்லை. காலை ஒன்பது மணி.

மிஸ்டர் ஜனேஷ், நீங்கள் எல்லோரும் ஸ்காட்லண்ட் யார்ட் வரவேண்டும். முதலில் டாட்டன்ஹாம் கோர்ட் ரோடு அருகில் இருக்கும் போலீஸ் நிலையத்துக்கு. அங்கிருந்து நாம் விக்டோரியா ஸ்ட்ரீட் போகிறோம்.

'ராத்திரி டெலிபோன் ஏதாவது வந்ததா?'

'இல்லை. அவர்கள் நேரம் தாழ்த்துகிறார்கள் என நினைக்கிறேன். மிஸ்டர் ஜான் என்ன

செய்யப் போகிறார்? போலீசிடமிருந்து விலகப் போகிறாரா அல்லது தொடரப் போகிறாரா என்று தெரிந்த பின்தான் அவர்கள் மறுபடி செயல்படுவார்கள். வருகிறீர்களா?'

அந்தக் கடைசி வார்த்தையில் கொஞ்சம் வற்புறுத்தலும், அதட்டலும்கூட இருந்தன. வருவது உன் உடம்புக்கு நல்லது என்று சொல்வதுபோல். என்னையும் சந்தேகிக்கிறாரா என்ன! அவசரக் குளியல், ப்ரேக்ஃபாஸ்ட் என்று ஏதோ பெயர் பண்ணி விட்டு ஸ்வெட்டரை மாட்டிக்கொண்டு கிளம்பினேன். கார்ல்ட்டன் ஹோட்டலில் ஜனார்தனும் ஷாவும் ப்ரியாவின் அறையில் உட்கார்ந்திருந்தார்கள். நாற்காலியின் முதுகில் ப்ரியாவின் ஸ்வெட்டர் மடித்திருந்தது... 'நான் கூட....' என்று அவள் குதித்தது ஞாபகம் வந்தது... ப்ரியா! ஜனார்தன் தூக்கமற்ற கண்களுடன் உலவிக் கொண்டிருந்தார். ஷா சிந்தனையில் இருந்தான். குடித்திருந்தான். மற்றவர் எவரும் இல்லை. ஜனார்தன் என்னைப் பூச்சியாகப் பார்த்தார். என்னால்தான் சர்வமும் நிகழ்ந்துவிட்டது போல்.

'ஹெண்டர்ஸன் கூப்பிடுகிறார் நம் எல்லோரையும்' என்றேன்.

'ஹெண்டர்ஸனைப் போய் சிரைக்கச் சொல். எனக்கும் 'கால்' போட்டார்... என்ன போலீஸ்! ஒரு சேனையையே நமக்குப் பின்னால் அனுப்பிக் காரியத்தைக் கெடுத்து வைத்திருக்கிறார்கள்.'

'அவர்கள் உதவி நமக்குத் தேவையில்லை என்று சொல்ல முடியாது.'

'இதோ பார், நீ ஸ்டேஷனுக்குப் போ. என் வக்கீல் என்று வந்து வாய்த்திருக்கிறாயே! போ! போய்ச் சொல்லு. இந்த கேஸை வாபஸ் வாங்கிக் கொள்கிறோம், நீங்கள் எல்லாம் வேண்டாம் என்று சொல்லிவிடு.'

'ஏன்!'

'போலீஸ் அட்டகாசம் அதிகரிக்க அதிகரிக்க நாம் ப்ரியாவைத் திரும்பப் பெறும் வாய்ப்பை இழக்கிறோம்' என்றான் ஷா.

'டூ லேட்,' என்றேன்.

'நான் வரமுடியாது!' என்றார்.

'வராவிட்டால் கோபித்துக் கொள்வார்கள்.'

'நாங்கள் அப்புறம் வருகிறோம் என்று சொல். நாங்கள் நிச்சயம் தேவை என்றால் வருகிறோம். கேட்டால் டெலிபோன் வரும் என்று காத்திருக்கிறார்கள் என்று சொல். போ! நீயே பதில் சொல்லிக்கொள்.'

வெறுப்புடன் இறங்கி வந்தேன். இவர்கள் செய்வது அபாயகர மானது. எப்படி இந்தக் குடிகார்களுக்கு உணர்த்துவது! வசமாக இவர்களுக்கு இடையில் அகப்பட்டிருக்கிறேன்.

ஹெண்டர்ஸன் ஸ்டேஷனில் காத்திருந்தார். என்னை மட்டும் பார்த்து ஆச்சரியப்பட்டார்.

'மற்றவர்கள் எங்கே?' என்றார்.

'வரத் தயங்குகிறார்கள்' என்றேன்.

போலீஸ் நிலையம் வேறுவிதமாக இருந்தது. காண்டீன் தென் பட்டது. அதில் இரைச்சலுடன் இளம் வயது போலீஸ்காரர்கள் சப்தம் போட்டு டீ உறிஞ்சிக் கொண்டிருந்தார்கள். ரெக்ரியேஷன் அறை தென்பட்டது. நைட் ட்யூட்டி, அக்கரன்ஸ் புக், க்ரைம் புக் என்று பெரிய புத்தகங்கள் வைத்திருந்தார்கள். இண்டராகேஷன் ரூம் என்று தனியாக இருந்தது. லாக் அப் அறைகள் சுத்தமாக இருந்தன. இரண்டு இளைஞர்களைத் தள்ளிக்கொண்டு 'எய்டுகள்' (யூனிஃபாரம் அணியாத தனிப்பட்ட போலீஸ்காரர் கள்) வந்தார்கள். 'கார் திருட முயற்சித்துக் கொண்டிருந்தார்கள்' என்றான் ஒரு எய்ட்.

ஹெண்டர்ஸன் அவ்விருவரையும் அலட்சியமாகப் பார்த்தார். ஒருவன் சூயிங்கம் மென்றுகொண்டிருந்தான். மற்றவன் மெல்ல முடியாதபடி இடது கன்னம் வீங்கி இருந்தது.

'அடித்தாயா?' என்று எய்டை வினவினார் ஹெண்டர்ஸன்.

'இல்லை.'

'இரண்டு போலீஸ்காரர்களும் வேனில் வரும்போது இடது புறங்கையால் அடித்தார்கள்' என்றான் திருடன். கன்னம் வீங்கி அதை ஆமோதித்தான்.

ஹெண்டர்ஸன் அவர்கள் பையைத் தேடினார். தினுசு தினுசாகச் சாவிகள் வைத்திருந்தார்கள். அவர்களை லாக் அப்பில்

அடைக்கச் சொன்னார். திரும்பி வந்த எய்டை, 'இனி ஒரு முறை கையெடுத்து அடித்தாய் என்றால் உன்னைத் திரும்ப அனுப்பி விடுவேன்' என்றார்.

'நான் அடிக்கவே இல்லை. அந்த சோதாப் பயல் ஏதோ கை கலப்பில் வாங்கிய உதை அது!'

'கெட் அவுட்!' என்று எரிந்து விழுந்தார். அதே கோபத்தில் என்னைப் பார்த்தார். 'உங்கள் நண்பர்கள் போலீசுடன் விளையாடுகிறார்கள்' என்றார்.

'நான் என்ன செய்வது இன்ஸ்பெக்டர்? அவர்கள் வர மறுக்கிறார்களே!'

'மறுக்க முடியாது. ஏன் இத்தனை முட்டாள்தனமாக இருக்கிறீர்கள்? நாங்கள் உங்கள் நன்மைக்குத்தானே வேலை செய்கிறோம்?'

'இன்ஸ்பெக்டர், லண்டன் எங்களுக்குப் புதிது. இந்த விபரீதமும் எங்களுக்குப் புதிது. புதிய தேசத்தில் மனக்கவலை... பயம்... போலீஸ் உதவியை நாடியதில் அபாயமும் இருக்கிறது என்பதை மறுக்கமாட்டீர்கள். இந்த நிலையில் எங்கள் தயக்கத்தை நீங்கள் தப்பாக எடுத்துக்கொள்ளக்கூடாது.'

ஹெண்டர்ஸன் யோசித்தார். அந்த எய்டின்மேல் உள்ள கோபம் மறைந்திருக்க வேண்டும். என்னை முதுகில் தட்டி, 'வா, நாம் மறுபடி அங்கே செல்வோம். நான் அவர்களுடன் பேசுகிறேன்' என்றார்.

ஹோட்டலுக்குச் சென்றபோது ஜனார்தனும் ஷாவும் இல்லை.

'எங்கே போயிருப்பார்கள்! டெலிபோன் வந்திருக்குமோ?'

'எங்களுக்குத் தெரியாமல் வராது...'

'தபாலில் ஏதாவது கடிதம் வந்திருந்தால்?'

'சாத்தியம்... அவர்கள் போகட்டும்? நீங்கள் வாருங்கள்.'

போலீஸ் காரில் சென்றபோது எங்கே அவர்கள் என்கிற கேள்வி என்னுள் உறுத்தியது. பைத்தியக்காரத்தனமாக ஏதாவது செய்து விடப்போகிறார்களே என்கிற அச்சம் ஏற்பட்டது. ஏன் இவர் விட்டுவிட்டார்... என்ன காரணம்...?

‘இதில் விநோதம், கேஸில் முழுவதும் சம்பந்தப்படாத நீங்கள் ஒருவர்தான் முழு மனத்துடன் எங்களுக்கு ஒத்துழைக் கிறீர்கள். எப்படியும் நான் டிடெக்டிவ் சூப்பரிண்டெண்டைச் சந்திக்க வேண்டும். அவர் இந்த கேஸை எடுத்துக்கொண்டிருக் கிறார்.’

விக்டோரியா ஸ்ட்ரீட்டில் இருந்தது ஸ்காட்லண்ட் யார்டின் தலைமைச் செயலகம். ‘நியூ ஸ்காட்லண்ட் யார்ட்’ என்று கொட்டை எழுத்தில் கட்டடத்தின் முகப்பு நீட்டிலில் எழுத்துக்கள் துருத்திக்கொண்டிருந்தன. இரட்டைக் கட்டடம். அதில் ஒன்று பட்டையான நீண்ட கட்டடம். மற்றது நெட்டை யாகப் பதினெட்டு மாடி வரை நின்றது. பார்த்தால் போலீஸ் நிலையம் என்று சொல்ல முடியவில்லை. அதன் பெரிய வாயி லில் நுழைந்ததும் ஸ்காட்லண்ட் யார்டின் கொடி துவண்டது. ஏதோ ஒரு ஹோட்டலின் ரிசப்ஷன் பகுதிபோல முகப்பு, கண்ணாடிக் கதவுகள். நேர்ப்பார்வை பார்த்துக் கொண்டு ஒரு கான்ஸ்டபிள் விறைப்பாக நின்றார். யூனிஃபார்ம் அணிந்த பெண் லாமினேட் இழைத்த நீண்ட மேஜை அருகே உட்கார்ந்திருந்தாள். அருகே லிஃப்ட். அதன் கதவின் முன் ஒரு போலீஸ் ஆபீஸர் பின் கை கட்டிக்கொண்டு நின்றார். அவரும் நேர்ப்பார்வை. பொம்மைகள் போல்... எதிரே யார்டின் பலவித அங்கங்களின் பெயர்களும் அவை இருக்கும் மாடிகளின் விவரங்களும் எழுதி யிருந்தன. செய்தி அறை, டிராஃபிக் கண்ட்ரோல் ரூம், வெஸ்ட் லண்டன் டிராஃபிக் கம்ப்யூட்டர், க்ரிமினல் ரெகார்ட்ஸ் ஆபீஸ், ஏ, பி, சி, டி, இ என்று வேறு வேறு டிபார்ட்மெண்ட்டுகள்... லண்டனின் மகத்தான போலீஸின் மத்திய மூளைக் கட்டடம்.

வரவேற்பறையில் டிடெக்டிவ் சூப்பரிண்டெண்ட் சார்லஸ் ரோவான் என்பவரைச் சந்தித்தேன்.

‘குட்மார்னிங். என்ன ஹெண்டர்ஸன், நான் ஒரு கும்பலை எதிர்பார்த்தேனே?’

‘அவர்கள் போலீசிடம் வரத் தயங்குகிறார்கள் சார்.’

‘கப் ஆஃப் டீ?’

‘நோ தாங்க்ஸ்’ என்றேன்.

‘மற்றவர்கள் எப்போது வருவார்கள்?’

'வருவார்கள்' என்றார் ஹெண்டர்ஸன். 'திஸ் இஸ் மிஸ்டர் ஜனேஷ்.'

'ஹௌ டு யூ டு!' ரோவான் பழுத்த பழம். மெல்லிய தலை மயிர், நரம்புகள் தெரியும் நெற்றி. மிக அகன்ற முன் மண்டை, பழுப்புக் கண்களில் கூர்மை. அவர் போலீஸ் உடையில் இல்லை. அவரை போலீஸ் ஆபீசர் என்று சொல்வது கஷ்டம். டெலிவிஷனில் ரேஸ் ஆரம்பிப்பதற்கு முன் குதிரைகளை நடத்தி அழைத்துச் செல்பவர்களில் ஒருவர் போல் இருந்தார். அவர் பிடித்துக்கொண்டிருந்த பைப்புக்கும் அவர் வயது இருக்கும் போல் இருந்தது. அதிகம் கடித்திருந்தார்.

'வேறு ஏதாவது டெலிபோன் வந்ததா?'

'இல்லை.'

'வராது. அந்தக் கடிதங்களை ஃபாரன்சிக் லாபரட்டரிக்கு அனுப்பினீர்களா?'

'அனுப்பி ரிப்போர்ட் தயாராக இருக்கிறது.'

'எனிதிங்!'

ஹெண்டர்ஸன் தான் கொண்டுவந்திருந்த ஃபைலைத் திறந்து படித்தார்.

'இரண்டு கடிதங்கள், ஒரு கடிதம் டைப் அடிக்கப்பட்டது. ஆலிவெட்டி ப்ரீமா டைப் இயந்திரத்தில் அடிக்கப்பட்டிருக் கிறது. இயந்திரத்தில் ஒரு எழுத்து 'C' தேய்ந்திருக்கிறது. சற்று குறைப்பட்டிருக்கிறது. கடிதத்தில் சில கை ரேகைகள் பதிந்திருக்கின்றன. சி.ஆர்.ஓ.வில் சோதித்துப் பார்த்ததில் நம்மிடம் இருக்கும் எந்தப் பிரதிகளுடனும் சேரவில்லை.'

'புதிய ஆள். இரண்டாவது கடிதம்?'

'கையால் எழுதப்பட்டது. கொட்டை எழுத்துக்கள். பால் பாயிண்ட் பேனா. அதிலும் லேசான விரல் ரேகைகள்! முதற் கடிதத்தில் ரேகைகளுடன் பொருந்துகின்றன. இரண்டும் ஒரே விதமான ஸன்லிட் பாண்ட் காகிதம்.'

'ஒரே ஆள்தான். மாட்டிஸன்?'

'இல்லை.'

ரோவான் என் பக்கம் திரும்பினார்.

'உங்கள் பேயரை முயற்சி பண்ணிப் பார்க்கிறேன். கணே...ஷ்... கணேஷ்... சரிதானே?'

'பர்ஃபெக்ட்.'

'நீங்கள் என்ன நினைக்கிறீர்கள்?'

'உங்களால் நிச்சயம் கண்டுபிடித்துவிட முடியும் என்று.'

'நான் அதைச் சொல்லவில்லை. யாரையாவது சந்தேகப்படுகிறீர் களா? உங்களுடன் வந்தவர்கள், படம் எடுத்தவர்கள், சம்பந்தப் பட்டவர்கள்.'

யோசித்து, 'இல்லை,' என்றேன்.

'ஏன்?'

'எல்லோருக்குமே ப்ரியா வேண்டும். ப்ரியா தேவைப்படு கிறாள். ப்ரியா இல்லாததால் அவர்களுக்கு அதிகப் பண நஷ்டம் ஏற்படுகிறது.'

'நல்ல பாயிண்ட். ரிப்போர்ட் முதலில் கொடுத்தது நீங்கள் தானே?'

'ஜனார்தன் ப்ரியாவின் கணவர். அவருக்கு முதலில் கடிதம் வந்தது. அவர்தான் போலீசுக்குத் தெரிவிக்கச் சொன்னார். இரண்டு கடிதம் என்றீர்களே. இரண்டாவது எது?'

'மாட்டிஸனுக்கு எழுதிக் கொடுக்கப்பட்ட காகிதம். அதைத்தான் டெலிபோனில் உங்களுக்குப் படித்துக் காட்டினானே?'

'ஓ அதுவா.'

'ப்ரியாவின் மதிப்பு யார் யாருக்குத் தெரியும்?'

'ஜனார்தன், ஷா அவர் நண்பர், சங்கரன் என்கிற டைரக்டர், அவருடன் வந்த இந்தியர்கள், பரத் குமார், நான்.'

'ஹெண்டர்ஸன், நீங்கள் எல்லோரையும் விசாரிக்கவேண்டும். சமயங்கள் சரிவர வேண்டும். எப்போது கடிதம், எங்கே வந்தது. எப்போது டெலிபோன் செய்தார். ஷா?'

'ஜனார்தனின் நண்பர். அவர் வீட்டுக்கு ஜனார்தன் சென்றிருக்கையில் ப்ரியா காணாமல் போயிருக்கிறாள்.'

'பரத் குமார், யூ காட் ஹிஸ் அட்ரஸ்?'

'கொடுத்திருக்கிறான் சார். காலையில் அவனைப் பார்த்தேன். நாம் எப்போது கூப்பிட்டாலும் வரத் தயாராக இருக்கிறான். எந்த உதவியும் செய்யத் தயாராக இருக்கிறான்.'

'ம்! கொஞ்சம் அதிகமாகவே ஒத்துழைப்பா?'

'பரத் குமார் இந்தக் காரியம் செய்திருக்கமாட்டான்' என்றேன்.

'ஏன்?'

'அவனுக்குப் பணம் தேவை இருப்பது உண்மைதான். அதைவிட அவனுக்கு ப்ரியா தேவைப்படுகிறாள். அவளைக் காதலிக்கிறான். அவளுடன் ஓடிப்போக நினைத்தான்.'

'தெரியும். ஸீ மிஸ்டர் கணேஷ் ஐயாயிரம் பவுண்டு குறைவான தொகை. கிட்நாப்பிங் செய்பவர்கள் நிறையக் கேட்பார்கள்.'

'இந்தியா ஏழை நாடு,' என்றேன்.

சிரித்து, 'ஒரு ஏழை இந்தியரின் வேலை இது என்கிறீர்களா? லண்டனில் அதிகம் இந்தியர்கள் இருக்கிறார்கள்... ஹெண்டர்ஸன், காலையிலிருந்து என்ன செய்தீர்கள்? அவள் கணவன் எங்கே? மற்றவர்கள் எங்கே? தனியாக ஏதாவது செய்யப் போகிறார்களா என்ன?' என்றார்.

'செய்தால் அது நமக்குத் தெரிந்து போகும்.'

'எப்படி?' என்றேன்.

'கொஞ்சம் இருங்கள் வருகிறேன்' என்ற ஹெண்டர்ஸன் அருகே இருந்த டெலிபோனுக்குச் சென்றார்.

'வினோதமான கேஸ்' என்றார் ரோவான்.

'வினோதமான போலீஸ்! மெஷின் போல எல்லாம் நடக்கிறது, ஒரு பிசகு இல்லாமல்.'

'போதாது! போதாது. லண்டன் அபாயம் மிகுந்த நகரம். நான் உங்கள் நடிகையைப் பற்றிக் கவலைப்படுகிறேன். கிட்நாப்பிங்

எல்லாம் சாதாரணமாக சுமுகமாக முடிவதில்லை. ஒரு பக்கத்தில் கடத்திச் சென்றவர்களின் அவசரம், பதட்டம். ஒரு பக்கத்தில் நாங்கள். இருவருக்கும் ஒரு விதமான ரேஸ் இது. அவர்களுக்குத் தெரியும், போலீஸ் நுழைந்துவிட்டால் காசு கிடைக்காது என்று.'

'கிடைக்காவிட்டால் என்ன செய்வார்கள்?'

'கடத்திச் சென்ற ஆளை விட்டுவிட முடியுமா? விட்டுவிட்டால் கடத்திச் சென்றவர்களைப் பற்றிய விவரங்கள் எங்களுக்குக் கிடைத்துவிடுமே! அவர்கள் வர்ணனை, குரல், தோற்றம்... போலீசுக்குத் தெரிந்துவிடுமே! என்ன செய்வார்கள் தெரியுமா?'

'சொல்லாதீர்கள். ப்ளீஸ். எங்களுக்கு ப்ரியா வேண்டும். நல்ல பெண்! ஒன்றுமறியாத பெண், கஷ்டப்பட்ட பெண்! ஆசைப்பட்ட பெண்! கனவு கண்ட பெண்!'

'அவள் கிடைக்க ஒரே வழி நாமும் அவர்கள் நாடகத்தை நடித்து... பணம் கொடுப்பதுபோல் பாவனை செய்து... தேவை இருந்தால் கொடுத்து... அவளை மீட்க வேண்டும். எஸ், ஹெண்டர்ஸன்?'

'ஜனார்தனும் ஷாவும் பாண்ட் ஸ்ட்ரீட் போயிருக்கிறார்கள். ஏர் இண்டியா ஆபீசுக்கு. அங்கே அரை மணி நேரம் இருந்துவிட்டு இப்போது ஹோட்டலுக்குத் திரும்பிக்கொண்டிருக்கிறார்கள்...'

'எல்லா இந்தியர்களையும் நான் சந்திக்கவேண்டும். அந்தப் பெண்ணின் அறையைப் பார்க்கவேண்டும். வாருங்கள் மிஸ்டர் கணேஷ்!'

ஜனார்தன் இருந்தார். ஷாவும் இருந்தான். எங்களைப் பார்த்ததும் தமிழில், 'மறுபடி அழைத்துக்கொண்டு வந்துவிட்டாயா படையை!' என்றார் ஜனார்தன்.

'என்ன சொல்கிறார்?' என்றார் ரோவான்.

'வேண்டாம், சொல்லாதே.'

'என்ன சொல்கிறார் என்று என்னால் ஊகிக்க முடிகிறது. என் பெயர் ரோவான். நீங்கள்...'

'மிஸ்டர் ஜனார்தன்' என்றேன்.

'ஹௌ டு யூ டூ. உங்கள் மனைவி திரும்பக் கிடைக்க வேண்டு மல்லவா?'

'ஆம்.'

'எதற்காகத் தனி முயற்சி எடுத்துக் கொள்கிறீர்கள்? எதற்காக ஏர் இண்டியாவுக்குச் சற்றுமுன் சென்றிருந்தீர்கள்?'

ஜனார்தன் திடுக்கிட்டு ஷாவைப் பார்த்தார். 'இவர்களுக்கு எப்படித் தெரியும்?'

'எங்கள் கண்' என்றார் ரோவான். 'நீங்கள் மிஸ்டர் ஷா அல்லவா?'

'ஆம்.'

'ஏர் இண்டியாவுக்கு எதற்காகச் சென்றீர்கள்?'

'டிக்கெட்டைத் திருப்பிக் கொடுக்கச் சென்றோம். பணம் தேவையாக இருந்தது.'

'எதற்குப் பணம். மறுபடி டெலிபோன் வந்ததா?'

'ஷா, சொல்லிவிடு. இவர்களிடமிருந்து விமோசனமே கிடை யாது நமக்கு!'

'வந்ததா?'

'டெலிபோன் வரவில்லை. ஒரு கடிதம் வந்தது.'

'கொடுங்கள்.'

ஷா தயங்கினான்.

'கொடுத்துவிடுங்கள்.'

'கடிதம் இல்லை.'

'ஏன்?'

'கிழித்து எறிந்துவிட்டோம்.'

'இடியட்ஸ்! கடிதத்தில் என்ன எழுதி இருந்தது?'

ஷா ஜனார்தனைப் பார்த்தான்.

'சொல்லுங்கள். எங்களிடம் மறைக்காதீர்கள்.'

'மற்றொரு இடத்துக்குப் பணத்துடன் வரும்படி.'

'எங்கே? எங்கே?'

'ஸெண்ட் ஆல்பன்ஸ் ரெயில் நிலையத்துக்கு...'

'அங்கே?'

'இரண்டு பிளாட்பாரத்துக்கும் இடையில் இருக்கும் வெய்ட்டிங் ரூமில் பணம் வைத்துவிட்டு விலக வேண்டுமாம்.'

'அப்புறம்?'

'பணம் கிடைத்ததும் மறுபடி அவள் பற்றித் தகவல் வருமாம்.'

ஜனார்தன், 'லுக் ஹியர் சார்! எங்களுக்கு அவள் வேண்டும்! பணம் போனால் போகிறது... எனக்கு அவள் வேண்டும்! போலீஸ் வேலை செய்தால் எல்லாம் பாழாகிப் போய்விடும்!' என்றார்.

'குழந்தைத்தனமாகப் பேசாதீர்கள். நாங்கள் அவ்வளவு முட்டாள்கள் அல்ல. போலீஸ் இந்தத் தடவை மிக ஜாக்கிரதை யாக வேலை செய்யும். ஒரு ஆளை நாங்களே அனுப்புவோம். பணத்துடன் அனுப்புவோம். பணத்தை அங்கே வைத்துவிட்டு வந்துவிடுவான். அதை யார் எடுத்துக்கொண்டு செல்கிறார்கள் என்பதை மிக ரகசியமாகத் தெரிந்து கொள்வோம்... அவனை மிக ரகசியமாகப் பின் தொடர்வோம்... அவனை அறியாமல்! இனிமேல் இம்மாதிரி முட்டாள்தனமாகத் தனி முயற்சி செய்யா தீர்கள். தயவுசெய்து... அது யாருக்கும் நல்லதல்ல!'

'எனக்கு ப்ரியா கிடைத்தால் சரி! என் பயம் உங்களுக்கு எப்படித் தெரியப்போகிறது...'

'கவலைப்படாதீர்கள். கிடைத்துவிடுவாள்! ஹெண்டர்ஸன், ஸெண்ட் ஆல்பன்ஸ். ஹேவ் ஸம் மணி ரெடி. எப்போது வரச் சொல்லி எழுதியிருந்தது?'

'மூன்று மணிக்கு...'

நாள் பூரா நான் திகிலிலேயே இருந்தேன். ரோவான் பதட்டமே இல்லாமல் ஜனார்தன், ஷா, மற்ற எல்லோரையும் வரவழைத்து ஒவ்வொருவராக விசாரித்தார். பரத் குமார் இரண்டு மணி சுமாருக்கு வந்தான். ஓரத்தில் பிரமை பிடித்தவன்போல

உட்கார்ந்திருந்தான். அவன் சாப்பிட்டதாகத் தெரியவில்லை. சங்கரன் உடன் வந்த இந்தியர்கள் எல்லோரையும் வரவழைத்து மெதுவாக விசாரித்தார். என் மனம் அந்த ஸெண்ட் ஆல்பன்ஸ் பிளாட்பாரத்திலேயே இருந்தது. அந்த வரவேற்பறையில் ஒரு பெஞ்ச் இருக்கும். அதன்மேல் ஒரு கருப்புப் பெட்டி அனாதை யாக இருக்கும். அதை யார் எடுக்கப் போகிறார்கள்... யார் எந்தத் தூரத்திலிருந்து பார்த்துக்கொண்டே இருக்கப் போகிறார்கள்... யார் அவனைப் பின்தொடரப் போகிறார்கள்... அவன் எங்கே போவான்... எங்கே ஒளிவான்...

மாலை நான்கு முப்பது வரை எந்தத் தகவலும் இல்லை. அப்புறம்...

ஒரு போலீஸ் கார் சீறிக்கொண்டு ஹோட்டல் வாயிலில் வந்து நின்றது. இருவர் உடனே இறங்கினார்கள். நேராக டிடெக்டிவ் சூபரிண்டெண்டெண்ட் ரோவானிடம் சென்று அவருடன் தாழ்ந்த குரலில் பேசினார்கள். பதட்டமே அதுவரை காட்டாத ரோவான் பதட்டப்பட்டார். எங்களைப் பார்த்தார். எங்களிடம் வந்தார்.

'மிஸ்டர் ஜனார்தன், கொஞ்சம் தனியாக வருகிறீர்களா? மிஸ்டர் கணேஷ், நீங்களும் வருகிறீர்களா?'

'என்ன?' என்றோம்.

'நீங்கள் இருவரும் என்னுடன் காரில் வரவேண்டும்.'

'எங்கே!'

'ஹாம்ப்ஸ்டெட் ஹீத் என்கிற இடத்துக்கு...'

'ப்ரியா கிடைத்துவிட்டாளா?'

'ஒரு பெண்ணின் உடலை அங்கே கண்டுபிடித்திருக்கிறோம்.'

11

போலீஸ் வண்டியில் நானும் ஹெண்டர்ஸனும் ரோவானும் வர, ஷாவும் ஜனார்த்தனும் ஷாவின் சொந்தக் காரில் பின்தொடர்ந்தனர்.

மிகச் சுத்தமான அந்த கான்க்ரீட் பாதையும் பாதையின் இரண்டு பக்கங்களிலும் அடர்ந்து இருந்த பசுமையும் எனக்கு உறைக்கவே இல்லை.

மனம் முழுவதும், 'அப்படி இருக்கக்கூடாது. அப்படி இருக்கவே கூடாது. இது வேறு ஏதோ ஒரு பெண்' என்கிற எண்ணம்தான் திரும்பத் திரும்ப வியாபிக்க முற்பட்டது. ஒரே ஒரு மூலையில் மட்டும் 'ஒரு வேளை' என்று ஆரம்பித்த எண்ணத் தொடரைச் சட்டென்று வெட்டிக்கொண்டே இருந்தேன்.

ஹாம்ஸ்டெட் ஹீத் என்பது லண்டனுக்கு வெளிப்புறத்தில் இருக்கும் எத்தனையோ சிறிய டவுன்களில் ஒன்று. கிராமம் என்று கூடச் சொல்லலாம். கிராமங்கள் நம் கிராமங் களினின்றும் மிகவும் வேறுபட்ட டெலி விஷன் கிராமங்கள்... நடுவே ஒரு சர்ச், ஷாப்பிங் செண்டர், சதுரமான புல்வெளி யுடன் முனுசிபல் பார்க், காற்றோட்டமுள்ள பள்ளிக்கூடத்தில் வெள்ளை வெளேர் என்று குழந்தைகள்... அவர்களிடையில் ப்ரியா வின் நெற்றிப் பொட்டுபோல், ஒரே ஒரு நீக்ரோ குழந்தை.

ஹாம்ஸ்டெட் ஹீத்தை நாங்கள் கடந்து அதன் வெளிப்புறத்துக்குச் சென்றோம். அங்கே சில எலக்ட்ரானிக்ஸ் தொழிற்சாலைகள் இருந்தன. அவற்றையும் கடந்து எங்கள் கார் ஒரு சிறிய பாதையில் பிரிந்தது. எங்களைப் பச்சை இருட்டு சூழ்ந்துகொண்டது. ஈரப்பச்சை. எங்கள் ரேடியோ சதா கூப்பிட்டுக்கொண்டே இருந்தது. எங்கே வரவேண்டும் என்று குறிப்புக்கள் கொடுத்துக்கொண்டே இருந்தது. உயர்ந்த உயர்ந்த பைன் மரங்கள் அடர்ந்திருந்தன... ஊசி மரக்காடு என்றுதான் சொல்லவேண்டும். எங்கள் வண்டி தடம் விலகி அதனுள் நொண்டியடித்துக்கொண்டு செல்ல எங்களை அந்தப் பச்சை இருள் இன்னும் இன்னும் சூழ்ந்துகொண்டது. நாங்கள் மௌனமாக இருந்தோம். மேடேறியது. இறங்கியது. சற்றுத் தூரத்தில் இயற்கையான தடாகம் ஒன்று தெரிந்தது. அதன் அருகில் கோணல் மாணலாக மூன்று போலீஸ் கார்களுடன் ஓர் ஆம்புலன்ஸ் நிறுத்தி இருந்தது ஆம்புலன்ஸின் மண்டை விளக்கு பளிச்சிட்டுக்கொண்டிருந்தது. நெருங்க நெருங்க என் இதயத் துடிப்பு எனக்குத் கேட்கத் தொடங்கியது. அங்கே நிறையப் பேர் இருந்தார்கள். யூனிஃபார்ம் அணிந்த, அணியாத போலீஸ்காரர் கள், ஆபீசர்கள், போட்டோ எடுப்பவர்கள்... அவர்கள் எல்லோ ரும் செயல்பட்ட விதத்தில் படபடப்பே இல்லை. ஒவ்வொரு வரும் நியமித்த வேலையைச் செய்வதுபோல், முன்பே நன்றாக மனப்பாடம் செய்துகொண்ட நாடகம்போல் செய்தார்கள்...

ரோவான் இறங்கியதும் நேராக நடந்தார். நான் அவரைப் பின் தொடர்ந்தேன். அவரே எதிர்ப்பட்ட ஒரு மஃப்டி ஆசாமியிடம் கேட்டார்: 'நீ மர்டர் ஸ்க்வாடிலிருந்து வருகிறாயா?'

'ஆம்.'

'சீன்ஸ் ஆஃப் க்ரைம் ஆசாமி வந்திருக்கிறானா?'

'ஆம்.'

'வாட் இஸ் இட்!'

'ஒரு இந்தியப் பெண்... வாருங்கள்.'

'மிஸ்டர் கணேஷ்! நீங்களும் வாருங்கள்' என்றார் ரோவான்.

அங்கிருந்து காட்டுச் செடிகளின் ஊடே நடந்தோம். பளீர் என்று ஒரு ஃப்ளாஷ் உயிர் பெற்றது. பறவைகள் ஒலித்தது துல்லிய மாகக் கேட்டது.

அமைதியான இடம். தூரத்தில் கார்களின் விர்ர் விர்ர். பெரும்பாலும் காற்றால் கரைக்கப்பட்டு இயற்கைக்கு வெகு அருகிலே உள்ள இடம். முதலில் நான் கவனிக்கவில்லை. திடீர் என்று அந்தக் காட்சி என்னைத் தாக்கியது.

உடல்?

ஒரு ஸ்ட்ரெச்சரில் துணி மூடப்பட்டு பாதி உடலை மறைக்க... ரோவான் என்னை அருகில் அழைத்தார். என் கால்கள் தயங்கின... அருகே அருகே சென்றேன்... கை தெரிந்தது. அந்தக் கையில் இருந்த வளையல்களின் மேல் ஒரு சிறிய பிரஷ்ஷின் மூலம் வருடி விரல்களைத் துருவிக்கொண்டிருந்த அந்த போலீஸ் ஆபீசரை விலகச் சொன்னார். அவர் நகர்ந்துகொள்ள...

'மை காட்!' என்று அலறினேன். செயலிழந்து நின்றேன்.

'மிஸ்டர் கணேஷ்!'

'...'

'மிஸ்டர் கணேஷ்!'

'...'

'உங்களால் இவளை அடையாளம் கண்டுகொள்ள முடிகிறதா?'

'...'

'ப்ரியா?'

'ஆம்' என்று தலையசைத்தேன். மறுபடி பார்த்தேன். அவள் உதடு சற்று வீங்கியிருந்தது. 'கணேஷ் சார், கணேஷ் சார்!' மேக்கப் போட்டாற்போல முகம் சற்று நிறம் மாறி இருந்தது. கண்கள் நல்ல வேளை மூடியிருந்தன. 'அவர் கிடக்கிறார்! அவர் வரதுக்குள்ளே எல்லாம் முடிஞ்சுடும்' என்று என்னைப் பார்த்துக் கண்ணடித்தவள். கைகள் துவண்டுகிடந்தன. 'ப்ராமிஸ்?' என்று கையில் அடித்துச் சத்தியம் செய்யச் சொன்னவள்.

'ப்ரியா? ப்ரியா?'

ரோவான் என் முதுகில் தட்டி, 'டேக் இட் ஈஸி!' என்றார்.

ப்ரியா! அசட்டுப் பெண்ணே! எதற்காக இதெல்லாம்? கடல் கடந்து வந்து நடித்து, ஆசைப்பட்டு, வெள்ளமாகச் சாமான்களை

எல்லாம் வாங்கி வைத்து. தப்பிக்க விரும்பி, எல்லாவற்றையும் உதற விரும்பி... எங்கோ ஒரு கான்க்ரீட் பாட்டையின் அருகில் ஏதோ ஒரு பைன் மரக்காட்டில் இருட்டில் இந்த மாதிரி அடிபட்டு விழுந்து கிடப்பதற்காகவா! எதற்காக! என்ன அபத்தம் இதெல் லாம்? கடவுளே!

அப்படியே மண்டையைப் பிடித்து உட்கார்ந்துகொண்டு விட்டேன். ஜனார்தன் குலுங்கக் குலுங்க அழும் சப்தம் கேட்டது. ‘பாவிப்பெண்ணே! உம் மேல் எத்தனை ஆசை வைத்திருந்தேன், எத்தனை நம்பிக்கை வைத்திருந்தேன். யாரடி இந்தக் காரியம் செய்தது... யார் இப்படி உன்னைக் கொன்றுபோட்டது! அய்யோ!’ ஷா அவர் முதுகைப் பிடித்து அணைத்து ஆறுதல் சொல்லிக்கொண்டிருந்தான். எனக்கு பிரமிப்பாக, மலைப்பாக இருந்தது... பயமாக இருந்தது. என்ன நாகரிகம் நிறைந்த லண்டன் இது... காசாசைக்காக ஓர் இனிய இளம் மலரைத் தேய்த்துவிட்ட லண்டன். போலீசுக்குச் சொன்ன கோபத்தில்... போலீஸ் பயத்தில்... யார் அந்த மூர்க்கர்கள்? அவர்கள் ஒவ்வொருவர் வயிற்றிலும் கத்தி பாய்ச்சி ரத்தம் பீறிடுவதைப் பார்க்க ஆசை எனக்கு உக்கிரமாக ஏற்பட்டது, யார் அவர்கள்...

ரோவான் என்னிடம் வந்தார். ’மிஸ்டர் கணேஷ், உங்களுக்குச் சந்தேகமில்லையே? இவள்தானே?’

‘ஆம். இவள்தான். ஏன் சார், எதற்காக இந்த அறியாத பெண்ணை இப்படிக் கொலை செய்ய வேண்டும்...’

‘பதறாதீர்கள். கண்டுபிடிக்கலாம். என்ன ஹெண்டர்ஸன்?’

ஹெண்டர்ஸன் அவர் அருகில் வந்து, ‘மார்ச்சுவரிக்கு எடுத்துச் செல்லப்போகிறார்கள்... இரண்டு மூன்று தினங்களாகி இருக்கும் எனத் தோன்றுகிறது இறந்துபோய்-’ என்றார்.

‘நேற்று, இன்று, எல்லாம் பொய் சொல்லிக் கொண்டிருந்திருக் கிறார்கள்... டெலிபோனில் பணம் கேட்டபோதெல்லாம் இறந்துவிட்டிருக்கிறாள்.’

‘இன்ஹ்யூமன், இன்ஹ்யூமன்’ என்றேன்.

அவர்கள் மூச்சு விடும்போது ஆவி அடித்தது... நல்ல குளிர். மர்டர் ஸ்க்வாடிலிருந்து வந்தவரின் பெட்டி திறந்திருந்தது. விரல் ரேகைகள் எடுப்பதற்கு க்ராஃபைட் பவுடர், க்ரே பவுடர், பூதக்

கண்ணாடி, இன்ஃப்லேட்டர், ட்வீஸர், ஒரு சிறிய ஸ்க்ரூ ட்ரைவர்... இங்கே ஒரு பெண்ணின் உடல் இருப்பது பற்றி அவர்கள் அலட்டிக் கொள்வதாகவே தெரியவில்லை. அந்தப் பைன் மரங்கள் போல் அந்த முள் செடிகள் போல் அந்த ஒழுங்கற்ற தடாகம்போல் அந்த உடலும் அந்தக் காட்சியின் பகுதிபோல்... டெஸ்ட் ட்யூப்களில் என்ன என்னவோ சேகரித்துக் கொண்டிருந்தார்கள்.

சீன் ஆஃப் கிரைம் ஆபீசரிடம் சென்றார் ரோவான். 'ஆஃப்டர் நூன்' என்றார்.

'ஆஃப்டர் நூன். கை வளையல்களில், காதில் இருக்கும் பிளாஸ்டிக் தொங்கலில்... அதிகம் விரல் ரேகைகள் இல்லை. ஒரு செருப்புதான் அணிந்திருக்கிறாள். மற்றது எங்கோ விழுந்திருக்கிறது... உடல் ஒரு கம்பளியில் சுற்றப்பட்டு ஏறக்குறைய மூட்டைபோல் கட்டப்பட்டு இருந்தது.'

அந்தக் கம்பளியை ஜாக்கிரதையாக ஒரு பாலித்தின் பையில் அடைத்து டேப் வைத்து வாயை மூடிக்கொண்டிருந்தார்கள்.

'செருப்பைக் கவனித்தீர்களா... ஹலோ ராபர்ட்! மறுபடி சந்திக்கிறோம்!'

ராபர்ட் என்பவர் ஒரு சிகரெட்டைத் திறமையாகப் பற்றவைத்து, 'கழுத்தில் ரத்தம் கட்டிய அடையாளங்கள். சிறிய கச்சிதமான உடல். கால் செருப்பில் ஒரு ப்ளாஸ்டர் காஸ்ட் எடுத்துவிட்டேன். என்ன என்னவோ ஒட்டிக்கொண்டிருக்கிறது. கம்பளி ஒரு முக்கியமான விஷயம்!'

'எடுக்க வேண்டியதெல்லாம் எடுத்து விட்டீர்களா? கொஞ்சம் இருங்கள். லேட்டஸ்ட் ப்ரிண்ட்ஸ் ஏதாவது கிடைக்குமா என்று பார்க்கவேண்டும்.'

'வாட் டு யூ ஸே மிஸ்டர் கணேஷ்.'

'நான் பேச்சிழந்து, செயலிழந்து நிற்கிறேன் சார்!'

'ஜனார்தனுக்கு ஆறுதல் சொல்லுங்கள். பாவம், மிக அதிகம் அழுகிறார்... இம்மாதிரி சமயங்களில் உடைந்து முழுவதும் கண்ணீர் விட்டு அழுதுவிடுவது நல்லது. ஆங்கிலேயன் உள்ளேயே குமுறுவான்!'

'ஏன்! ஏன்! ஏன்!' என்றேன்.

'ஏன் இந்தக் கொலை என்கிறீர்களா! ஏன் என்பதைவிட யார் என்பதுதான் எங்களுக்கு முக்கியம். யாருக்குப் பின்தான் ஏன். ராபர்ட், உடலை எப்படி முதலில் கண்டுபிடித்தீர்கள்.'

'பக்கத்துக் கிராமத்தைச் சேர்ந்தவன் ஒருவன் ஒவ்வொரு வியாழக் கிழமை குறுக்கு வழியே செல்வானாம். இந்தச் சோலை வழியாக. வேறு ஒருவரும் இவ்வழி வருவதாகத் தெரியவில்லை. இன்று இல்லாவிட்டால் இன்னும் ஒரு வாரம் ஆகியிருக்கும்.'

அலுங்காமல் ஸ்ட்ரெச்சரில் அவள் உடலை ஆம்புலன்ஸில் வைத்தார். ஜனார்தன் ஆம்புலன்ஸ் கூடவே ஓட, ஷா அவரை சிரமப்பட்டுப் பிடித்து நிறுத்தினான். சின்னப் பிள்ளை போல் அழுதார்.

'எங்கே எடுத்துச் செல்கிறீர்கள்?' என்றேன்.

'ஹார்ஸ் ஃபெர்ரி ரோடு மார்ச்சுவரிக்கு. நாளைக்கு காலை உங்களுக்கு உடல் கிடைத்துவிடும். இந்தியாவுக்கு எடுத்துச் செல்லவேண்டுமா, இல்லை, இங்கேயே க்ரிமெட்டோரியம் இருக்கிறது. சுத்தமானது. நீங்கள் ஹிந்துக்கள்தானே?'

ப்ரியா இறந்துவிட்டாளா! அவள் உடலா இந்த வெள்ளை வண்டியில் செல்கிறது! எத்தனை பொய்யாக இருக்கிறது! அவளது கள்ளமற்ற சிரிப்பு இன்னும் என் காதில் ஒலிக்கிறது.

மர்டர் ஸ்க்வாடிலிருந்து வந்தவர்கள் தங்கள் சாதனங்களை மறுபடி அந்த அழகான பெட்டிக்குள் வைத்துக் கொண்டிருந்தார் கள். கொலை கூட ஒருவிதமான அத்துப்படியாகிவிட்ட தொழில் போலும் இவர்களுக்கு, பெட்டியில் அந்தக் கத்திரிக்கோல்களும் டெஸ்ட் ட்யூப்களும் வெர்னியர் காலிப்பர்ஸ், இஞ்ச் டேப், ஒத்தியெடுக்கும் க்ராஃபைட் பவுடர்களும் அத்தனை ஒழுங்காக அடங்கிப் போயின. ஒரு நடமாடும் லாபரட்டரி.

'ராபர்ட்! நிறைய சேகரித்தாயா?'

'பரவாயில்லை. எனக்கு அந்தக் கம்பளியிலும் கால் செருப்பில் ஒட்டிக் கொண்டிருந்த மண்ணிலும் கொஞ்சம் நம்பிக்கை இருக் கிறது. இன்று இரவுக்குள் ஹால்பர்னுக்கு அனுப்பிவிடுகிறேன். நாளைக் காலை லாபரட்டரிலிருந்து உங்களுக்கு ரிப்போர்ட் வந்துவிடும்...'

ஜனார்தன் அப்படியே முன்வெளியில் உட்கார்ந்திருந்தார்... நாங்கள் அவர் அருகில் சென்றோம். 'மிஸ்டர் ஜனார்தன், கோட் அணிந்து கொள்ளுங்கள். லண்டனின் பனி பொல்லாதது...'

ஜனார்தன் வெற்றுப் பார்வை பார்த்துக்கொண்டிருந்தார்: 'இருபத்தி நாலு வயசு! இருபத்தி நாலு வயசு?' என்றார். அவர் குரல் கம்மியிருந்தது. 'இனிமேல் என்ன கண்டுபிடித்து என்ன பிரயோசனம்! என்ன லாபம்!' என்றார் தமிழில்.

'என்ன சொல்கிறார்?' என்றார் ரோவான். நான் மொழிபெயர்த்தேன்.

'இல்லை, யார் என்று கண்டுபிடிப்பது மிகவும் முக்கியம். உண்மைதான். பெண்ணே இறந்துவிட்ட பிறகு உங்களுக்கு இதில் அக்கறை குறைந்துவிடும். எங்களுக்கு இது முக்கியம். நீங்கள் எங்களுடன் ஒத்துழைக்க வேண்டும். மிஸ்டர் ஜனார்தன், நாங்கள் உங்களை ஒன்றிரண்டு தினங்களுக்குத் தொந்தரவு செய்ய மாட்டோம். உங்கள் துக்கம் தணிந்ததும் நாங்கள் வருகிறோம்.'

'அவளை எங்கே எடுத்துச் சென்றிருக்கிறார்கள்?'

'மார்ச்சுவரிக்கு! நாளைக்கு உடல் கிடைத்துவிடும்... ஹெண்டர்ஸன், ஸெண்ட் ஆல்பன்ஸில் என்ன ஆயிற்று?'

'ம்ஹூம்... பெட்டி அந்த இடத்திலேயே இருக்கிறதாம்! ஒருவரும் வந்து எடுத்துப் போகவில்லை...'

ரோவான் சுற்றிலும் பார்த்தார். 'கார் ஏதாவது வந்த சுவடு பட்டிருக்கிறதா என்று பார்த்தீர்களா?'

'பார்த்திருக்கிறார்கள். இந்த இடத்திற்கு நூறு கஜம் தூரம்வரை ஒரு கார் வந்திருக்கிறது...'

'கொன்று போட்டுக் கொண்டுவந்திருக்க வேண்டும்.'

'கொலை என்று முதலில் ஊர்ஜிதம் செய்யவேண்டும்!'

'ஆம்!'

'மிஸ்டர் கணேஷ், நீங்கள் ஜனார்தனுடன் திரும்பச் செல்லுங்கள். உடல் கண்டுபிடிக்கப்பட்ட செய்தி இன்னும் வெளியே தெரிந்திருக்காது என்று நினைக்கிறேன்... ஹெண்டர்ஸன், ப்ரஸ் ரிப்போர்ட்டர்களுக்குத் தெரியுமா?'

‘தெரிந்திருக்கும்! இன்று சாயங்காலப் பிரதிகளிலேயே வந்து விடும்.’

‘நிறுத்தி வைக்க முயற்சி செய்யுங்கள்! அதற்குள் வேறு ஏதாவது டெலிபோன் வருகிறதா என்று பார்க்கலாம். அவர்களுக்கு உடல் கிடைத்தது தெரியாமல் இருப்பது நல்லது...’

நல்லது! எது நல்லது! ப்ரியா இறந்தபின்... நல்லதாவது கெட்ட தாவது... என்ன ஒரு அர்த்தமற்ற நியாயமற்ற செய்கை... எல்லாவற்றிலும் மனிதத் தன்மை இழந்து கிடக்கிறது. போலீஸ் ஒரு மெஷின். ஆயிரக்கணக்கான கொலைகளில் இதுவும் ஒன்று... கண்டுபிடிப்பார்கள்... கண்டுபிடிப்பார்கள் அவர்கள் அபாரமான விஞ்ஞான மூளையைக் கொண்டு... யார் என்று கண்டுபிடிப்பார்கள்... என்ன பிரயோசனம்? அந்த முகம் தெரியாத அரக்கர்கள் லண்டனில் சுதந்தரமாக உலவினால் என்ன, அல்லது சிறைக்குச் சென்றால் என்ன... என் ப்ரியா போய் விட்டாள்! இருந்தும் இருந்தும் என்னுள் ஒரு மூர்க்கம் புறப்பட்டு என்னை ஆக்கிரமித்துக்கொண்டது... இந்தக் காரியம் செய்தவர் களைப் பார்க்கவேண்டும். யார் அந்த ராட்சசர்கள்! யார்! பார்த்து... மறுபடி அந்தக் கத்தி அவர்கள் வயிற்றில் பாய்ந்தது...

திரும்பி வருகையில் நான் ஜனார்தன், ஷா மூவரும் காரில் மௌனமாக வந்தோம்...

‘எதற்காக அவளை அழைத்துக்கொண்டு வந்தேன்! எல்லாம் விதி! இங்கே இப்படிச் சாக வேண்டும் என்று விதி. நான் என்ன செய்யப் போகிறேன்? ஷா! எனக்கு ஒரு மார்க்கம் சொல்லேன். ஷா.’

’உடலை எடுத்துக்கொண்டு செல்லப் போகிறீர்களா? அதிக செலவாகும்!’

‘அங்கே யார் இருக்கிறார்கள்! இவள் அப்பா கிழவன் ஒருவன் இருக்கிறான். தங்கச்சி ஒன்று இருக்கிறது. அதுவும் சினிமாவில் மாட்டிக்கொண்டு இருக்கிறது. என்ன செய்யப்போகிறேன்! என்ன செய்யப்போகிறேன்.’

‘மனத்தைத் திடப்படுத்திக் கொள்ளுங்கள்.’

ஜனார்தன் என்னைப் பார்த்தார்! ‘இவன் ஏன் நம்முடன் வரு கிறான். இவன் நமக்காக என்ன செய்தான்! அவள் அந்த பரத் குமாருடன் ஓடுவதற்குப் பணம் ஏற்பாடு செய்திருக்கிறான்.

அவளை என்கரேஜ் பண்ணி இருக்கிறான். இவன் மூஞ்சியைக் கண்டாலே எனக்குப் பிடிக்கவில்லை. இவனால்தான் எல்லாம் நிகழ்ந்தது.'

துக்கத்தில் இலக்கில்லாத கோபம் கொண்டு இருக்கிறார் என்பது தெரிந்தது. நான் பேசவில்லை. 'ஷா, இவனை இறக்கி விடு! எனக்கு எங்கேயாவது போய்க் குடிக்க வேண்டும். கை கால் பதறு கிறது. எங்கேயாவது குடித்துவிட்டு நடுத்தெருவில் விழுந்து என் மேல் கார் ஏறட்டும். ப்ரியா போனபின் எனக்கு என்ன!'

'என் வீட்டுக்கு வந்து ரெஸ்ட் எடுத்துக்கொள்ளுங்கள். மிஸ்டர் கணேஷ், நீங்கள்?'

நான் குறிப்பறிந்து, 'லண்டனில் எங்கேயாவது இறக்கி விட்டு விடுங்கள் போதும்' என்றேன்.

நல்ல குளிரில் என்னை இறக்கிவிட்டு அந்தக் கார் சென்றது. உனக்கும் எனக்கும் இனி சம்பந்தமில்லை என்றதுபோல் - எங்கே இருக்கிறேன்? என்ன சமயம் இது? இருட்டப் போகிறது! இத்தனை பளிச்சிடும் நகரத்தில் இத்தனை இன்பங்கள் நிறைந்த நகரத்தில் நான் மிகத் தனியாக உணர்ந்தேன். நான் என்ன செய்யப் போகிறேன். என் ஹோட்டலுக்குச் சென்றால் தூக்கம் வராது. சாஸ்வதமாக ப்ரியாவின் உடலை முதலில் பார்த்த காட்சி மனத்தில் பதிந்திருந்தது.

ரோவான், ஹெண்டர்ஸன், மர்டர் ஸ்க்வாடைச் சேர்ந்த ராபர்ட்ஸ், ஹோபர்னில் உள்ள ஃபாரன்ஸிக் லாபரட்டரி ஆசாமிகள், டாக்டர்கள், டெக்னீஷியன்கள் எல்லாரும் இன்றிரவு கண் விழித்து, வெள்ளமாக சிகரெட் குடித்து, டீ குடித்து... எதற்காக!

எங்கோ இந்தியாவில் பிறந்த ஒரு தமிழ்ப் பெண்ணுக்காக, அவளைக் கொன்றது யார் என்று கண்டுபிடிப்பதற்காக, மன்றாடப் போகிறார்கள். நானும் அவர்களுடன் சேர்ந்து கொள்ளப் போகிறேன். ஆம்! எனக்கும் கொஞ்சம் திறமை இருக்கிறது. நான் அவர்களுக்கு முழு மனத்துடன் உதவப் போகிறேன். அந்த மூர்க்கர்கள் யார் என்று கண்டுபிடிக்காத வரை என் லண்டன் பிரயாணம் பூர்த்தியாவதில்லை. யார் யார்? போலீஸ் எங்கே இருப்பார்கள். அவர்களுடன் சேர்ந்து கொள்ளப் போகிறேன்.

ஹோபர்ன் பகுதியில் இருந்த ஃபாரன்ஸிக் ஸயன்ஸ் லாபரட்ட ரிக்குச் சென்றேன். பூட்டியிருந்தது. அங்கிருந்து விக்டோரியா ஸ்ட்ரீட்டில் யார்டின் ஹெட்குவாட்டர்ஸுக்குச் சென்றேன். என்னை உள்ளே விட அனுமதிக்கவில்லை. அந்த மகத்தான கட்டடத்தில் அவர்கள் எல்லாம் எங்கே இருக்கிறார்கள். ப்ரியாவை மறந்துவிட்டார்களா! எத்தனையோ கேஸ்களில் ஒன்று அவர்களுக்கு.

வாயிலிலேயே உலவிக்கொண்டிருந்தேன். கார்கள் வந்து நின்று புதிய புதிய போலீஸ்காரர்களை இறைத்துக்கொண்டிருந்தன. 'மிஸ்டர்கணேஷ்?' என்று குரல் கேட்டுத் திரும்பினேன். சூப்பரிண் டெண்டெண்ட் ரோவான் அப்போதுதான் ஒரு வேனில் வந்து இறங்கி இருந்தார். 'இங்கே என்ன செய்து கொண்டிருக்கிறீர்கள்?'

'நான் உங்களுக்கு எந்த விதத்திலாவது உதவியாக இருக்கலாம் என வந்தேன். வேறு எங்கும் செல்ல எனக்கு மனமில்லை.'

ரோவான் என் கண்களில் கண்ணீரைப் பார்த்துவிட்டார். என் தோளில் தட்டினார். 'வாருங்கள் என்னுடன்... உள்ளே வாருங் கள்... ஃபாரன்சிக் லாபரட்டரியிலிருந்து முதல் ரிப்போர்ட் வந்திருக்கிறது... ப்ரியாவின் கேஸைத்தான் டிஸ்கஸ் செய்யப் போகிறோம். சுவாரஸ்யமான விஷயங்களைக் கண்டுபிடித்திருக் கிறோம்...' என்றார்.

நான் இவரை பின்தொடர்ந்தேன். கட்டடத்தின் சென்ட்ரல் ஹீட்டிங் இதம் தந்தது.

'ஆரம்பிக்கலாமா?' என்றார் ரோவான்.

நாங்கள் மூவரும் ஸ்காட்லண்ட் யார்டின் முதல் மாடி அறை ஒன்றில் இருந்தோம். பால் கலக்காத காபியைக் கொஞ்சம் உறிஞ்சிக்கொண்டார். தன் பைப்பை சிரத்தையாக ஏற்றிக்கொண் டார். நீலப் புகை மண்டலம் விரித்தார். என்னைப் பார்த்தார். சற்று நேரம் துல்லியமாகச் சிநதனையில் ஈடுபட்டார்.

'மிஸ்டர் கணேஷ், நீங்கள் எங்களுக்கு உதவ முடியும்.'

'சொல்லுங்கள். நான் பரிபூர்ணமாக ஒத்துழைக்கிறேன்.'

'சந்தேகம் மிகுந்த கணவரால் அனுப்பப்பட்டு, நடிகையைக் கண்காணிப்பதற்காக லண்டன் வந்தீர்கள். ஜனார்தன் எப்போது வருவதாக இருந்தார்?'

'கடைசியில்தான். நான்தான் அவரைச் சற்று முன்னமேயே வருமாறு கேபிள் அனுப்பினேன்.'

'ஏன்?'

'ப்ரியா பரத் குமாருடன் படப்பிடிப்பின் பாதியில் ஓடிவிடுவதாக இருந்தாள். அதைத் தவிர்க்கத்தான் நான் அனுப்பப்பட்டேன்...'

'ப்ரியா பரத் குமாருடன் சல்லாபிப்பதை ஃபிலிம் யூனிட்டில் இருப்பவர்கள் பார்த்தார்களா?'

'பார்த்திருக்கலாம். அவர்கள் இருவருக்கும் உறவு அங்கேயே, இந்தியாவிலேயே நிறைய அடிபட்டது. அதில் ஒன்றும் ரகசியம் இல்லை. லண்டன் வந்ததும் அவள் வெளிப்படையாகவே அவனுடன் சுற்ற ஆரம்பித்தாள். முதலில் படப்பிடிப்பில் ஒத்துழைக்கவில்லை.'

'ஜனார்தன் முன்னமேயே வரப்போவது யார் யாருக்குத் தெரியும், உங்களைத் தவிர?'

'ஷா ஒருவனுக்குத்தான். அவன் வீட்டிலிருந்துதான் கேபிள் அடித்து அவன் மூலம்தான் அனுப்பினேன். கேபிளின் பிரதி என்னிடம் இருக்கிறது ஹோட்டலில்.'

'நாளை அதைக் கொண்டுவாருங்கள். ஹெண்டர்ஸன், நிகழ்ச்சி களின் சமயங்களைச் சரிபார்க்கலாமா? முதல் கடிதம் எப்போது வந்தது?'

'மிஸ்டர் ஜான் லண்டன் வந்து சேர்ந்த மறுதினம் பிற்பகல்.'

'மிஸ்டர் ஜானா! யாரது?'

'ஹெண்டர்ஸனுக்கு ஜனார்தனின் பெயரை உச்சரிப்பதில் சிரமம் இருக்கிறது. ஜான் என்று குறுக்கிவிட்டார்' என்றேன்.

'ஜனார்தன்! நான் சரியாகச் சொல்கிறேனே?' என்றார் ரோவான்.

'நீங்கள் இந்தியாவில் இருந்திருக்கிறீர்கள்!' என்றார் ஹெண்டர்ஸன்.

'கலோனியல் டேஸ்ட்?' மறுபடி புகை மண்டலம். 'முதல் கடிதத்தைப் பற்றி நமக்கு என்ன தெரியும் ஹெண்டர்ஸன்?'

'ஆலிவெட்டி ப்ரீமா டைப் இயந்திரத்தில் அடிக்கப்பட்டது.'

'யூஸ்லெஸ்! லண்டனில் ஆயிரக்கணக்கான ஆலிவெட்டி இயந்திரங்கள் இருக்கும்.'

'அதன் 'C' எழுத்து சற்று தேய்ந்து இருக்கிறது.'

'அந்தச் செய்தி பிற்பாடு உபயோகப்படலாம். முதல் கடிதத்தின் முக்கியமான அம்சம் அது தபாலில் வராதது. அது ப்ரியாவின் அறையில் ஜனார்தனால் கண்டெடுக்கப்பட்டது. ப்ரியாவைக் கடத்தியவர்கள் அங்கு யாரும் இல்லாதபோது வந்து கடிதத்தை அறைக்குள் வைத்துவிட்டுச் சென்றிருக்கிறார்கள். இதை மறுபடி மறுபடி ஞாபகத்தில் பதித்துக்கொள்ள வேண்டும். இதில் முரண்பாடு கொஞ்சம் இருக்கிறது. அடுத்தது டெலிபோன் கால்.'

'ஆம், ப்ரியா காணாமற்போன மறுதினம் மாலை வந்தது.'

'பிற்பகம் கடிதம். மாலை டெலிபோன் கால். ஆட்டாப்ஸி ரிப்போர்ட்டின்படி ப்ரியா எப்போது இறந்திருக்கிறாள்?'

'கடத்தப்பட்ட அன்று இரவே. கிராதகர்கள்!'

'எப்படி இறந்தாள்?' என்றேன்.

ஹெண்டர்ஸன் அந்த ரிப்போர்ட்டைத் தன் காகிதங்களிலிருந்து தேர்ந்தெடுத்தார். 'சூப்பர்ஃபிஷியல் ஃபேஷியல் இன்ஜுரீஸ்... அப்புறம் பின் மண்டையில் பலத்த அடி. மண்டை ஓட்டில் விரிசல். மூளையில் ரத்தத் தேக்கம்...'

'பலாத்காரம் செய்யப்பட்டிருக்கிறாளா?' என்றேன்.

'இல்லை, ஆச்சரியம்?' என்றார் அவர். என்னை நிமிர்ந்து பார்த்தார்.

'ஏன்! ஏன்! ஏன்! ஏன் இந்த அபத்தமான செயல்! அவள் ஒரு மெல்லிய மலர் போல இருந்தாள். அவளை அன்றிரவே கொன்றிருக்கிறார்கள். கடத்திய அன்றிரவே. பணம் கிடைக்குமா என்று பரிசோதித்துக்கூடப் பார்க்கவில்லை. அதற்குள் கொன்றுவிட்டார்கள். எதனால் இன்ஸ்பெக்டர்?'

'புவர் கர்ல்!' என்றார் ஹெண்டர்ஸன்.

ரோவான் சொன்னார்: 'கிட்னாப்பிங் விவகாரங்களில் கடத்திச் செல்லப்பட்ட நபர்தான் கடத்திச் சென்றவர்களைப் பற்றிய

முதல் சாட்சி. பணம் கிடைத்து அவளைத் திரும்ப அனுப்பி விட்டால் அவள் நிச்சயம் அவர்களைப் பற்றிய விவரங்களைப் போலீசாரிடம் சொல்லிவிடுவாள். எனவே அவளையும் கொன்றுவிடுவது நடக்கக்கூடியதே. அவள் இறந்தது தெரியு முன்பே பணத்தையும் கறந்துவிட முயற்சிப்பார்கள். ஆனால், இந்த கேஸில் அவள் சற்று சீக்கிரமாகவே இறந்திருக்கிறாள். ஒன்றிரண்டு நாட்களாவது இழுக்க அடிப்பார்கள். ஹெண்டர் ஸன், நிச்சயமாகத் தெரியுமா அவள் அன்றிரவே இறந்திருக் கிறாள் என்பது?'

'நிச்சயம். ரிகர் செட் ஆகிவிட்டது. மெடிகல் ரிப்போர்ட் திட்ட வட்டமாகச் சொல்கிறது...'

'சரி. மறுபடி அந்த டெலிபோன் காலுக்கு வருவோம். நீங்களும் அதைக் கேட்டீர்கள் அல்லவா?'

'ஆம்' என்றார் ஹெண்டர்ஸன். 'அதில் விசேஷமாக நான் கவனித்தது இந்திய உச்சரிப்பு. மிஸ்டர் கணேஷ், ஐந்தில் ஐந்து போனால் எவ்வளவு?'

நான் ஆச்சரியத்துடன், 'ஸீரோ' என்றேன்.

'அந்தக் குரல் 'ஜீரோ' என்றது. அந்தக் குரல் பப்ளிக் டெலிபோன் எண்ணைக் குறிப்பிடும்போது 'ஜீரோ' என்கிற உச்சரிப்பை நான் கவனித்தேன்.'

'குட், மிஸ்டர் கணேஷ்?' என்றார் ரோவான்.

நான், 'இந்தியர்கள் சில மாநிலத்தவர்கள் 'ஜீரோ' என்று உச்சரிப் பார்கள். ஆந்திரப்பிரதேஷ், சில பம்பாய்க்காரர்கள்...' என்றேன்.

'குறித்துக்கொள்ளுங்கள் ஹெண்டர்ஸன். அப்புறம் மாட்டிஸன்?'

'மாட்டிஸன். பீர் மயக்கம் தெளிந்ததும், தன்னைச் சந்தித்து, அந்தக் காகிதத்தைக் கொடுத்தவனை வர்ணித்தான். மற்றும் சுற்றுப்புறத்தில் விசாரித்து ஒரு விதமாக மாட்டிஸனைச் சந்தித்தவன் இப்படி இருக்கக்கூடும் எனத் தெரிகிறது.' ஹெண்டர்ஸன் தன் ஃபைலிலிருந்து ஒரு காகிதத்தை உருவினார். 'ஐடெண்டிக்கிட்டில் அமைத்தோம்... பெரிய மூக்கு, குறுகிய கண்கள், மெல்லிய உதடுகள், ஒன்று சேர்ந்த புருவம், மெல்லிய மீசை.'

அந்தச் சித்திரத்தை நான் பார்த்தேன். 'மிஸ்டர் கணேஷ், இந்த மாதிரி ஆசாமி எவரையாவது பார்த்த ஞாபகம் இருக்கிறதா, யூனிட்டில். வேறு எங்கேயாவது?' அந்த சித்திரம் வினோதமாக இருந்தது.

'கம்ப்யூட்டர் வரைந்தது' என்றார்.

நான் சற்று நேரம் அதைப் பார்த்துவிட்டு 'ஸாரி' என்றேன்.

ரோவான், 'இந்த ஐடெண்டிக்கிட் என் அனுபவத்தில் வெற்றி அடைந்ததே இல்லை' என்றார்.

'சில சமயம் பயன்படுகிறது.'

'பரத் குமார் எங்கே?'

'ஹோட்டலில் இருக்கிறான். அவனிடமிருந்து ஸ்டேட்மெண்ட் எடுத்துக்கொண்டேன். படிக்கிறீர்களா?'

'என்ன சொல்கிறான்? முக்கியமாக அதில் என்ன?'

'ப்ரியா கடத்தப்பட்ட தினம் அவள் அறைக்கு வந்தான். அறைக்கதவு திறந்திருந்தது. உள்ளே அவள் இல்லை. சற்று நேரம் விட்டு விட்டு இரண்டு தடவை வந்திருக்கிறான். மறுநாள் இரண்டு மூன்று தடவை வந்து அவளைத் தேடினானாம்.'

'கடிதத்தைப் பார்த்தானா?'

'இல்லை.'

'அவனே கடிதத்தை அங்கே வைத்திருக்க வாய்ப்பு இருக்கிறது அல்லவா?'

'அவன் அப்படிப்பட்ட ஆசாமி இல்லை' என்றேன்.

'அவனை இன்னும் பட்டியலிலிருந்து எடுக்கவில்லை' என்றார் ஹெண்டர்ஸன்.

'ப்ரியாவைக் கடைசியில் பார்த்தது யார்?' என்றார் ரோவான்.

'நான்தான்' என்றேன்.

மறுபடி மறுபடி அந்தப் பிற்பகலின் நிகழ்ச்சிகளைப் பற்றி விவர மாகச் சொல்லச் சொன்னார். உன்னிப்பாகக் கவனித்தார்.

ஜனார்தன் வந்தது, ஜனார்தனுக்கும் ப்ரியாவுக்கும் வாக்குவாதம். ஜனார்தன் ஷாவைத் தேடி, என்னைப் பார்த்துக்கொள்ளுமாறு சொல்லிச் சென்றது. ப்ரியா ஒரு நிமிஷம் என்று பரத் குமார் வந்திருப்பதைக் குறிப்பிட்டு விட்டு மறைந்தது. ஜனார்தன் என்னைக் கோபித்தது. மறுபடி மறுபடி மறுபடி எனக்கே அலுக்கும் வரை அதை ஒவ்வொரு விவரமாகக் கேட்டுக் கொண்டார்.

'மிஸ்டர் கணேஷ், நீங்கள் போகலாம். ஹெண்டர்ஸன்! நாளை டைரக்டர் சங்கரன், கேமராமேன், டெக்னீஷியன், ஷா இவர்களை விசாரிக்கலாம். நாளை மாலை ஒருவேளை ஜனார்தனை எடுத்துக்கொள்ளலாம். லாபரட்டரியிலிருந்து முழு ரிப்போர்ட் நாளைக் காலை வந்துவிடுமல்லவா?'

'ஷ்யூர். நாளை வரவேண்டும்.'

'வரவேண்டும். நாளைக்குள் தீர்மானமாகத் தெரிந்துவிடும் என நினைக்கிறேன். இரவு கொஞ்சம் ஜாக்கிரதையாக இருங்கள். ஜன்னல் கதவுகள் தாழ்ப்பாள் இட்டிருக்கட்டும். அறைக்கதவின் நைட் லாட்சைப் போட்டுக்கொண்டு உறங்குங்கள். குட் நைட்.'

போலீஸ் கார் என்னை நடு இரவில் ஹோட்டலில் கொண்டு விட்டது. நைட் போர்ட்டர் கதவைத் திறந்துவிட்டான். குளிருக்கு இதமாக சென்டரல் ஹீட்டிங் என்னை உஷ்ணத்துடன் வரவேற்றது. என் அறைச் சாவியை அதன் கூண்டிலிருந்து எடுத்துக் கொடுக்கும்போது, 'உங்களுக்கு இரண்டு மூன்று தடவை டெலிபோன் வந்தது' என்றான். எனக்குச் சற்று அச்சமாக இருந்தது. அறைக்குள் சென்று விளக்கை எல்லாம் போட்டுக் கொண்டேன். ப்ரியாவின் மரண நினைவுகளுடன் இருட்டில் என்னால் தனியாக இருக்க முடியாது எனத் தோன்றியது. அவள் குழந்தை முகம்... ஹாம்ப்ஸ்டெட் ஹீத்தில் பார்த்த உதடு வீங்கின முகத்துடன் மாறி மாறி நினைவில் தத்தளித்தது.

ஹாய்!

ஹாய்!

நான்கூட லண்டன் போகப் போகிறேன். நீ அங்கே என்ன இஞ்சினியரா?

இல்லை. லாயர்.

லண்டனில் குளிருமா?

பேதைப் பெண்ணை எல்லோரும் ஏமாற்றினோம். நானும் ஏமாற்றினேன். பச்சைக் காட்டில் இரவில் குளிரில் அனாதை யாகக் கிடந்தாள். மார்ச்சுவரியில் கிடக்கிறாள். கண்மூடி உயிரிழந்து ஃபேஷியல் இன்ஜுரீஸ், பின் மண்டையில் பலத்த அடி. மண்டை ஓட்டில் விரிசல். மூளையில் ரத்தத் தேக்கம்... வெல்வெட் பிரவாகமாக ரத்தம் சிதறியது. ப்ரியா! அன்று நீ ஒரு நிமிஷம் என்று சொல்லிச் சென்றபோது உன்னுடனேயே ஒட்டிக் கொண்டு வந்திருக்காமல் போனேனே! ஏமாந்துவிட்டேனே! ரோவானும் ஹெண்டர்ஸனும் இன்னும் கண் விழித்துக் கொண்டு காப்பி சாப்பிட்டுக்கொண்டு புகை பிடித்துக்கொண்டு உன்னைக் கொன்றவர்கள் யார் என்று கண்டுபிடிக்க முயன்று கொண்டிருக்கிறார்கள். என்ன பிரயோஜனம்? என்ன அர்த்தம்? எங்கிருக்கிறாய் நீ? 'மிட்ஸம்மர் நைட்ஸ் ட்ரீமி'ல் வருவதுபோல ஒரு சிறிய தேவதையாக பஞ்சினும் மெலிதாக இறக்கைகளுடன் வெள்ளை உடையில் உலவுகிறாயா... டெலிபோன்! டெலி போன் அடித்தது.

அதை எடுக்கத் தயங்கினேன். பிடிவாதமாக அடித்தது. ஹெண்டர்னாக இருக்கலாமோ... எடுத்தேன்.

'கணேஷ்' என்றேன்.

'நீயும் அவளைப் போல் கத்திக்கு ஆளாகவேண்டுமா? வாயை மூடிக்கொண்டு சும்மா இரு! சுடப்படுவாய்!'

'ஹலோ! ஹலோ!'

கட்டக்.

வெட்டப்பட்டது. எங்கே கேட்டிருக்கிறேன் இந்தக் குரலை. கேட்டிருக்கிறேனா என்ன? எனக்கு வியர்த்தது. எழுந்து ஜன்னல்களைப் பார்க்கலாமா? முட்டாள்தனமாக விளக்கு களைப் போட்டிருக்கிறேனே! விளக்குகளை அணைத்து ஜன்னல் திரைகளை எல்லாவற்றையும் அடைத்து, படுக்கையில் வந்து உட்கார்ந்துகொண்டேன். படுக்கை மெதுவாக முனகியது. படுக்கைக்கு அடியில் யாராவது இருக்கிறார்களா என்ன! சே! என்ன மூட பயம்! இருட்டில் அந்த நிழல்கள் எல்லாம் உருவங்கள் ஆகின்றன. மேஜை விளக்கை மட்டும் போட்டுக்கொண்டேன். ஹோட்டலின் அன்பளிப்பாக செய்தித்தாள் வைத்திருந்தது. அதன் முதல் பக்கத்தில் ஓரத்தில் ப்ரியா - ஆம், ப்ரியாவின்

போட்டோ - சிரித்துக்கொண்டு அச்சாக விழுந்திருந்தாள். இன்னும் எவ்வளவு உயிர் பாக்கி இருக்கிறது! அவள் போட்டோ வில் MURDERED என்று பெரிய எழுத்தில் ஒரு தலைப்பு. கீழே செய்தி. லண்டன்காரர்களின் காலைத் தேனீருடன் சுவாரசியம் அளிக்க லட்சோப லட்சம் பிரதிகளில் ப்ரியா. The body was found in Hampstead Heath blanket-wrapped and badly beaten up- சொல்லாதே! சொல்லாதே! Ransom notes and telephone calls abounded. ரசித்து எழுதியிருந்தார்கள். ப்ரியா ஒரு சமஸ்தான ராஜகுமாரியாக இருந்தால் இன்னும் சந்தோஷப்பட்டிருப்பார் கள். சே! என்ன நகரம்-

தூங்காமல் தூங்காமல் தூங்காமல்... அடிக்கடி வாட்சைப் பார்த்துக்கொண்டு, போர்வைக்குள் பதுங்கிக்கொண்டு, வியர்த்து, போர்வையைத் தூர எறிந்து மற்றொரு காலை எதிர் பார்த்து... யார் எனக்கு டெலிபோன் செய்தது.

கதவு பலமாகத் தட்டப்பட்டது. அப்போது நான் தூங்கி இருக்க வேண்டும். எழுந்ததும் திரைகளை விலக்கிப் பார்த்தேன். காலை. கதவு மறுபடி தட்டப்பட்டது. காலையில் என்ன நிகழும்? எதற்கும் மெதுவாக அரை இஞ்ச் இடைவெளி விட்டு எட்டிப் பார்த்தேன். பரத் குமார் தெரிந்தான். திறந்தேன். மௌனமாக உள்ளே வந்தான். அவன் கண்களின்கீழ் கருவட்டம் தெரிந்தது. வந்து படுக்கையில் உட்கார்ந்தான். ‘கணேஷ் சார்!’ என்றான். அவன் கையைப் பிடித்து அழுத்தினேன். அவன் அழுதான். ‘எனக்கு என்ன செய்வதென்றே தெரியவில்லை. நான் இறந்து போக விரும்புகிறேன்! கணேஷ் சார், நான் பார்த்தேன் அவளை. மார்ச்சுவரியில் பார்த்தேன். எந்தக் கிராதகன் அவளை அப்படிச் சேதப்படுத்தி இருக்கிறான்! அவனை போலீஸ் கண்டுபிடிக்கும் வரை நான் காத்திருக்கப் போகிறேன். கண்டுபிடித்ததும் இந்தக் கரங்களாலேயே கொல்லப் போகிறேன்!’

‘ஏதாவது சாப்பிட்டாயா?’

‘சாப்பாடா!’ என்றான்.

‘வா, காபி சாப்பிடலாம்.’

‘கண்டுபிடித்துவிடுவார்களா?’

‘மிகவும் தீவிரமாக முயன்றுகொண்டிருக்கிறார்கள்.’

‘நாம் அங்கே போகலாமே; அவர்களுக்கு உதவி செய்யலாமே!’

‘போகலாம். சற்று நேரத்தில். என்னை வரச்சொல்லி இருக்கிறார்கள். பரத்! ஸ்காட்லண்ட் யார்ட் ஒரு அபாரமான ஸ்தாபனம். அவர்களது எல்லா சாமர்த்தியங்களும் உபயோகப்படுகிறது இந்தக் கேசில். கண்டுபிடிப்பார்கள். ஆனால் என்ன பிரயோஜனம்! எவனோ ஒரு அன்னியனின், ஒரு அரக்கனின் முகத்தைக் காட்டி அப்பாடா இவன்தான் என்று காட்டப் போகிறார்கள்! என்ன பிரயோஜனம்! லண்டன்காரர்களுக்கு சுவாரஸ்யமான செய்தி, அவ்வளவுதான்! ஹெண்டர்ஸனுக்குப் பதவி உயர்வு! நமக்கு என்ன? ப்ரியா வருவாளா என்ன? அபத்தமாக இருக்கிறது.’

‘யார் அது! யார் அது! யார் என்று பார்க்க வேண்டும்.’

‘நீ பார்க்க முடிந்தாலும் நீ நினைக்கிறபடி அவ்வளவு சுலபமாக நியாயம் வழங்க முடியாது. கோர்ட்டு, கேஸ் என்று முடியாத ஒரு அபத்தம் இது. வா!’

நானும் பரத் குமாரும் மறுபடி ஸ்காட்லண்ட் யார்டுக்குச் சென்றோம்.

‘அந்தக் கேபிளின் பிரதியைக் கொண்டுவந்தீர்களா?’ என்றார் ஹெண்டர்ஸன்.

‘கொண்டுவந்திருக்கிறேன்’ என்று அதை அவரிடம் கொடுத்தேன். நிதானமாகப் படித்துவிட்டு அதை பத்திரமாக வைத்துக் கொண்டார்.

‘எனக்கு ராத்திரி ஒரு மிரட்டல் டெலிபோன் வந்தது.’

‘என்ன?’

‘யாரோ எனக்கு உபதேசம் செய்தார்கள். வாயை முடிக்கொண்டு சும்மா இருக்கவேண்டுமாம். இல்லையெனில் சுடப்படுவேனாம்!’

‘இண்டரஸ்டிங்! குரலை அடையாளம் கண்டுபிடிக்க முடிந்ததா?’

‘பரிச்சயமான குரல்போல் இருந்தது. ஆனால் வேண்டுமென்று சற்று கரகரப்பான தொண்டையில் பேசுவதுபோல் இருந்தது.’

‘ம்ஹூம்!’ சற்று நேரம் யோசித்தார். ‘நீங்கள் பயப்பட வேண்டாம். உங்களுக்கு போலீஸ் பாதுகாப்புத் தேவை என்றால்

தருகிறோம். என்னுடனேயே இன்று முழுவதும் இருங்கள். ஹோபர்னுக்கு வருகிறீர்களா? ஃபாரன்சிக் லாபரட்டரியில் ரிப்போர்ட் தயாராக இருக்கிறது என்று சொன்னார்கள். ரோவான் அங்கு நேராக வருகிறார். ஃபில்ம் யூனிட் ஆசாமிகளை இன்று முழுவதும் விசாரிக்க இருக்கிறோம். முதலில் லாபரட்டரி.'

ஸ்காட்லண்ட் யார்டின் ஃபாரன்சிக் ஸயன்ஸ் லாபரட்டரியில் போலீஸ் உடை ஆசாமிகள் அதிகம் தென்படவில்லை. மௌன மான கட்டடம். வகுப்பு நடந்துகொண்டிருக்கும் கல்லூரி போல இருந்தது. ஹெண்டர்ஸன் முகப்பு அறையில் எங்களை உட்கார வைத்துவிட்டு உள்ளே சென்றார். வெள்ளை கவுன் அணிந்த டெக்னிஷியன்கள் வந்து போய்க்கொண்டிருந்தார்கள். நான் பாதிக் கதவின் ஊடே எட்டிப் பார்த்தேன். ரசாயன ஆராய்ச்சிச் சாலைபோல் இருந்தது. க்ரோமாட்டோகிராஃபி என்று ஒரு பகுதி. அல்ட்ரா வயலெட், இன்ஃப்ரா ரெட் போட்டோ, மைக்ரோகிராஃபி, பயாலஜி என்று வெவ்வேறு பகுதிகள். வண்ண வண்ணத் திரவங்கள் சீசாக்களில் நடுங்கின. மைக்ரா ஸ்கோப்புகளில் பெண்கள் உற்றுப் பார்த்துக் கொண்டிருந் தார்கள். வேறு உலகம்! போலீசின் அவசரத்துக்கும் சந்தடிக்கும் முற்றிலும் புறம்பான மௌனமான, நம் காலடி ஓசை கூடக் கேட்கும் சப்தமில்லாத உலகம்.

ரோவானும் ஹெண்டர்ஸனும் வெளிப்பட்டார்கள். வெள்ளை கவுன் அணிந்த ஒரு இளைஞன் உடன் வந்தான். ஹெண்டர்ஸ னின் கையில் காகிதங்கள் சில இருந்தன. ரோவான் என்னைப் பார்த்துப் புன்முறுவலித்தார். 'ஹலோ, மிஸ்டர் கணேஷ்! வந்து விட்டீர்களா. உங்கள் நடிகையின் கேசில் சில மிக சுவாரசியமான விவரங்கள் கிடைத்திருக்கின்றன. ஹெண்டர்ஸன்! அந்த ரிப்போர்ட்டைக் கொடுங்கள்.'

பைப்பைக் கடித்துக்கொண்டே காகிதத்தைக் கவனித்தார்.

'முதலில் ப்ரியா அணிந்திருந்த செருப்பின் அடிப்பாகத்திலிருந்து கவனமாக நீக்கப்பட்ட பகுதிகளின் ரசாயன ஆராய்ச்சியில் கிடைத்த விவரங்கள்...'

அந்தக் காகிதத்தில் ஐந்து வஸ்துக்கள் பட்டியல் இடப்பட்டிருந் தன.

1. பெட்ரோல்

2. லூப்ரிகேட்டிங் எண்ணெய் எஸ் ஏ இ-40

3. கடலைத் தோல்

4. மரத்தூள்

5. காட்டன் வேஸ்டின் சில நூல்கள்

'காட்டன் வேஸ்ட், பெட்ரோல், லூப் ஆயில் இவை எங்கிருக்கும்? எங்கே இவற்றை மிதித்திருக்கிறாள்? கார் ஷெட்டில்... அவள் ஒரு கராஜின் ஊடே அழைத்துச் செல்லப்பட்டிருக்கிறாள். மேலும் அடுத்த ரிப்போர்ட்டைக் கவனியுங்கள். இன்னும் சுவாரஸ்யமாக இருக்கிறது. உடல் கம்பளியில் சுற்றப்பட்டிருந்தது அல்லவா? அந்தக் கம்பளியை இந்த மாயாஜாலக்காரர்கள் முழுவதும் ஆராய்ந்திருக்கிறார்கள். கிடைத்தது என்ன? ஒரே ஒரு மயிர்! நீண்ட வெள்ளை மயிர்! பிடிவாதமாகக் கம்பளியில் ஒட்டிக்கொண்டிருந்திருக்கிறது. அதை மைக்ராஸ்கோப்பில் வைத்து ஸ்லைடுகள் அமைத்து என்னவோ ஜாலங்கள் எல்லாம் செய்து நம் நண்பர் அந்த மயிர் ஒரு பிகினிஸ் நாயின் மயிர் என்று கண்டுபிடித்திருக்கிறார்...'

ரோவான் அந்த வெள்ளைக் கோட்டு இளைஞனை முதுகில் தட்டினார். 'பீட்டர் க்ராஸ்மன் ஒரு விஸார்ட்! திஸ் இஸ் மிஸ்டர் கணேஷ், லாயர்' நான் அந்த இளைஞனின் கையைக் குலுக்கினேன். 'ஆச்சரியமாக இருக்கிறது' என்றேன்.

'ஏன்?'

'அது ஒரு மனிதனின் நரை மயிராக இருக்கலாம் அல்லவா?' என்றேன்.

அந்த இளைஞன் புன்னகையுடன், 'இருக்க முடியாது, மெடுல்லா இன்டெக்ஸ் என்று ஒரு அளவு இருக்கிறது. முழு மயிரின் குறுக்களவுக்கும் மெடுல்லாவின் குறுக்களவுக்கும் விகிதம் பாயிண்ட் ஃபோர் இருந்தது. மனித மயிருக்கு அது அதிகமாக இருக்கும். வெள்ளை மயிர், நீண்ட மயிர், கொஞ்சம் பளபளப்பு. பிகினிஸ் நாய்களுக்குத்தான் இருக்கும்.'

'மிஸ்டர் கணேஷ், நம் நண்பனைப் பற்றிக் கொஞ்சம் கொஞ்சமாக விவரங்கள் தெரிகின்றன... அவனிடம் கார் இருக்கலாம். கார் ஷெட் இருக்கும். வீட்டில் இருக்கலாம். அவனிடம்

ஒரு ஆலிவெட்டி டைப் இயந்திரம் இருக்கிறது. அந்த டைப் ரைட்டரில் 'C' எழுத்து சற்றுத் தேய்ந்து இருக்கிறது. அவனிடம் ஒரு வெள்ளை பிக்கினிஸ் நாய் இருக்கிறது.'

'இந்த அடையாளங்களை வைத்துக்கொண்டு லண்டனில் தேடப்போகிறோமோ?'

'பொறுமை! பொறுமை வேண்டும். ஹெண்டர்ஸன், இப்போது எங்கே போகிறோம்?'

'ஷாவின் ஃப்ளாட்டுக்கு முதலில் செல்கிறோம். மிஸ்டர் ஜனார்தனின் நிலைமையையும் விசாரிக்கலாம். மிஸ்டர் பரத் குமார், நீங்களும் வருகிறீர்களா?'

'நான் உங்களுடனேயே இறுதிவரை இருக்கிறேன்... எனக்கு... எனக்கு.'

அவனை மேலே பேசவிடாமல் சமாளித்தேன்.

சீப்ஸைடில் இருந்த ஷாவின் ஃப்ளாட்டுக்குச் சென்றபோது காலை மணி பதினொன்று இருக்கும். லண்டனில் சாதாரண வார தினம். ஆண்கள் ஆபீசில் தஞ்சமடைந்துவிட மனைவிகள் தள்ளு வண்டிகளில் குழந்தைகளுடன் ஷாப்பிங் கிளம்பிவிட்ட நேரம்.

ஷா இருந்த ஃப்ளாட் ஒரு பல மாடிக் கட்டடத்தில் இருந்தது. அதன் கீழ்ப்பகுதியில் பேஸ்மெண்ட் பகுதியில் பல கார்கள் நிறுத்தப்பட்டிருந்தன. ஷாவின் ஃப்ளாட் அதன் நான்காவது மாடியில் இருந்தது. நாங்கள் லிஃப்ட் மூலம் ஃப்ளாட்டை அடைந்து கதவின் பொத்தானைப் பல தடவை அழுத்தியும் யாரும் வந்து கதவு திறக்கவில்லை.

'வெளியில் போயிருப்பார்களோ?' என்றேன்.

'இல்லை, வருவதாகச் சொல்லியிருந்தேனே' என்றார் ஹெண்டர்ஸன்.

'உள்ளே மணி அடிக்கவில்லையோ என்னவோ' என்றேன். கதவைப் பலமாகத் தட்டிப் பார்த்தோம்.

எதிர்ப்புறத்து ஃப்ளாட்டின் கதவு திறந்து ஒரு பெண் எட்டிப் பார்த்தாள்.

'யூ வாண்ட் ஸம்திங்?' என்றாள்.

'மிஸ்டர் ஷா?' என்றார் ஹெண்டர்ஸன்.

'நேற்றிலிருந்தே அவர் வரவில்லை. அவருடைய பால் பாட்டிலும் செய்தித்தாளும் நான் சேகரித்து வைத்திருக்கிறேன். எனிதிங் ராங்? நீங்கள் போலீஸா?'

'ஆம்! மேடம், உங்களுடன் பேச வேண்டும்...' என்றார் ரோவான்.

அந்தப் பெண்ணின் கையில் ஒரு அழகான வெள்ளை நிற பிக்கினிஸ் நாய்க்குட்டி இருந்தது.

12

அவளுக்கு முப்பது வயதிருக்கும். வெள்ளைக்காரி. சன்னமான உடைகளைப் பற்றி வெட்கப்படவில்லை. சற்று முன்தான் எழுந்தாளோ? கண்களில் தூக்கம் அல்லது நேற்று ராத்திரியின் ஆல்கஹால் தெரிந்தது. நாயை வருடிக்கொண்டே, 'உள்ளே வாருங்கள்' என்றாள். நாய் அவள் மார்பை மறைத்தது.

உள்ளே மேஜையை நகர்த்தி எங்களுக்கு உட்கார இடம் காட்டினாள். 'ஒரு நிமிஷம்! உடை மாற்றிக்கொண்டு வந்துவிடுகிறேன்' என்றாள். நாயை வீசி எறிந்துவிட்டு உள் சென்றாள். நாய் சந்தோஷத்துடன் பிடிவாதமாகப் பின் தொடர்ந்தது.

சிறிய ஃப்ளாட். பத்திரிகைகள்... ப்ளே கேர்ல்-ஐக் கவனித்தேன். HOW MUCH OF SEX DO YOU NEED... கண்ணாடித் தம்ளரில் மது, அதை மூடியிருந்த ப்ளாஸ்டிக் வட்டத்தில் 'சிரி' என்று எழுதியிருந்தது. டெலிவிஷன் அனாதையாக உபசரித்துக் கொண்டிருந்தது.

'மிஸ் ராபின்ஸன்! நாங்கள் அவசரத்தில் இருக்கிறோம்' என்றார் ரோவான். வாயிற் கதவில் பெயரைப் பாத்திருக்கிறார்.

'ஒரு நிமிஷம்.'

ப்ளே கேர்ல்-ஐப் புரட்டினேன். ப்ளேபாயின் மனைவி போலும். நடுப்பக்கத்தில் மூவர்ணத்தில் சார்ல்ஸ் ப்ரான்ஸன் நின்றுகொண்டிருந்தார். கழுத்தில் செயின் அணிந்திருந்தார். வேறு உடைகள் இல்லை. பொலி காளையின் ஞாபகம் வந்தது.

'நாய் உங்களுடையதா?' என்றார் ரோவான்.

'ஸில்வெஸ்டர்' என்றது அறை.

'நாய்! வெள்ளை நாய்.'

'ஆம், நாய் பெயர்தான் ஸில்வெஸ்டர். என்னுடையதுதான்.'

'உங்களுக்கு ஷாவைத் தெரியுமா?'

'ஓ எஸ். நன்றாகத் தெரியும்.'

'நாய் அவர் ஃப்ளாட்டுக்குச் செல்லுமா?'

'அடிக்கடி போகும். பால் தருவார். மிஸ்டர் ஷாவை ஸில்வெஸ்டருக்கு நிறையப் பிடிக்கும். காலை வேளைகளில் அழைத்துச் செல்வார்.'

ஹெண்டர்ஸனும் ரோவானும் ஒருவரை ஒருவர் பார்த்துக் கொண்டார்கள். என் மனத்தில் அந்த வெள்ளை நாய், ஷாவின் ஃப்ளாட்டில் கம்பளி விரிப்பில் உருண்டு புரண்டு விளையாடியது. ஒரே ஒரு ரோமம் கம்பளியில் ஒட்டிக்கொண்டது... அவள் வெளியே வந்தாள். அப்படி ஒன்றும் அதிகம் உடம்பை மூடுகிறாற்போல் உடை மாற்றம் செய்ததாகத் தெரியவில்லை. சற்று வயதைக் குறைத்துக்கொண்டு வந்திருந்தாள். என்னைப் பார்த்து ஸ்மைல் அடித்தாள்.

'கொஞ்சம் கொஞ்சம் ஷாவைப் போல் இருக்கிறார்!' என்றாள். எனக்குச் சட்டென்று அந்த மாட்டிஸன், 'இவர்தான்!' என்று என்னைக் காட்டியது ஞாபகத்தில் மின்னியது.

'நீங்கள் வருவதை எதிர்ப்பார்த்தேன்.'

'ஏன்' என்றார்.

அவள் கால்மேல் கால் போட்டுக்கொண்டு (மினி ஸ்கர்ட்) உட்கார்ந்துகொண்டு சிகரெட் பற்ற வைத்துக்கொண்டு, 'அன்று இரவு அமர்க்களம் நடந்தது' என்றாள்.

'எங்கே? என்று?'

'மிஸ்டர் ஷாவின் ஃப்ளாட்டில் நான்கு நாட்களுக்கு முன்பு ஷாவும் மற்றொரு இந்தியரும்... வெயிட் எ மினிட், ஏதாவது தப்பாக நடந்துவிட்டதா?'

'ஆம்' என்றார் ரோவான்.

'நான்... நான்...'

'பயப்படாதீர்கள் மிஸ் ராபின்ஸன். நாங்கள் எதுவும் எழுதிக் கொள்ளவில்லை.'

'என்னைக் கோர்ட்டுக்குக் கூப்பிடுவீர்களா?'

'பயப்படாதீர்கள்.'

சற்றுத் தயங்கினாள். ஒரு இழுப்பு இழுத்துக்கொண்டாள்.

'அன்று இரவு நான் தாமதமாகத் திரும்பி வந்தேன். ஷாவின் ஃப்ளாட்டில் பெண் குரல் கேட்பது அசாதாரணமான விஷய மில்லை. பொதுவாக சந்தோஷமான குரல்கள்தான் கேட்கும். ஆனால், அந்தக் குரல், புரியாத பாஷையில் விசித்து அழுது கொண்டிருந்தது. உடன் வந்திருந்த மற்றொரு இந்தியரும் ஏதோ அதட்டிக்கொண்டிருந்தார். எனக்கென்ன என்று இருந்து விட்டேன். திடீரென்று அழுகுரல் நின்றுவிட்டது. அவர்கள் வெளியே பூட்டிக்கொண்டு செல்வதைப் பார்த்தேன். அந்தப் பெண் உள்ளே இருந்திருப்பாள். வெகுநேரம் கழித்து மறுபடி வந்தார்கள். மறுபடி ரகளை. மறுபடி திடீர் என்று மௌனம். அவர்கள் ஃப்ளாட்டை மூடிக்கொண்டு கிளம்புகிற சப்தம் கேட்டது. மெதுவாக எட்டிப் பார்த்தேன். அவர்கள் முதுகுப் பக்கம்தான் தெரிந்தது. லிஃப்ட்டில் இருவரும் ஒரு பளுவைத் தூக்கி வைத்துக்கொண்டிருந்தார்கள். ஒரு சிறிய மூட்டைபோல் இருந்தது. இரவு ஒரு மணி இருக்கும். கீழே பேஸ்மெண்ட் கராஜிலிருந்து கார் கிளம்பி அவசரமாகச் செல்வதையும் ஜன்னல் வழியாகப் பார்க்க முடிந்தது...'

எனக்கு உடல் நடுங்க ஆரம்பித்தது. அடப்பாவிகளா! படுபாவிகளா!

ரோவான் உடனே செயல்பட்டார். 'ஹெண்டர்ஸன்! க்விக்! ஹீத்ரோ விமான நிலையத்துக்கு டெலிபோன் செய்து அலர்ட்டில் வைக்கவும்...'

ஹெண்டர்ஸன் புரியாமல் அவரைப் பார்த்தார்.

'நேற்று முன் தினம் ஷாவும் ஜனார்தனும் ஏர் இண்டியாவுக்குச் சென்றார்களே, ஞாபகம் இருக்கிறதா?'

'ஆம். டிக்கெட்டைத் திருப்பிக் கொடுக்கச் சென்றதாகச் சொன்னார்கள்.'

'அதை ஏர் இண்டியாவில் விசாரித்துப் பார்த்தீர்களா?'

ஹெண்டர்ஸனின் முகம் கறுத்தது. 'சே! செய்யவில்லை!'

'டிக்கெட்டைத் திருப்பிக் கொடுக்கச் சென்றிருக்க மாட்டார்கள். ரிஸர்வேஷனை மாற்றி முன்பே புறப்படுவதற்கு ஏற்பாடு செய்திருக்கலாம். க்விக்! ஹீத்ரோ.'

ஹெண்டர்ஸன் டெலிபோனை நோக்கி ஓடினார். அந்தப் பெண் 'ஏன் எதாவது பெரிய குற்றம் நிகழ்ந்துவிட்டதா? நான் அப்போதே நினைத்தேன். அந்த ஷாவின் செயல்கள் எல்லாம் நிழலாகவே இருந்தன. நீக்ரோ ஒருத்தியை வைத்துக் கொண்டிருந்தான். ஜன்னல் திறப்பதைக்கூட மதிக்காமல் எனக்கு முன்னாலேயே அவளை...'

'இடியாட்டிக்! இடியாட்டிக்!' என்று கையைக் குத்திக் கொண்டார் ரோவான்.

நான் பேச்சற்று நின்றேன்.

பரத் குமார், 'எனக்கு ஒன்றுமே புரியவில்லை' என்றான்.

ரோவான் அவன் பேச்சைக் கவனிக்கவில்லை.

ஹெண்டர்ஸன் ஐந்து டெலிபோன் கால்கள் செய்தார். ரோவான் அடிபட்ட புலிபோல உலவினார்.

'ஹீத்ரோவுக்குச் சொல்லிவிட்டேன். ஏர் இண்டியாவின் ஃப்ளைட் ஒன்று இன்னும் நாற்பத்து ஐந்து நிமிஷங்களில்

புறப்பட இருக்கிறது. அதை நாம் வரும்வரை தாமதிக்க வைத்திருக்கிறேன்.'

'குட்! வி கோ! மிஸ் ராபின்ஸன், நாங்கள் மறுபடி உங்களுடன் பேச வருகிறோம். இப்போது அவசரத்தில் இருக்கிறோம்... மிஸ்டர் கணேஷ், வாருங்கள்!'

'பரத் குமார் இங்கேயே இருக்கலாம் என நினைக்கிறேன். ஒருவேளை ஜனார்தன் மட்டும் புறப்பட்டு, ஷா திரும்பி வந்தால் தகவல் கொடுக்கவேண்டும்.'

'ஓ கே!'

'மிஸ்டர் பரத் குமார், கீழே லிஃப்ட் மாடிப்படி இரண்டுக்கும் அருகில் இருக்கும் பொதுவான நுழைவின் அருகில் காத்திருங்கள். ஷா, ஜனார்தன் யாராவது வந்தால் உடனே இந்த நம்பருக்கு டெலிபோன் செய்யுங்கள். அவர்களிடம் அதிகம் பேச வேண்டாம். பொதுவாகப் பதில் சொல்லுங்கள்.' பரத்குமாரின் கையை இழுத்து அதில் தன் பால்பாயிண்ட் பேனாவால் டெலிபோன் நம்பரை எழுதினார்.

'எனக்கு ஒன்றுமே புரியவில்லை.'

'சீக்கிரமே புரியும்... குட் டே மிஸ் ராபின்ஸன்...'

'டீ சாப்பிடாமல் போகிறீர்களே?'

'வந்து சாப்பிடுகிறோம். கீப் இட் வார்ம்.'

லண்டனில் அபாரப் போக்குவரத்தின் ஊடே எங்கள் கார் ஸைரன் ஒலித்தபடி சிவப்பு விளக்குகளைப் பற்றிக் கவலையே படாமல் சந்துகளிலும் ஒருவழிப் பாதைகளிலும் புகுந்து அடித்து விரட்டிக் கொண்டு வெறி பிடித்த வேகத்தில் சென்றது. ஹெண்டர்ஸன் ரேடியோவில் ஆணைகள் பிறப்பித்துக் கொண்டிருந்தார். ரோவான் பைப்பை ஏற்றியபடி அந்த வேகத்தைப் பற்றி பயம் இல்லாமல், 'ஸில்லி ஸில்லி!' என்று முணுமுணுத்துக்கொண்டார். ப்ரியா காணாமற்போன அன்றைய தினத்தின் நிகழ்ச்சிகள் கொஞ்சம் தெளிவாக, கொஞ்சம் குறைவாக வடிவம் எடுக்க ஆரம்பித்தன.

இப்படியா! இப்படியா!

‘எல்லாம்... எல்லாம் பொய்’ என்றார் ரோவான்.

‘வினோதம்!’ என்றேன்.

‘போலீசை மிகவும் ஏமாற்றிவிட்டார்கள்!’

‘அந்த டெலிபோன்! அந்தக் கடிதம்! அந்த பயமுறுத்தல்கள். எல்லாம் திட்டமிட்டுச் செய்தது! பார்க்கலாம். என் நண்பர் ஹெண்டர்ஸன் செய்த தப்பினால் பறவை பறந்திருக்கலாம்! இவ்வளவு தூரம் இவ்வளவு துப்புரவாக விசாரித்தோம். ஒரு சிறிய விஷயத்தை விட்டுவிட்டோம் பார்த்தீர்களா? என்ன பிரயோசனம்? இவ்வளவு பெரிய போலீஸ் திறமை இருந்து காமன்சென்ஸ் இல்லை! சே!’

கார் டிரைவர் லண்டன் ஹீத்ரோ விமான நிலையத்தை அணுக, அதன் வயிற்றினுள்ளேயே காரைக் கொண்டு சென்றுவிட்டார். எங்களுக்காகப் பத்துப் பதினைந்து நீல உடை கான்ஸ்டபிள்கள் காத்திருந்தார்கள். நாங்கள் வெளி நாட்டுப் புறப்பாட்டு டெர்மினலின் பேஸ்மெண்ட் பகுதியில் இருந்தோம்.

ரோவான் அந்த கான்ஸ்டபிள்கள் மேல் எரிந்து விழுந்தார். ‘இவ்வளவு பேர் கூட்டமாக நம்முடன் வந்தால் காரியம் கெட்டு விடும். அவர்களைச் சிதற வையுங்கள். வெளிச் செல்லும் கதவு களைக் கண்காணிக்கட்டும். நாம் தேடுவது தெரியவே கூடாது. ஹெண்டர்ஸன், கணேஷ்... வாருங்கள்.’

சாமான்களுக்கான லிஃப்ட்டில் மெதுவாக ஏறினோம். பிரயாணி கள் தங்கி இருக்கும் பிரம்மாண்டமான ஹாலில் வெளிவந்தோம். ஒலிபெருக்கி பேசிக்கொண்டிருந்தது.

‘பாரீஸ், ஃப்ராங்க்ஃபர்ட், பெய்ரூட் வழியாக டில்லி பம்பாய் செல்லும் ஏர் இண்டியா விமானம் புறப்படத் தயாராக இருக் கிறது. வெளியேற்றம் கேட் நம்பர் ஐந்து.’

‘புறப்படப் போகிறது போலிருக்கிறது’ என்றேன்.

‘எங்கள் அனுமதி இல்லாமல் புறப்படாது. பயப்படாதீர்கள்!’ எதிரே இருந்த ராட்சச போர்டில் தகவல் எழுத்துக்கள் கம்ப்யூட்டர் வேகத்தில் மாறிக்கொண்டிருந்தன.

நாங்கள் கேட் நம்பர் ஐந்தை நோக்கி நடந்தோம். ஹெண்டர்ஸன் பிரிந்துகொண்டார். ரோவான் என்னிடம், ‘அவர்களைப்

பார்த்தால் உடனே என்னிடம் சொல்லுங்கள்... நிற்காதீர்கள் நடந்துகொண்டே இருக்கவேண்டும்' என்றார்.

நான் அங்கு கூடியிருந்த பிரயாணிகளைப் பார்த்தேன் மலைத் தேன். இத்தனை பெரிய ஹாலில் அவர்களை எப்படித் தேடுவது? 'அவர்கள் இன்று சொல்கிறார்கள் என்பது திட்டமாகத் தெரியுமா?' என்றேன்.

'கேள்விகளை அப்புறம் வைத்துக்கொள்ளுங்கள்.'

ரோவானின் பார்வை கலைந்தது. 'இத்தனை இந்தியர்கள் இடையில் அந்த முகங்களை ஞாபகம் வைத்துக்கொள்வது கஷ்டம்!' என்றார்.

'எனக்கு ஞாபகம் இருக்கிறது' என்றேன் தெளிவாக.

'குட்! பாருங்கள்!'

நீக்ரோக்கள், இந்தியர்கள், இத்தாலியர்கள், மத்தியக் கிழக்கு நாட்டவர்கள், எத்தனை தினுசில் பிரயாணிகள்! நான் ரோவானைப் பின்தொடர்ந்தேன். அவர் நேராக நடக்கவில்லை. குறுக்கே 'இஸெட்' வடிவத்தில் நடந்து தேடினார்... தூண்களின் பின், புத்தகக் கடைகளில், பொம்மைக் கடைகளில்... அதே செய்தித்தாளில் மறைத்துக்கொண்டு... இல்லை!

பிரயாணிகளின் கைச் சாமான்கள் பரிசோதனை செய்யப்பட்டு, ஒவ்வொருவராக மெட்டல் டிடெக்டரால் வருடப்பட்டு உள்ளே நுழைந்து, அங்கே இருந்த டிரான்ஸிட் லவுஞ்சில் தாற்காலிக சோபாக்களில் உட்கார்ந்து கொண்டிருந்தார்கள். நடை தூரத்தில் விமானத்தில் வாசல் தெரிந்தது. கட்டடத்திலிருந்து அதற்குப் பாலம் அமைத்திருந்தது. கேட் நம்பர் ஐந்து.

ரோவான் ட்யூட்டி ஃப்ரீ ஷாப், டாய்லெட்டுகள், ரெஸ்டா ரெண்டுகள் எல்லாவற்றிலும் நுழைந்து வெளிவந்தார்.

விமானத்தின் நுழைவாசலில் இரண்டு ஏர் இண்டியா பெண்கள் ஒரு பெரிய கார்டை வைத்துக்கொண்டு உட்கார்ந்திருந்தார்கள். பிரயாணிகளுக்கு போர்டிங் கார்டு வழங்கிக் கொண்டிருந் தார்கள்.

ரோவான் அவர்களை அணுகினார்.

‘குட் மார்னிங்’ என்று தன் போலீஸ் அடையாள பாட்ஜைக் காட்டினார். அவர்கள் உடனே எழுந்து நின்று, ’என்ன செய்ய வேண்டும்’ என்றாள்.

‘பிரயாணிகளின் பட்டியல்’ என்றார்.

உடனே எடுத்துக் கொடுத்தாள்.

பக்கம் பக்கமாக இருந்தது பட்டியல். ஏறக்குறைய முன்னூற்று ஐம்பது பெயர்கள். ரோவான் பொறுமையுடன் விரலால் அந்தப் பெயர்களை நெருடிக்கொண்டே தேடினார். விரல் நின்றது.

‘காட் தெம்!’ என்றார். ஜனார்தன். ஏ ஓ 1286785. என். வி. ஷா. ஏ. கே. 3567965.

‘மிஸ், இந்தப் பிரயாணிகள் வந்துவிட்டார்களா?’

அவள் பட்டியலை வாங்கிப் பார்த்தாள்.

‘ஓ எஸ்! வந்துவிட்டார்கள். ஸீட் நம்பர் கூட இருக்கிறதே.. ஜே. 3, 4. கூப்பிடச்சொல்லட்டுமா?’

‘வேண்டாம். நாங்களே போய்ப் பார்க்கிறோம்.’

‘ப்ளீஸ்!’ அவள் பயத்துடன் சிரித்தாள்.

விமானத்தில் நுழையுமுன் ரோவான் தயங்கினார். ‘நான் கொஞ்சம் ஏற்பாடுகள் செய்யவேண்டும். மிஸ்டர் கணேஷ், நீங்கள் முதலில் செல்லுங்கள். இருவரையும் பார்த்துப் பேச்சுக் கொடுத்துக்கொண்டு இருங்கள். சற்று நேரத்தில் வருகிறேன். பின் பக்கத்தையும் கவர் செய்யவேண்டும்.’

என்னை உள்ளே அனுமதித்தார்கள்.

புறப்படத் தயாராக இருந்தது விமானம். அதன் தரை ஜெனரேட்டர் ஒலித்துக்கொண்டிருந்தது. இனிமையான சங்கீதம் கசிந்துகொண்டிருந்தது. ஏர் கண்டிஷனரின் ஆவி அடித்தது. மெலிதான வாசனை. விமானம் மெதுவாக நிரம்பிக் கொண்டிருந்தது. பிரயாணிகள் அங்கங்கே உட்கார்ந்திருந்தார்கள். படித்துக் கொண்டு, பேசிக்கொண்டு. புகை பிடிக்காதே என்று சீட்டுக்கு சீட் விளக்கு எரிந்தது.

ஜே 3, 4-ஐ மெதுவாக அணுகினேன். இருவரும் உட்கார்ந்திருந் தார்கள். டைம்ஸ் பிரதி அவர்கள் முகத்தை மறைத்தது.

'நமஸ்காரம்' என்றேன். டைம்ஸ் விலகியது. ஜனார்தன் என்னைப் பார்த்தார். அதிர்ந்து, 'அட, நீயா?' என்றார். ஷா நிமிர்ந்தான். 'ஹலோ' என்றேன். உடனே அவன் பார்வை என் னுடன் யாராவது வந்திருக்கிறார்களா என்று தேடியது.

'என்னய்யா?' என்றார்.

'நானும் கிளம்பி விட்டேன்!' என்றேன்.

'உன்னிடமிருந்து எனக்கு விமோசனமே கிடையாது போ. உன் இடத்தில் போய் உட்காரு!'

ஷா என்னைச் சந்தேகக் கண்களால் தேடினான். பாவிப் பயல் களா! இங்கேயே கழுத்தை முறிக்கட்டுமா? மனைவி அங்கே ஐஸ் கட்டியின் மேல் கிடக்கிறாள்... ஓடுகிறாயா!

'என்ன, நீங்களும் கிளம்பி விட்டீர்களா?'

'ஆம். அவசரமாக ஒரு காரியம். போய்விட்டு உடனே திரும்பி வர இருக்கிறேன்.' உளறுகிறார்!

'ப்ரியா...' என்றேன்.

'சொல்லாதே. அந்தப் பெண்ணை நினைவுபடுத்தாதே!'

'மிஸ்டர் ஜனார்தன்! நாம் ஆபத்தில் இருக்கிறோம்!' என்றான் ஷா. 'அங்கே பாருங்கள்...'

ஹெண்டர்ஸன் இரண்டு கான்ஸ்டபிள்களுடன் நடந்து வந்து கொண்டிருந்தார்.

'எழுந்திருங்கள்! எழுந்திருங்கள். பின் வழியாக! பின் வழியாக!'

அவர்களை நான் பற்றி அணைப்பதற்குள் இருவரும் நழுவி விமானத்தில் எய்ல் வழியினூடே பின்புறம் நோக்கி ஓடினார்கள். அங்கிருந்து தூரத்தில் ரோவானும் மற்றும் சில கான்ஸ்டபிள் களும் வந்துகொண்டிருந்தார்கள். ஜனார்தனும் ஷாவும் மத்தியில் நின்றார்கள்.

விமானத்தில் மத்தியில் இருந்த வழியாகத் தப்பிச் செல்ல நினைக்க, அங்கிருந்தும் இரண்டு போலீஸ்காரர்கள்.

விமானப் பணிப்பெண் சிறிய சிறிய ப்ளாஸ்டிக் கோப்பைகளில் பைனாப்பிள் ஜூஸை அழகாக அடைத்து ஒயிலாக நடந்து சிரித்துக்கொண்டே வந்து கொண்டிருந்தாள். ஷா சட்டென்று அவளை அப்படியே கவர்ந்து அவள் கழுத்தை வளைத்துத் தன் பையிலிருந்து எதையோ எடுத்து அவள் முதுகில் பதித்தான். பைனாப்பிள் ரசக் கோப்பைகள் சிதறின. வீல் என்று கிறீச்சிட்டாள். பிரயாணிகள் எழுந்து நின்றனர்.

ஷா மிருகம் போல இரைந்தான். 'கிட்டே ஒரு அடி எடுத்து வைக்காதீர்கள். என் கையில் துப்பாக்கி இருக்கிறது. இவளைச் சுட்டுவிடுவேன். இந்த விமானத்தைச் சுட்டுப் பொசுக்கி விடுவேன். பற்றிக் கொண்டுவிடும்! ஜாக்கிரதை!'

போலீஸ்காரர்கள் நின்று விட்டார்கள். எல்லாரும் ரோவானைப் பார்த்தார்கள். அந்தப் பெண்ணின் அத்தனை மேக்கப்பும் கலைந்து பாழாகி வாய் திறந்து சப்தமில்லாமல் அழுதாள். 'என்னைக் காப்பாற்றுங்கள்! என்னைக் காப்பாற்றுங்கள்!'

ரோவான் பதட்டமே காட்டாமல் அவனை மெதுவாக அணுகினார்.

'அறிவில்லாத கிழவனே! சுட்டு விடுவேன். அருகே வராதே...'

ரோவான் இன்னும் நிற்காமல் அவன் அருகே நிதானமாக வந்து கொண்டிருந்தார்.

'சுடு! பரவாயில்லை. சுடு! தைரியமிருந்தால் சுடு!' என்றார்.

13

அசாத்திய மனிதர் ரோவான் திடீரென்று சின்னப் பையன் போல் துள்ளி ஷாவின் மேல் பாய்ந்தார்.

'சுடப் போகிறேன், சுடப் போகிறேன்' என்று வீரிட்டான் ஷா. ஹோஸ்டஸ் அதற்கு அடிக் கோடிட்டு அலறினாள்.

'உன்னிடம் இருப்பது நிஜத் துப்பாக்கி இல்லை! எனக்குத் தெரியாதா என்ன? விமானத்தில் நுழையுமுன் மெட்டல் டிடெக்டர் வைத்து எல்லோரையும் பரி சோதித்துத்தான் அனுப்புகிறார்கள்!'

ரோவான் ஷாவுடன் போராடத் தொடங்கி னார். உடனே போலீஸ்காரர்கள் சூழ்ந்து கொள்ள அந்த இடம் ஒரு நீலநிறக் கும்ப லாகிவிட்டது. ஜனார்தன் அதில் மறைந்து விட்டார். அந்த விமானப் பணிப் பெண்ணை அதிலிருந்து விலக்கி, ஆசுவாசப்படுத்தி அப்புறப்படுத்தினார் ஹெண்டர்ஸன்.

சிறிது போராட்டத்திற்குப் பிறகு ஷா, ஜனார்தன் இருவரையும் கத்தரி போட்டு அடக்கிக் கட்டுப்படுத்தி அழுத்தமாக அழைத்துச் சென்றார்கள். பிரயாணிகள் வாய் திறந்து பார்த்துக்கொண்டிருக்க ஷா, 'நான் ஒன்றும் செய்யவில்லை! நான் ஒன்றும்

செய்யவில்லை!' என்று கூவினான். ஜனார்தன், 'பரதேசிப் பயலே, உன்னால்தாண்டா எல்லாம்!' என்று உடன் இரைச்சலிட, விமான வாசலில் காத்திருந்த போலீஸ் வண்டி வரவேற்பாகப் பின் கதவுகள் திறந்து அவர்களுக்கு இடம் கொடுத்து அடைத்து மூடி, நீலப்புகை கக்கிப் புறப்பட்டு, சற்று நேரத்தில் காணாமற் போயிற்று.

நான் ஒன்றும் புரியாமல் நின்றேன். ஹெண்டர்ஸன், 'வாருங்கள் போகலாம்' என்று என்னை அழைத்துச் சென்றார். விமானத்தின் அத்தனை பிரயாணிகளும் பயத்துடன் வழி விட்டுப் பார்த்திருக்க நாங்கள் விமானத்தை விட்டு வெளி நடந்தோம்.

அந்த அறை மௌனமாக இருந்தது. எதிரே ஒற்றை நாற்காலி யில் ஷா தனியாக உட்கார்ந்திருந்தான். அருகே ஒரு குள்ள மேஜையில் பீர் ஊற்றப்பட்ட கிளாஸ் காத்திருந்தது. மிகப் பிரகாசமான விளக்கு ஷாவின் மண்டையைத் துளைத்தது. நாங்கள் அந்த ஒளி வட்டத்தின் பெனம்ப்ராவில் நின்றிருந்தோம். நானும் ரோவானும்.

ஷா தலையைப் பிடித்துக்கொண்டு குனிந்திருந்தான்.

'சொல்லுங்கள் மிஸ்டர் ஷா.'

'வாட் டு யூ வாண்ட்?' என்றான் அதட்டலுடன்.

'ப்ரியாவை ஏன் கொன்றீர்கள்?'

'ப்ரியாவை நானா! ஹா!' என்று சிரித்தான். 'புகை பிடிக்கலாமா?' என்றான். பற்றவைத்த அவன் கைகளால் நெருப்பை ஸ்திரமாக நிலைக்கவைக்க முடியவில்லை. ரோவான் ஒரு தடவை 'க்ளிக்' என்றார். சிகரெட் புகைந்தது.

'ஏன் கொன்றீர்கள்?'

'அபத்தம்! அபத்தம்! போலீஸ் இவ்வளவு வக்கிரமாக இவ்வளவு பேத்தலாக ஒரு முடிவுக்கு வரும் என்பது எனக்கு ஆச்சரியம் தருகிறது! வாட் ஹாப்பன்ட் டு ஸ்காட்லண்ட் யார்ட்!'

'ஏன் கொன்றீர்கள்?'

'லுக் க்ராண்ட் பா! நான் அவளைக் கொல்லவில்லை!'

'ஏன் கொன்றீர்கள்?'

'மிஸ்டர் ரோவான், யூ ஆர் வேஸ்டிங் யுவர் டைம்! ஜனார்தன் எங்கே?'

'ஏன் கொன்றீர்கள்?'

ஷா நிமிர்ந்து அவரையே முறைத்துப் பார்த்தான். 'இந்த தர்ட் டிக்ரியெல்லாம் என்னிடம் நடக்காது! திரும்பத் திரும்பக் கேட்பதில் அர்த்தமே கிடையாது!'

'ஜனார்தன் அடுத்த அறையில் இருக்கிறார்.'

'இருக்கட்டுமே!'

'அவர் எல்லாவற்றையும் சொல்லிவிட்டார்.'

'சொல்லட்டுமே! என்ன சொன்னார். நான்தான் கொன்றேன் என்றா? உளறுகிறார். நான் அவளை ஜனார்தன் வருவதற்கு முதல் நாள் பார்த்ததுடன் சரி!'

'பொய்.'

ஷா, சற்று நேரம் நகத்தைக் கடித்தான்... நிமிர்ந்தான். ஒளி கண்ணைக் கூசியது. 'இந்த லைட்டை அணைக்கச் சொல்லுங்கள்' என்றான். பதில் ஏதும் கிடைக்கவில்லை. ரோவான் எங்கிருக்கிறார் என்பதை அந்த உக்கிர வெளிச்சத்தில் அவனால் கண்டிருக்க முடியாது. குரல் வரும் திக்குக்குத்தான் பதில் சொன்னான். 'நான் ஏன் உங்கள் முட்டாள்தனமான கேள்விகளுக்குப் பதில் சொல்லவேண்டும்? நான் என் லாயரைக் கூப்பிடவேண்டும். உங்கள் எந்தக் கேள்விக்கும் பதில் சொல்லும் உத்தேசம் இல்லை எனக்கு.'

'எங்களிடம் ஆணித்தரமான சாட்சிகள் இருக்கின்றன.'

'உதாரணம்?'

'விரல் ரேகைகள்.'

'விரல்! எந்த விரல்? எந்த ரேகைகள்? எல்லாம் பொய்!'

'முதலில் ஜனார்தன் ப்ரியாவின் அறையில் கண்டெடுத்த கடிதம்.'

‘வாட் எபவுட் இட்?’

‘அது உங்கள் டைப்ரைட்டரில் அடிக்கப்பட்டிருக்கிறது…’

‘பொய்!’

‘ஏன் கொன்றீர்கள்?’

‘ஷட் அப் ஓல்ட் மேன்!’

‘ஜனார்தன் எல்லாவற்றையும் சொல்லிவிட்டார்.’

‘என்ன சொன்னார்? என்ன சொன்னார்? ப்ரியா கொல்லப்பட்டாள் என்றா! அவரும் குடித்துவிட்டு உளறி இருப்பார்! இதோ பார்! நான் இந்த வேலைக்கெல்லாம் பயப்படமாட்டேன். எனக்கு ஒன்றும், ஒன்றும் தெரியாது. அவ்வளவுதான் கதை!’

‘ஜனார்தன் சொன்னார்: நீங்கள் இருவரும்தான் அன்று பிற்பகல் ப்ரியாவைக் கடத்திச் சென்றதாக.’

‘பொய்.’

‘உங்கள் ஃப்ளாட்டுக்கு.’

‘பொய்.’

‘அழைத்துச்சென்று அங்கே அவளை அன்றிரவே கொன்று…’

‘என்ன ஒரு உளறல்! நாங்கள் கொல்லவில்லை… கொல்ல வில்லை!’

‘பின் என்ன செய்தீர்கள்!’

‘கேன் ஐ ஹேவ் ஸம் பீர்.’

அவன் அந்தக் கண்ணாடிக் கோப்பையை ஒரே மடக்கில் காலி செய்தான். மூச்சு விட்டுக்கொண்டான். ‘ஜனார்தன் உளறி இருக்கிறார். பொய் சொல்லியிருக்கிறார்.’

‘பின் நிஜம் எது?’

‘அவளை நாங்கள் கொல்லவில்லை என்பதுதான்.’

‘நாங்கள்?’

'நானும் ஜனார்தனும்.'

'பின் ஏன் நடந்ததைச் சொல்லப் பயப்படவேண்டும்?'

ஷா மறுபடி யோசித்தான்.

'எழுதிக்கொண்டு விடுவீர்கள்?'

'இல்லை, சே, சே! அதெல்லாம் இல்லை?'

'இந்த விளக்கை அணைத்துவிடுங்களேன்!'

விளக்கு அணைந்து, அறையில் பொது வெளிச்சம் பரவியது. ஷா கை கால்களை நீட்டி சுதாரித்துக்கொண்டான்.

'உண்மையைச் சொல்லி விடவா?'

'அதைத்தான் நாங்கள் எல்லோரும் தேடிக்கொண்டிருக்கிறோம்.'

'ஜனார்தன் லண்டனுக்கு வந்த தினம் நான் விமான நிலையத்துக்குச் செல்லவில்லை. ப்ரியா தங்கியிருக்கும் ஹோட்டலுக்கு வரும்படி டெலிபோன் செய்தார். என் காரில் சென்றேன். ஹோட்டலை அடையும் முன்பே ஜனார்தனை வாசலில் பார்த்தேன். அதிகப் பதட்டத்தில் இருந்தார். ப்ரியா தன்னை நிராகரித்து பரத் குமாருடன் ஓடிவிடுவதற்கு மிகவும் பிடிவாதமாக இருப்பதாகவும் அவளை எப்படியாவது தடுத்து நிறுத்த வேண்டும் என்றும் என்னை உபாயம் கேட்டார். அவள் தப்பிவிட்டால், அவர் பண நிலைமை மிக மோசமாகிவிடும் என்றார். ப்ரியா ஹோட்டல் அறையில் அப்போது கணேஷுடன் இருந்தாள். எப்படியாவது அவளை என் ஃப்ளாட்டுக்குக் கொண்டு சென்றுவிடவேண்டும் என்று தவித்தார். ப்ரியாவையும் கணேஷையும் திட்டினார். நான் அவரைக் காரில் உட்காரச் சொன்னேன். ப்ரியா பரத் குமாரை எதிர்பார்த்துக் கொண்டிருப்பதாகச் சொன்னார். நான் ரிசப்ஷனிஸ்டிடம் சென்று பரத் குமாரின் பெயரைச் சொல்லி ப்ரியாவின் அறைக்குத் தகவல் தெரிவிக்கச் சொன்னேன். அவள் வந்ததும் வாயிற்புறம் அவளை அனுப்புமாறு சொல்லிவிட்டு, காரில் உட்கார்ந்துகொண்டேன். எதிர்பார்த்தபடி அவள் சற்றுநேரத்தில் ஓடி வந்தாள். பரத் குமாரைக் கூப்பிட்டுக்கொண்டே வந்தாள். பின் சீட்டைத் திறந்து, 'இங்கே வாருங்கள். இங்கே இருக்கிறார்' என்றேன். யோசிக்காமல் காரில் ஏறிக்கொண்டாள். கதவு சாத்தப்பட்டது. நான் உடனே

காரைக் கிளப்பிவிட்டேன்! ஜனார்த்தனைப் பார்த்ததும் கூச்சலிட்டாள். திமிறினாள். ஜனார்தன், 'நான் உன்னை ஒன்றும் செய்யமாட்டேன். ஷாவின் ஃப்ளாட்டுக்குச் சென்று ஒன்றிரண்டு காகிதங்களில் கையெழுத்து போட்டதும் உனக்கும் எனக்கும் தொடர்பு விட்டது. உடனே நானே உன்னை பரத் குமாரிடம் சேர்த்துவிடுகிறேன். உன்னை விவாகரத்து செய்துவிடுகிறேன்' என்று சொன்னார். வெகுளிப் பெண் அதை நம்பினாள். வரும் வழியில்கூட ஜனார்த னிடம் 'உனக்கும் எனக்கும் பகைமை கிடையாது. என்னை சுதந்தர மாக விட்டுவிட்டால் எதிலும் கையெழுத்து போடுகிறேன்' என்றாள். என் ஃப்ளாட்டுக்கு வந்தோம்.

'முதலில் அவளைப் படுக்கை அறைக்கு அழைத்துச் சென்றோம். கதவைத் தாளிட்டோம். ஜனார்தனின் சுயரூபம் வெளிப்பட்டது. தமிழில் சரமாரியாகத் திட்டினார். என்னை மிரட்டச் சொன்னார். நான் 'பிஸினஸ் கவிழ்ந்துவிடுமே, அதற்கு என்ன சொல் கிறாய்?' என்று மிரட்டினேன். தன் பெயரில் தற்போது இருக்கும் சொத்து எல்லாவற்றையும் எடுத்துக்கொண்டு தன்னை விட்டு விடச் சொன்னாள். சொத்து எல்லாவற்றையும் சூறையாடி மார்ட்கேஜில் இருப்பது அவளுக்குத் தெரியாது. அவள் தொடர்ந்து நடித்தால்தான் ஜனார்தனுக்கு விமோசனம். அவள் பிடிவாதமாக இருந்தாள். பயந்து இருந்தாள். அருகில் செல்ல முயன்றால் கையில் கண்டதை எடுத்துத் தூக்கி எறிய ஆரம்பித்தாள். கூச்சலிட்டாள். ஜனார்தன் அவளை அடித்தார். கன்னத்தில்... மார்பில்... அவள் உடைகள் கிழிக்கப்பட்டன... அவள் குளிரிலும் பயத்திலும் நடுங்கினாள். ஜனார்தன் அதன்பின் அவளைக் கெஞ்ச ஆரம்பித்தார். அவள்முன் மண்டியிட்டு, 'என்னைக் காப்பாற்று... என்னால் உன்னை விட்டு இருக்க முடியாது. எனக்கு உன்மேல் அவ்வளவு பிரியம். பிறர் உன்னை நினைப்பதுகூட எனக்கு அத்தனை எரிச்சலும் பொறாமையும் தருகிறது' என்று புதிய லைனில் ஆரம்பித்தார். அவள் பதில் பேசவே இல்லை. கண்களில் கிலி தென்பட்டது. பட்ட அடியில் களைத்துப்போய் அதிக வலியில் முனகிப் படுத்திருந்தாள். பாதி மயக்கம்கூட இருந்திருக்கும். நாங்கள் அறையைப் பூட்டிக் கொண்டு வெளியே வந்தோம். இஷ்டம் இல்லாத குதிரை... தண்ணீர்வரை கொண்டுசெல்லத்தான் முடியும். ஜனார்தன், 'அவள் அடி ஒன்றுக்குத்தான் பணிவாள். அவளை பயத்தால்தான் கட்டுப்படுத்த முடியும். இரண்டு நாட்களில் சரியாகிவிடும்' என்றார். அப்போது கணேஷிடமிருந்து, ப்ரியாவைக் காணோம்

என்று டெலிபோன் வந்தது. ஜனார்தன் பதிலுக்கு அதிகக் கோபம் காட்டுவதுபோல் நடித்து அவனைத் தேடச் சொன்னார். அப்போதே ப்ரியா தன்னுடன் இருப்பதைக் காட்டிக்கொள்ள வில்லை.

'அன்று இரவு தூங்கிக்கொண்டிருந்த ப்ரியாவை மயக்கத்தில் ஆழ்த்தி கில்பர்னில் இருக்கும் என் மற்றொரு ஃப்ளாட்டுக்கு அழைத்துச்சென்றோம். இரண்டு மூன்று நாட்கள் அவளை அங்கே அடைத்து வைத்திருந்து விட்டுப்பிடிக்கலாம் என்கிற ரீதியில். இதன் இடையே, அவளைக் காணவில்லை என்றால், பரத் குமாரோ அல்லது கணேஷோ போலீஸ் கம்ப்ளெய்ண்ட் கொடுத்துவிடுவார்கள் என்பதால் எங்கள்மேல் சந்தேகம் ஏற்படாதவாறு - அவள் வேறு யாராலோ கடத்தப்பட்டிருக் கிறாள் என்கிற அபிப்பிராயம் ஏற்படுத்துவதற்கு - ஒரு கடிதம் டைப் அடித்து அதை ப்ரியாவின் அறையில் கண்டு எடுத்ததாகச் சொல்லச் செய்தேன். அப்புறம் ஜனார்தனையே போலீசுக்குத் தெரிவிக்கச் சொன்னேன். பரத் குமாரே பணத்தேவைக்காக அவளை மறைத்து வைத்து, கடிதம் எழுதுகிறான் என்கிற அபிப்பராயமும் ஏற்பட வாய்ப்பு இருந்தது.

'கிட்நாப்பிங் நாடகத்தைத் தொடர்ந்து நடத்தவேண்டி இருந்தது. புஷ் ஹவுசிலிருந்து நானே ஒரு டெலிபோன் செய்தேன். போலீசார் போன் காலை டிரேஸ் செய்து மாட்டிக்கொள்ள இருந்தேன். எனவே அடுத்த தடவை ஒரு காகிதத்தில் பேச வேண்டிய வாசகங்களை எழுதிக்கொண்டு கில்பர்னில் ஒரு ரெஸ்டாரண்ட் வாசலில் ஒரு கிழவனைப் பிடித்தேன். ஒரு கிளாஸ் பீருக்காக எதுவும் செய்வான் போலிருந்தது. அவனிடம் காகிதத்தைக் கொடுத்து நம்பரையும் கொடுத்து போன் செய்யச் சொன்னேன். அதற்காக ஒரு பவுண்டு தந்தேன். அப்போதுதான் கேஸ் முழுவதும் மாறிவிட்டது.

'மூன்றாம் நாள் என்று நினைக்கிறேன். நானும் ஜனார்தனும்தான் சென்றோம். கில்பர்னில் என் ஃப்ளாட்டில் அவளை அடைத்திருந்த அறைக்குச் சென்றபோது அறையிலிருந்து சப்தம் வரவில்லை. தூங்குகிறாளோ என்று பார்க்கப் பூட்டைத் திறந்து பார்த்தால், கதவின் அருகில் கட்டிலை நகர்த்தித் தடுப்பு வைத்திருந்தாள். கதவுக்குத் தாள் கிடையாது. உள்பக்கம், வெளிப்பக்கம் இரண்டுக்கும் பொதுவான லாக். கதவைத் தள்ளிக்கொண்டு திறந்தோம். அவள் மிகவும் பிரயத்தனத்துடன்

ஜன்னல் கதவின் ஃப்ரேமை நெம்பி உடைத்திருந்தாள். ஜன்னலின் கம்பியை வளைத்து கண்ணாடியை உடைத்து... அவளைக் காணவில்லை. தப்பித்துவிட்டாள்! பெட்ஷீட்டைக் கிழித்து நீளமான துணிக்கயிறு தயாரித்து... அது ஜன்னலில் தொங்கியது - பறந்துவிட்டாள்...

'அப்புறம் அவளைப்பற்றி நான் தெரிந்துகொண்டது அவள் உடல் ஹாம்ப்ஸ்டெட் ஹீத்தில் அகப்பட்டபோதுதான். இது சத்தியம். நாங்கள் அவளை அடைத்துவைத்திருந்தோம். அவளைக் கடத்திச் சென்றதாக நம்பும்படி டெலிபோன் கால்கள் எல்லாம் செய்தோம். அது எல்லாம் வாஸ்தவம்தான். ஆனால் அவளை நாங்கள் கொல்லவில்லை. ப்ளீஸ்! நாங்கள் கொல்லவில்லை! ஜனார்தன் என்ன உளறி இருந்தாலும் இதுதான் நடந்த அப்பட்டமான உண்மை. நாங்கள் கொல்லவில்லை!'

அவன் கண்களில் கண்ணீரைத் துடைத்துக்கொண்டான்.

ரோவான், சற்று நேரம் யோசித்தார். 'மிஸ்டர் ஷா, உங்கள் ஸ்டேட்மெண்ட் டேப் ரெகார்ட் செய்யப்பட்டிருக்கிறது. அதன் நகல் டைப் அடித்து வரும். படித்துப் பார்த்து நீங்கள் கையெழுத்திடலாம்.'

ஷா தயங்கினான். 'ஜனார்தன் என்ன சொன்னார்...'

'அதைப்பற்றிக் கவலைப்படாதீர்கள்! ஒரு நிமிஷம், மிஸ்டர் ஷா, நீங்கள் கொல்லவில்லை என்றால் ஏன் தப்பித்து ஓட விமானம் ஏறினீர்கள்?'

'ப்ரியாவின் உடல் கண்டுபிடிக்கப்பட்டதும் ஜனார்தன் மிகவும் பயந்துவிட்டார். எப்படியோ ஆரம்பித்து இந்த விபரீதத்தில் முடிந்துவிட்டது. ஏற்கெனவே போலீஸ் எங்களைச் சந்தேகிக் கிறார்கள் என்று தெரிந்தது. அன்று ஏர் இண்டியாவுக்கு நாங்கள் ப்ரியாவின் ரிட்டர்ன் பிரயாணத் தேதியை மாற்றிக் கொள்ளச் சென்றிருந்தோம். திரும்ப வந்ததும் போலீஸ் எங்களைத் தொடர்ந்திருப்பது தெரிந்தது. ஏர் இண்டியாவுக்கு ஏன் சென்றீர் கள் எனக் கேட்டார்கள். ப்ரியாவின் விமான டிக்கெட்டைத் திரும்பக் கொடுத்துப் பணம் பெறுவதற்கு என்றேன். பணம் எதற்கு என்றார்கள். ப்ரியாவின் விலைக்காக என்றேன். அதிலிருந்துதான் ஸெண்ட் ஆல்பன்ஸ் பொய் கிளம்பியது. கணேஷுக்கு அன்றிரவு டெலிபோன் செய்ததும் நான்தான் சார்.

அவன் போலீசுக்கு அதிகம் ஒத்துழைப்பதில் சந்தேகம். இது சத்தியம்! சத்தியம்! நாங்கள் அவளைக் கொல்லவில்லை. இது வேறு யாரோ செய்தது!'

'இன்னும் ஒரே ஒரு கேள்வி. ப்ரியாவை நீங்கள் அன்றிரவு கில்பர்னுக்கு அழைத்துச் சென்றிருந்தபோது அவள்மேல் ஒரு கம்பளி போர்த்தியிருந்தீர்களா?'

'ஆம், அதை அவள் மூன்று தினங்களும் போர்த்திக்கொண்டிருந் தாள்.'

'அவள் தப்பித்துச் சென்றபோது?'

'அந்தக் கம்பளியையும் எடுத்துச் சென்றிருக்க வேண்டும்.'

'நீங்கள் போகலாம்.'

ஷா மற்றொரு சிகரெட் பற்றவைத்துக்கொண்டு தள்ளாடிச் சென்றான்.

'பொய் சொல்கிறான்!' என்றேன்.

'இல்லை. அவன் சொன்னதும், ஜனார்தனின் ஸ்டேட்மெண்டும் பொருந்துகிறது.'

'ப்ரியா?' எனக்குள் புரியாத சிந்தனைகள் தொடர்ந்தன.

'ஹெண்டர்ஸன்!' என்று இரைந்தார் ரோவான்.

ஹெண்டர்ஸன் நுழைந்து, 'இரண்டு பேரும் ஒன்று சேர்ந்து கொண்டார்களா?' என்றார்.

'ஆம். டாக்சி பிடித்துக்கொண்டு கிளம்பிக் கொண்டிருக்கிறார் கள்.'

'அவர்களைப் போலீஸ் தொடர்கிறதல்லவா?'

'ஏற்பாடு பண்ணிவிட்டோம்.'

'ஹெண்டர்ஸன், நீங்கள் அவர்களை நம்புகிறீர்களா?'

'சார், நான் மானிட்டரில் கேட்டுக்கொண்டிருந்தேன். ஷாவின் வாக்குமூலம் ஜனார்தனின் வாக்குமூலத்துடன் முழுதும்

பொருந்துகிறது. அவர்கள் சொல்வது பொய் என்றால் இவ்வளவு விஸ்தாரமாகப் பொய் சொல்ல அதிக ஒத்திகை பார்த்திருக்க வேண்டும்.'

'அவர்கள் பொய் சொல்லவில்லை... இருந்தும்... இருந்தும் இருவருக்கும் ஏதோ ஒரு நிழலான தொடர்பிருக்கிறது. மிஸ்டர் கணேஷ், இந்த கேஸ் மிகவும் விநோதமாக இருக்கிறது. ஒரு பக்கம் கிட்நாப்பிங் பயமுறுத்தல் கடிதங்கள், பணம் வேண்டி டெலிபோன் அழைப்புக்கள் எல்லாம் இவர்கள் இருவரும் முட்டாள்தனமாகப் போலீஸை ஏமாற்ற முடியும் என்கிற நம்பிக்கையில் செய்தது. ப்ரியாவைக் கடத்திச் சென்றார்கள், அடைத்து வைத்தார்கள். ஆனால் அவள் தப்பித்துவிட்டாள். அவளைக் கொல்லவில்லை என்கிறார்கள். ப்ரியாவை அவர்கள் கொல்வதற்கு ஆதாரமில்லை. ப்ரியா அவர்களின் பொன் வாத்து! அதைக் கொல்லமாட்டார்கள். நாங்களும் அவளை ஒளித்துத் தான் வைத்திருக்கிறார்கள் என்று முதலிலிருந்தே நம்பினோம். இப்போது ஒரு புதிய திருப்பம் ஏற்பட்டுவிட்டது. ப்ரியா இவர்களிடமிருந்து தப்பி இருக்கிறாள்.'

'அதன்பின் என்ன நடந்தது? அவளைக் கொண்டுசென்றது யார்? கொன்றது யார்?' என்றேன்.

'கடைசிக் கேள்விக்கு மட்டும் எனக்குப் பதில் தெரியும் என நினைக்கிறேன்' என்றார் ரோவான்.

14

டாட்டன்ஹாம் கோர்ட் ரோடு போலீஸ் நிலையத்தின் இண்டராகேஷன் அறையை விட்டு வெளியே வந்தோம். ரோவான் சிந்தனையுடன் கொஞ்ச நேரம் தீக்குச்சி கிழித்துப் பைப்பைப் பற்றவைக்காமல் நின்றுகொண்டிருந்தார். 'என்ன சொல்கிறீர் கள்?' என்றார்.

'ஷாவும் ஜனார்தனும் பேசி வைத்துக் கொண்டு பொய் சொல்கிறார்கள். அவர் களை நீங்கள் சுலபத்தில் விட்டுவிட்டதாகத் தோன்றுகிறது.'

'அப்படியா!' என்றார் ஏதோ புதிதாகத் தெரிந்துகொண்டவர் போல். அந்த 'அப்படியா'வில் ஒருவித கேலி இருப்ப தாகப் பட்டது.

'போலீஸ் நேராகச் சிந்திக்கவில்லை' என் றேன்.

'நீங்கள் நேராகச் சிந்தித்து எனக்குச் சொல் லுங்கள்.'

'ஷாவும் ஜனார்தனும் சொல்லிய விஷயங் களில் பின் பகுதி பொய் என்று எனக்குப் படுகிறது. கடத்திச் சென்ற ப்ரியா தப்பித்து விட்டாள் என்பதில் எனக்கு நம்பிக்கை ஏற்படவில்லை.'

'காரணம்?'

'அவர்கள் அப்புறம் நடந்துகொண்ட விதம், அந்தக் கடிதம், டெலிபோன் கால்கள், நம்மை அலைய வைத்தது... எல்லாம் ஒரு சந்தர்ப்பத்தில்தான் சரியாகப் பொருந்துகின்றன.. ப்ரியாவை அவர்கள்தான் கொன்றிருக்கவேண்டும் அல்லது அன்று இரவு நடந்த சம்பவங்களால் தற்செயலாக எக்கச்சக்கமாக அடிபட்டு அவள் இறந்திருக்கவேண்டும். அந்தப் பயத்தில்தான் அவர்கள் உடலை அப்புறப்படுத்திவிட்டு, தம்மேல் சந்தேகம் ஏற்படாமல் இருக்க இந்தக் கிட்நாப்பிங் நாடகம் ஆடியிருக்கவேண்டும். இதுதான் சரியாகப் பொருந்துகிறது.'

'எந்த ஆதாரத்தில் அப்படிச் சொல்கிறீர்கள்?'

'ஒன்று, ஷாவின் எதிர் ஃப்ளாட்டில் இருக்கும் அந்தப் பெண் சொன்னது. இருவரும் அன்று இரவு எதையோ தூக்கிக்கொண்டு காரில் சென்றதைப் பார்த்திருக்கிறாள். அது என்ன? ப்ரியாவின் உடல்தானே?'

'உடல்தான். ஆனால் அப்போது உயிர் இருந்தது. மயக்க நிலையில் அவளைக் கொண்டுசென்றோம் என்று இருவரும் சொல்லி இருக்கிறார்கள்.'

'முடியாது. ப்ரியாவின் ஆட்டாப்ஸி ரிப்போர்ட் அவள் கடத்திச் செல்லப்பட்ட அன்றிரவே இறந்திருக்கிறாள் என்று சொல் கிறது.'

ரோவான், ஹெண்டர்ஸனை ஒருமுறை பார்த்துக்கொண்டு புன்னகைத்தார். 'பிரில்லியண்ட்! எனவே?'

'ப்ரியா அன்றிரவே இறந்திருக்கிறாள். அவள் தப்பிவிட்டாள் என்று சொன்னதெல்லாம் பொய்.'

'கொல்வதற்கு ஒரு காரணம் வேண்டும். அது முக்கியம். ப்ரியாவைக் கொல்வதால் அவர்களுக்கு எந்தவித லாபமும் இல்லை. ப்ரியா அவர்களுடைய பொன் வாத்து என்று அப்போதே சொன்னேனே!'

'இன்ஷ்யூரன்ஸ்?' என்றேன்.

'அது ஒரு நல்ல பாயிண்ட்! என்ன ஹெண்டர்ஸன்?'

‘அவள் எத்தனை இன்ஷ்யூரன்ஸ் எடுத்திருந்தாலும் இவர்களால் கொலை செய்யப்பட்டிருந்தால் ஒரு பைசா கிடைக்காது.’

‘மற்றவர்கள் செய்த கொலை என்று நம்ப வைக்கத்தானே இத்தனை சாகசங்களும் செய்திருக்கிறார்கள்?’

‘இன்ஸ்யூரன்ஸ் பற்றி முன்பே விசாரித்து வைத்துவிட்டோம். அவள் இன்ஷ்யூரன்ஸ் மதிப்பு இந்திய ரூபாய்களில் நூறாயிரம். அவள் உயிருடன் இருப்பதில் அதிக மதிப்பு இருக்கிறது... ஒரு படத்துக்கே ஏறக்குறைய அவளுக்கு அவ்வளவு கிடைக்கும் என்று தெரிகிறது.’

'மிஸ்டர் கணேஷ்! நாங்கள் எல்லாக் கோணங்களையும் ஆராய்ந்துவிட்டோம். இப்போது எங்கள் முக்கிய கவலை ப்ரியா தப்பித்தபின் எங்கே சென்றாள் என்பது பற்றித்தான்.’

‘அவள் தப்பித்தாள் என்பதை நம்புகிறீர்களா?’ என்றேன் ஆச்சரியத்துடன்.

‘நம்பத்தான் வேண்டும்’ என்றார் ரோவான். ‘மிஸ்டர் கணேஷ், நீங்கள் செல்லலாம். தேவை இருந்தால் உங்களிடமிருந்து ஸ்டேட்மெண்ட் வாங்கிக்கொள்கிறோம்’ என்றார். அங்கே இருந்த காரில் அவர்கள் இருவரும் அமர்ந்துகொள்ள, 'ஒரு நிமிஷம்!' என்றேன்.

‘என்ன?’

‘அந்த டைப்ரைட்டர் பற்றி ஷாவிடம் கேட்டீர்களா? அது பொய்தானே?’

‘இல்லையே! நீங்கள் என்னிடம் கொடுத்த கேபிளின் பிரதியை லாபரட்டரியில் சோதித்துப் பார்த்ததில் அதுவும் முதலில் வந்த மிரட்டல் கடிதமும் ஒரே இயந்திரத்தில் அடிக்கப்பட்டன என்று தெரிந்துகொண்டோம். ஷாதான் அந்தக் கடிதங்களை எழுதி டெலிபோன் கால் எல்லாம் செய்திருக்கிறான். ஆனால், அவர்கள் கொலை செய்யவில்லை.’

‘ப்ரியாவின் உடலை அதை உரிய முறையில் கிரியைகள் செய்ய ஏற்பாடுகள் செய்ய வேண்டியிருக்கும். அதை நாங்கள் கிளெய்ம் பண்ணி எடுத்துக்கொள்ளலாம் அல்லவா?’

‘இப்போதைக்குச் சாத்தியமில்லை’ என்றார் ரோவான். கார் விரைந்தது மறைந்தது.

தனியாக நின்ற நான் குழப்பத்தில் நின்றேன். ஸ்காட்லண்ட் யார்டின் மேல் என் மதிப்பு சற்றுக் குறைந்துவிட்டது. இவ்வளவு அப்பட்டமாகப் பொய் சொல்கிறார்கள் ஷாவும் ஜனார்தனும். அதை நம்புகிறார் ரோவான். என்ன இது? எப்படி யோசித்தாலும் வேறுவிதமாகப் பொருந்தவில்லையே!

மெதுவாக ஹோட்டலை நோக்கி நடந்தேன். லண்டனின் உற்சாகமான மாலை. ஸெண்டா சினிமா என்று மூன்று தியேட்டர்களிலும் செக்ஸ் படங்கள் காட்டிக் கொண்டிருந்தார் கள். அந்தப் படங்களின் போஸ்டர்களில் ஒரு பெண்ணிடம் ப்ரியாவின் சாயல் தெரிந்தது. தியேட்டருக்குள் நுழைந்தேன். ஒரு பவுண்டு நோட்டை நீட்டினேன்!

‘எக்ஸ்க்யூஸ் மி சார், நீங்கள் மெம்பரா?’ என்றாள் அந்தப் பெண். டிக்கெட், பாப் கார்ன், நிர்வாணப் பத்திரிகைகள். பெப்பர்மிண்ட், பாட்டுப் புத்தகம் எல்லாம் விற்பதற்கு ஒரே ஒருத்தி கிழம்.

‘மெம்பரா! என்ன மெம்பர்?’

‘இந்தப் படங்கள் முழுவதும் சென்ஸாரே செய்யப்படாதவை. இவை மெம்பர்களுக்கு மட்டும். எங்கள் சினி கிளப்பில் நீங்கள் மெம்பராக இருக்கவேண்டும். இல்லை என்றால் உங்களை அனுமதிக்க முடியாது!’

‘மெம்பராவதற்கு என்ன செய்யவேண்டும்?’

‘ஒரு பவுண்டு கொடுத்து அப்ளிகேஷனை நிரப்பித் தரவேண்டும். அதைப் பரிசீலித்துவிட்டு மெம்பர்ஷிப் கார்டு வழங்குவோம்!’

‘மெம்பர்ஷிப் கார்டு கிடைப்பதற்கு எத்தனை நாட்கள் ஆகும்?’

‘பதினைந்து நிமிஷம்.’

எனக்கு இந்த அவஸ்தையிலும் சிரிப்பு வந்தது. ப்ரியா போல இருந்த பெண்ணின் படத்தை மறுபடி பார்த்தேன். அவள் போல்தான் சாயல் எல்லாம். குழந்தை முகம். வட்ட முகம். ஆனால் ப்ரியா உடை அணிந்திருப்பாள். இவள் ஐந்து நிமிஷத் துக்கு முன்தான் முழுசாகப் பிறந்தது போல்! சே! வேண்டாம்.

வெளியே வந்தேன். என் மனத்தில் ஹாம்ஸ்டெட் ஹீத் காட்சி தோன்றியது. ப்ரியாவின் முகம்! அந்த முகம்! மேக் அப் போட்டாற்போல் வெளிறி இருந்த முகம்!

ஹோட்டலை அடைந்தபோது பரத் குமார் நின்று கொண்டிருந் தான். 'கணேஷ் சார்! பிடித்துவிட்டார்களா?'

'இல்லை' என்றேன்.

'இல்லையா! இந்தியாவுக்குத் தப்பி விட்டார்களா?'

'எவர்கள்?'

'ஷாவும் ஜனார்தனும்?'

'இல்லை. இங்கேயே இருக்கிறார்கள். போலீஸ் அவர்கள்மேல் சந்தேகப்படவில்லை. உள்ளே வா, சொல்கிறேன்.'

பரத் குமாரும் நானும் சாப்பிடக் கிளம்பியபோது என்னுள் இந்தத் திட்டம் முழுவதும் உருவாகிவிட்டது. ஸ்காட்லண்ட் யார்டு இத்தனை எளிதில் ஷாவையும் ஜனார்தனையும் விட்டுவிட்டது எனக்குப் பேதைமையாகத் தோன்றியது. பரத் குமாரும் அப்படித்தான் நினைத்தான். முதலில் அவர்களைக் கண்காணிக்க வேண்டும். அதற்குமுன் ஷா சொன்னதெல்லாம் நிஜமா என்று தனிப்பட்ட முறையில் பரிசோதிக்கவேண்டும். அவன் சொன்னதில் ப்ரியாவை தன் ஃப்ளாட்டுக்கு அழைத்துச் சென்றவரைதான் எனக்குச் சந்தேகமில்லாமல் இருந்தது. அதன்பின் அவளை கில்பர்னுக்கு அழைத்துச் சென்றதும் அங்கே அவள் தப்பித்ததும், எல்லாம் ரீல் விட்டிருக்கிறான். அதை ரோவான் அப்படியே நம்புகிறார். அவரும் அவருடைய பொன் வாத்தும்!

டெலிபோன் எடுத்தேன். ஷாவின் நம்பருக்கு டெலிபோன் செய்தேன்.

'ஹலோ' என்றது ஒரு பெண் குரல். குரலில் தூக்கம் இருந்தது.

'மிஸ்டர் ஷா, பிளீஸ்!'

'ஹி இஸ் நாட் ஹியர்.'

'பேசுவது யார்?'

'நான்தான் கேட்டி.'

அந்த நீக்ரோப் பெண். 'ஹலோ கேட்!'

'ஹல்லோ ஓ.'

'எப்படி இருக்கிறாய்?'

'நன்றாக இருக்கிறேன். வந்தனம். நீ யார்?'

'ஷா உன்னைப் பற்றி நிறையச் சொல்லி இருக்கிறான். உன்னை மறுபடி பார்க்க ஆவலாக இருக்கிறேன்.'

'ஹ ஆர் யூ மை லவ்?'

'ஷாவை எனக்கு அவசரமாகப் பார்க்கவேண்டும். அவர் கில்பர்ன் விலாசம் வேண்டும். உனக்குத் தெரியுமா? என்ன பர்ஃப்யூம் போட்டிருக்கிறாய்? ஏகப்பட்ட வாசனை டெலிபோனிலேயே வீசுகிறது!' அவள் சிரித்தாள். 'சரக்கு விஷயமாகவா?' என்றாள். மெர்ச்சண்டைஸ் என்கிற ஆங்கில வார்த்தையை உபயோகப் படுத்தினாள்.

'சரக்கா! ஆம் ஆம். சரக்கு.'

'நீ என்னைப் பார்த்திருக்கிறாயா?'

'உன்னை நிறையப் பார்த்திருக்கிறேன்.'

'நான் எப்படி இருப்பேன் சொல்லு!'

'நீ கறுப்பாக, அழகாக,'

'பாஸ்வர்ட் என்ன சொல்லு.'

'என்ன?'

'பாஸ்வர்ட்! அந்த வாக்கியம் இல்லாவிட்டால் ஷாவைப் பற்றி எந்த விலாசமும் கொடுக்கக்கூடாது என்றிருக்கிறார்.'

'கேட்டி இஸ் எ ப்யூட்டி.'

'தப்பு.'

'அதுதான் நிஜம்! கமான் கேட். யூ நோ மி! விலாசத்தைச் சொல்லு!'

சொன்னாள்...

கில்பர்னுக்கு நாங்கள் இருவரும் (பரத் குமாரும் நானும்) சென்றபோது இருட்டிவிட்டது. வானத்தில் பாக்கி இருந்த மெல்லிய வெளிச்சத்தின் பின்னணியில் நெட்டை ராட்சசர்களாக அந்தக் கட்டடங்கள் ஆயிரம் கண்களுடன் ஒளிர்ந்தன. அதில் ஒரு கட்டடத்தின் மூன்றாவது மாடியில் இருந்தது அந்த நீக்ரோப் பெண் கொடுத்த விலாசம். அதை அடைந்து கதவைத் தட்டி பட்டனை அழுத்திப் பல காலம் காத்திருந்தபின் கதவு திற்நதது.

மாறுதலுக்கு இவள் நீக்ரோப் பெண் இல்லை. ஒரு க்ஷண காலம் ஷாவின்மேல் சிரிப்பாக (பொறாமையாகக்கூட) வந்தது. பேட்டைக்குப் பேட்டை பளபளவென்று ஒரு பெண்...

'என்ன வேண்டும்?' என்றாள்.

'மிஸ்டர் ஷா.'

'மிஸ்டர் ஷா இல்லை. ஊருக்குப் போயிருக்கிறார்.'

'ஊருக்குப் போய்த் திரும்பி வந்துவிட்டார்.'

அவள் என்னைச் சந்தேகத்துடன் பார்த்தாள். மூன்று நாள் தாடி வளர்ந்த பரத் குமாரைப் பார்த்தாள். அவள் கண்களில் பயம் சேர்ந்துகொண்டது.

'அவர் வந்தால் சொல்கிறேன்' என்றாள். கதவைச் சாத்த முற்பட்டாள்.

'என்னை வந்து இருக்கச் சொன்னார்.'

'என்னிடம் எதுவும் சொல்லவில்லையே!'

'சொல்லியிருக்க வேண்டும்.' திடீரென்று ஞாபகம் வந்தது... 'சரக்கு கொண்டு வந்திருக்கிறேன்' என்றேன்.

அவள் முகம் மலர்ந்தது. 'இருக்கிறதா?' என்றாள்.

'ஆம்' என்றேன்.

'உள்ளே வாருங்கள். உட்காருங்கள். மன்னிக்கவும். எல்லாம் கலைந்து இருக்கிறது...'

சரக்கு என்பது மந்திர வார்த்தையாக இருக்கிறது... உள்ளே நுழைந்ததும் திடுக்கிட்டேன். கூட்டத்தில் ஓர் ஓரத்தில் ஒரு இளைஞன் கார்ப்பெட்டின் மேல் உட்கார்ந்திருந்தான். அவன் வாய் திறந்திருந்தது. கண்கள் குத்திட்டு உத்தரத்தைப் பார்த்தன.

அந்தப் பெண் அவனைத் தாண்டிக் கொண்டு சென்றாள். 'டோன்ட் மைண்ட் ஹிம். ஹி இஸ் ஆல்ரைட். அவன் ஒன்றும் செய்யமாட்டான்.'

'உயிர் இருக்கிறதா?' என்றேன்.

'நிறைய! கவலைப்படாதீர்கள். டீ வேண்டுமா?'

'எஸ், தாங்க் யூ.' அவளை உள்ளே அனுப்பவேண்டி இருந்தது. போதிசத்வர் மாதிரி உட்கார்ந்திருந்தவன் அப்படியே இருந்தான். அவள் உள்ளே சென்றாள். நான் அந்த ஹாலின் தொடர்ச்சியாக இருந்த படுக்கை அறைக்குள் எட்டிப் பார்த்தேன். ஒரே படுக்கை, அதன் மேல் புத்தகங்கள், ஃப்ளாஸ்க், ஜன்னல்களைப் பார்த்தேன். திரைகள் தொங்கின.

'பரத் குமார், நீ போய் ஹாலில் உட்கார்ந்திரு. அவள் வந்தாளோ, அந்த புத்த பகவான் எழுந்துவிட்டாலோ குரல் கொடு' என்றேன்.

மிக மெதுவாக அந்த ஜன்னல் திரைகளை விலக்கிப் பார்த்தேன். ஓரத்தில் இருந்த ஜன்னலின் கம்பிகள் விலக்கப்பட்டு இருந்தன. கண்ணாடிக் கதவு உடைத்திருந்தது. ப்ரியா சற்றுச் சிரமத்துடன் தப்பியிருக்க முடியும். வெளியில் எட்டிப் பார்த்தேன். அதிக உயரமில்லை. ஷா சொன்னது நிகழ்ந்திருக்கலாம்! ஆனால் அதே சமயம் நம்பவைப்பதற்காக அவனே நெம்பி வைத்திருக்கவும் கூடும்! எனக்கு என்னவோ திரும்பத் திரும்ப ஷாவின் வாக்கு மூலத்தில் அடிப்படையான சந்தேகம் ஏற்பட்டுக்கொண்டே இருந்தது.

15

‘க்கும்’ என்று பரத் குமார் கனைப்பது கேட்டு ஹாலுக்குத் திரும்பி வந்தேன். ‘சரக்கு கொண்டு வந்திருக்கிறீர்களா?’ என்று கேட்டுத் தெரிந்துகொண்டு எங்களை வீட்டுக் குள் அனுமதித்த அந்தப் பெண் இரண்டு கோப்பைகளில் டீ கொண்டு வந்தாள். மறுபடி அந்தப் பையனைத் தாண்டிக்கொண்டுதான் வந்தாள். அந்த இளைஞன் அந்த இடத்து ஃபர்னிச்சர்களில் ஒன்று போல், அவன் இருப்பதை எந்த விதத்திலும் சட்டை செய்யாமல் அவள் நடந்து வருவது எனக்கு வினோதமாகப் பட்டது.

‘ஷா வருகிறாரா?’ என்றாள். நான் கேட்க வேண்டிய கேள்வி.

‘ம்! வருவார், வருவார்.’ அந்த அறைக்கு உட்பக்கம் தாள் கிடையாது என்று சொல்லி இருக்கிறான். அதையும் கவனிக்க வேண்டும்.

அந்தப் பெண் ஒரு மாதிரியாக நடந்துகொள்ள ஆரம்பித்தாள். என் அருகே வந்து உட்கார்ந்து கோப்பை டீயை எடுத்து ‘இந்தாருங்கள்’ என்று பரிவாக என் அருகே கொண்டுவந்தாள். அவள் உட்கார்ந்திருந்த தூரம் பரிச்சய எல்லைக்குக் குறைவாக இருந்தது. கொஞ்சம் நெருக்கமாக வந்து என் கையைப்

பிடித்துவிட்டாள். போதிசத்வன் இன்னும் போதிசத்வன் போலவே உட்கார்ந்திருந்தான்.

'தவம் செய்கிறானோ?' என்றேன்.

'இல்லை' என்றாள் அவள். 'கிடக்கிறான். அவனை மதிக்க வேண்டாம். சர்க்கரை?'

'ஒன்றரை' என்றேன்.

'உங்களுக்கு?' என்று பரத்தைக் கேட்டாள்.

'எனக்கும்' என்றான்.

அவள் என்மேல் உடம்பைத் தேய்க்காத குறை. இந்த இடத்தில் ஏதோ தப்பு இருக்கிறது.

நான் டீக் கோப்பையை வாங்கிக்கொள்ள அவள், 'ஒரு நிமிஷம்' என்று என்னை விட்டு விலகினாள். நான் நெற்றிப் புருவத்தால் பரத் குமாரைக் கேட்டேன். பரத் புரியவில்லை என்று தலையாட்டினான். அவள் உள்ளே செல்ல நான் மறுபடி பரத் குமாருக்குச் சைகை செய்துவிட்டு அந்தப் படுக்கை அறையை ஆராயத் தலைப்பட்டேன்.

கதவில் ஷா சொன்னது போல் பொதுவான லாக்தான் இருந்தது. உள் பக்கம் தாழ்ப்பாள் இல்லை.

படுக்கைக்கு அடியில் பார்த்தேன். ஒரே ஒரு செருப்பு இருந்தது. அதைக் குனிந்து எடுத்தேன். ப்ரியாவின் காலில் இருந்து மற்றொரு செருப்பை நினைவுபடுத்திக்கொள்ள முயன்றேன். இதுபோல்தான் அதுவும் இருந்ததோ! ப்ரியா இங்கு வந்திருக்கிறாளா? இங்குதான் அடைபட்டிருந்திருக்கிறாளா? அவள் அடையாளங்கள் வேறு ஏதாவது கிடைக்குமா? அந்த அறையில் இருந்த அலமாரிகளைப் பார்த்தேன். சில புத்தகங்கள் சில சீசாக்கள்... ஒரு சிறிய கடிகாரம் நின்றிருந்தது. கூரிய பிளாஸ்டிக் கத்தி - பேப்பர் வெட்டுவதற்கு, கத்திரிக்கோல், பஞ்சு, பஞ்சா? பேண்டேஜ் துணி... ஒரு சிறிய பளபளவென்ற பெட்டி.

என்னைத் திற, என்னைத் திற என்றது பெட்டி. நான் திரும்ப ஹாலில் எட்டிப் பார்த்தேன். பரத் குமார் கவனித்துக் கொண்டிருந்தான்.

நான் அந்த அழகான பளபளப்பான பெட்டியைத் திறக்க முற்படுகையில்...

அந்தக் கதவை நான் கவனிக்கத் தவறி இருந்தேன். சமைய லறைக்கும் அந்த அறைக்கும் இடையில் இருந்த கதவு. அது சரேல் என்று திறந்துகொள்ள அந்தப் பெண் திரையை விலக்கிக் கொண்டு தோன்றினாள்.

நான் திடுக்கிட்டு, 'பாத்ரூம்?' என்றேன்.

'பாத்ரூம் இங்கில்லை' என்றாள். 'என்ன தேடுகிறீர்கள் என்று எனக்குத் தெரியும்' என்றாள்.

நான் சற்றுப் பின்வாங்கி, 'நான் எதையும் தேடவில்லை' என்றேன்.

அவள் படுக்கையில் உட்கார்ந்தாள்.

அப்போது அவளைச் சற்று உன்னிப்பாகக் கவனிக்க முடிந்தது. என்னைப் பார்த்து புன்னகை செய்துகொண்டிருந்த அந்த வினோதப் பெண்ணுக்குப் பத்தொன்பது வயதுதான் இருக்கும். அவளுக்குப் பத்தொன்பது வயது என்று சொல்வதற்குச் சற்று அனுபவம் வேண்டும். கண்களின்கீழ் நிழல் விழ அவள் வயது அதிகப்படியாகவே தோன்றியது. பொதுவான பிரிட்டிஷ் பெண்களைப் போல் திடகாத்திரமாக இல்லை அவள். பூஞ்சை யாக இருந்தாள். அவளிடம் அபாரமாக இருந்தது படிப்படியாகச் சரிந்த கூந்தல். அடர்த்தியாக ஏறக்குறைய கறுப்புக்கு அருகில் உள்ள செம்பட்டையாக. அதைப்பற்றி அவள் அதிகம் கவலைப் பட்டதாகத் தெரியவில்லை. பவுடர்? ம்ஹூம். லிப்ஸ்டிக்? ம்ஹூம். அவள் அணிந்திருந்த சட்டை பேண்ட் அழுக்காக இருந்தது. இவள் யார்? வேலைக்காரியா? பார்த்தால் அப்படித் தெரியவில்லையே? யார் இவள்.

'உன் பெயர் என்ன?' என்றாள்.

'கணேஷ்.'

'நான் பகவத் கீதை படித்திருக்கிறேன். பரித்ராணாயா சாட்டு னாம்!'

'வேண்டாம்' என்றேன்.

'நாம் எல்லோரும் பரிபூரண நிலையை எய்தவேண்டும். வா கணேஷ். என் அருகில் உட்கார்...' என்று சொல்லிக்கொண்டே தன் சட்டையில் கைகளை மடக்கிக்கொண்டாள். அதன் பட்டன்களைத் தளர்த்திக் கொண்டாள். மல்லாந்து படுத்தாள்.

'கணேஷ் அந்தப் பெட்டியை எடு' என்றாள்.

'எந்தப் பெட்டி?'

'அலமாரியில் பளபளப்பாக இருக்கிறதே?'

நான் அதன் அருகில் சென்று அதை எடுத்தேன்.

'திற' என்றாள். 'உன்னிடம் தீப்பெட்டி இருக்கிறதா?'

'இல்லை' என்றேன்.

'பரவாயில்லை.'

அந்தச் சிறிய பெட்டியைத் திறந்தேன். அதில் ஒரு மிக மெல்லிய ஊசியும் சிறிய சிரிஞ்சும் இருந்தது. டயபடிஸ்காரர்களின் இன்ஸுலின் செட்போல.

'கொண்டுவா, கொண்டுவா!' அவள் படுக்கையில் துவண்டாள்...

நான் பின்வாங்கினேன்.

'கணேஷ்! அதை என்னிடம் கொண்டு வா! கொண்டுவந்து மெல்ல மிக மெல்ல என் தொடையில் குத்தவேண்டும். வலிக்கவே கூடாது. தெரிகிறதா, வலிக்கக்கூடாது கணேஷ். எடு சரக்கை! சீக்கிரம் எடு...'

அவள் உடல் இன்னும் தீவிரமாக அலைபோல் புரள ஆரம்பித்தது... அவளுக்கு வியர்க்க ஆரம்பித்தது.

'கணேஷ்! கணேஷ்! எடு சரக்கை! எடு!'

பரத் குமார் விசிலடிக்கும் சப்தம் கேட்டது.

எதிரே ஷாவும் ஜனார்தனும் நின்றுகொண்டிருந்தார்கள். நான் அசட்டுத்தனமாக உணர்ந்தேன். எனக்கு அங்கே வேலை இல்லைதான். அதுவும் ஷாவின் வீட்டுக்குள்ளே, பெட்ரூமில் அந்த மல்லாந்த பெண் வேறு.

'என்னய்யா, இங்கேயும் வந்துவிட்டியா?' என்றார் ஜனார்தன். அவரைப் பார்த்தால் மிகச் சமீபத்தில் மனைவியை இழந்துவிட்ட துக்கத்துடன் இருப்பவர்போலத் தெரியவில்லை. பளபள வென்று புதிதாகக் குளித்துவிட்டு வந்ததுபோலத் தோற்றம். மண்டையில் இருந்த சொற்ப மயிரையும் படியாக வாரிக் கொண்டிருந்தார். கட்டம் போட்ட கோட்டு, பட்டை டை. புதிதாக இங்கிலாந்தில் வாங்கியிருக்கவேண்டும். ஷா வழக்கம் போல் பாதி குடித்த நிலையில் தெரிந்தான். என்னை வெறுப் புடன் பார்த்து, 'ஏன்யா வக்கீல், உனக்கு வேறு வேலை கிடை யாதா?' என்றான். அந்த அறையைப் பார்த்தான். அந்தப் பெண்ணைப் பார்த்தான். 'சீ எழுந்திரு,' என்றான்.

அவள் பயந்து எழுந்தாள். 'தில்லி! உன்னிடம் நான் என்ன சொன்னேன்?'

'நான் ஒருத்தரையும் உள்ளே விடவில்லை. இவர் சரக்கு கொண்டு வந்திருக்கிறேன் என்றார். அதனால்தான் திறந்துவிட்டேன்!'

ஷா என்னைப் பார்த்தான். நான் அங்கே கீழே மௌனமாக உட்கார்ந்திருந்த இளைஞனைப் பார்த்தேன்.

'என்னய்யா சரக்கு?' என்றார் ஜனார்தன்.

'எனக்கு ஒன்றும் தெரியாது. நாங்கள் உங்கள் இருவரையும் தேடி இங்கு வந்தோம். இந்தப் பெண் சரக்கு வைத்திருக்கிறாயா, உள்ளே விடுகிறேன் என்றாள். வைத்திருக்கிறேன் என்றேன். சரக்கு என்றால் என்ன என்று எனக்குத் தெரியாது. ஆனால் இந்தப் பெண்ணுக்கு இப்போது அது நிச்சயம் தேவையாக இருக்கிறது. அவள் உடல் நடுங்குகிறது. அதற்குரிய சாதனங்கள் அலமாரியில் இருக்கின்றன!' என்றேன்.

'ஜனார்தன், இந்த ஆசாமி அபாயகரமானவன்' என்றான் ஷா.

'வெயிட் எ மினிட், நான் உங்களைப் பார்க்க வந்தது தப்பா?'

'உனக்கும் எனக்கும்தான் இனி சங்காத்தமே இல்லை என்று சொன்னேனே! திருப்பித் திருப்பி என்னை ஏன் தொடர்ந்து வருகிறாய்? இந்தப் பயலையும் கூட்டி வந்திருக்கிறாய். இவனைக் கண்டாலே எனக்குப் பொசபொச என்று வருகிறது. இரண்டு பேரும் சேர்த்து நன்றாக ஒத்துழைத்து அவளைக் கொன்று குழிதோண்டிப் புதைக்கிறவரைக்கும் கொண்டு

விட்டாகி விட்டது. இவர்களே கூடச் செய்திருக்கலாம். என்ன ஷா?'

ஷா இன்னும் என்னைச் சந்தேகத்துடன்தான் பார்த்துக் கொண்டிருந்தான்.

'ஏய் கணேஷ், எதற்காக கில்பர்னுக்கு வந்தாய்?'

'அதுதான் சொன்னேனே... உங்களைப் பார்ப்பதற்கு.'

'எங்கள்மேல் திடீர் என்று என்ன அக்கறை... ரோவான் கிழவன் அனுப்பினானா, வேவு பார்க்க? அப்படித்தான் இருக்க வேண்டும்... போலீசுக்குச் சரியான அடியாள். ஜனார்தன்! இவனைக் கொஞ்சம் கவனிக்கலாமா...'

'ஷா, எனக்கு என்ன வைத்திருக்கிறாய்?' என்றாள் கொஞ்சலுடன் அந்தப் பெண்.

'ஷட் அப்' என்று அவளைத் தள்ளினான்.

அவள் உடல் இன்னும் நடுங்க ஆரம்பித்தது. பின்னணியில் அவள் அடிக்கடி ஷாவைக் கெஞ்சிக்கொண்டிருந்தது வினோத மாக இருந்தது.

'சொல்லு, எதற்கு வந்தாய்? வேவு பார்க்கத்தானே?'

'இல்லை. நாங்கள் இருவரும் வந்தது ப்ரியாவுக்காக' என்றேன்.

'அவள்தான் செத்தொழிந்து விட்டாளே? அல்பாயுசு!'

'இருந்தும் நம் நால்வரையும் ஏதோ ஒருவிதத்தில் பிணைப்பது அவள் ஒருத்திதான். அவள் உடல் மார்ச்சுவரியில் அனாதையாகக் கிடக்கிறது. அதற்கு நாம் எல்லோரும் சேர்ந்து உரிய முறையில் மரியாதையுடன் அடக்கம் செய்யவில்லை என்றால் கடவுள் நம்மை மன்னிக்க மாட்டார். உயிருள்ளவரை அவளை உப யோகித்து லட்சக்கணக்கில் சம்பாதித்தாகிவிட்டது. செத்தபின் ஒரு மலர் வளையம் இல்லாமல்...'

'உனக்கு யார் சொன்னார்கள், நான் அவள் ஃப்யூனரலை நடத்தப் போவதில்லை என்று? என் மனைவியைப் பற்றி உனக்கு என்னடா தெரியும்! ஷா அதற்கான எல்லா ஏற்பாடுகளும் செய்வான்! அவளைப் பற்றி டைம்ஸில் போடப்போகிறோம்.

பெரிய மனிதர்களை எல்லாம் கூப்பிட்டு என் கண்மணிக்கு உரிய முறையில் பிரார்த்தனை நடத்தி... ஏன் கூடாது? அவளுக்கு இல்லாத மலர் வளையமா? மெட்றாஸுக்கு அவள் பாடியை எடுத்துப்போக எனக்கு வசதி இருக்கிறது தெரியுமா?'

'அவளைப் பற்றிக் கவலைப்படுகிற ஜாதியாகத் தெரியவில்லை. உங்களைப் பார்த்தால் உண்மையாக அவளுக்கு வருத்தப்படுகிற வராகத் தெரியவில்லை.'

'உனக்கு என்னடா தெரியும் என் உள்ளுக்குள்ளே இருக்கிற துக்கம்? என்ன ஷா?'

'இந்தப் பயல்களுடன் என்ன பேச்சு! நம்மை வேவு பார்க்க வந்திருக்கிறான். போடா வெளியே?!'

'ஸ்காட்லண்ட் யார்டே நம்மை மரியாதையுடன் விட்டுவிட்டார் கள். இந்த சுண்டைக்காய் பயல் என்ன! இவன் லண்டனுக்கு வந்ததே என் தயவில். கொண்டா டிக்கெட்டை! நான் நினைத் தால் உன்னை லண்டனில் நாதியில்லாமல் தெருப் பொறுக்க வைக்கமுடியும். தெரியுமா?'

'அப்படியா?' என்றேன்.

'நன்றியுடன் போய்ச் சேர்! டிக்கெட் என்னுடைய பணத்தில் வாங்கினது.

'ப்ரியாவின் பணம்' என்றான் பரத் குமார்.

'ப்ரியா என் மனைவி!'

'மிஸ்டர் ஜனார்தன், எனக்கும் இங்கிலாந்தில் சினேகிதர்கள் இருக்கிறார்கள்! நீங்கள் கொடுத்தது இந்திய கரன்ஸியில். அதைச் சென்னையில் திரும்பித் தரும் வசதி எனக்கும் இருக்கிறது.'

'போடா, போய்த் தொலை! என் கண்முன் நிற்காதே!'

ஷா, 'இனிமேல் எங்கள் பாதையில் குறுக்கிட்டால் உதை படுவீர்கள்!' என்றான்.

'ஷாவை எனக்குக் கொஞ்சம் கொஞ்சமாகத் தெரிகிறது' என்று அலமாரியையும் அந்தப் பெண்ணையும் தரையில் உட்கார்ந் திருந்த இளைஞனையும் பார்த்துவிட்டு, 'மறுபடி சந்திக்கலாம்' என்று சொல்லிவிட்டு, பரத் குமாருடன் வெளியே வந்தேன்.

பூமிக்கு அடியில் சென்று ட்யூப் ஸ்டேஷனில் ரயில் பிடித்தோம். உட்கார இடம் இருந்தாலும் அந்தப் பழுத்த இங்கிலீஷ்காரனின் பார்வை நாங்கள் அருகில் உட்காருவதை விரும்பவில்லை என்று போதித்தது. நின்றுகொண்டோம். விளம்பரங்கள் லண்டன் போலீசிலும் பிரிட்டிஷ் போஸ்ட் ஆபீசிலும் இருக்கும் எல்லை யில்லா வேலை வாய்ப்புகளைப் பற்றி விவரித்தன. 'டாம்மி' என்ற சினிமா விளம்பரத்தில் ஒரு பரட்டைத் தலை இளைஞனை நாலு பக்கங்களிலும் வைர ஊசிகள் குத்திக் கொண்டிருந்தன.

ஊசிகள்?

'ஷா மிகவும் நிழலான ஆசாமி' என்றேன்.

'ப்ரியா இங்கிருந்து தப்பித்திருக்கிறாளா? அறையில் என்ன பார்த்தீர்கள்?' என்றான் பரத்குமார்.

'அந்த அறையில் ஜன்னல் உடைந்து கம்பி வளைந்து இருக் கிறது.'

'ப்ரியாவால் அதைச் செய்திருக்க முடியுமா?'

'ஜன்னல் கம்பிகள் மெல்லியவைதான். தப்பிக்கும் ஆத்திரமும் அவசரமும் இருந்தால் ஒரு பெண்ணால் வளைத்திருக்க முடியும். அதே சமயம் இவர்களே அப்படி வளைத்தும் வைத்திருக்கலாம்.'

'ப்ரியா இவர்களிடமிருந்து தப்பி ஓடி இருக்கிறாள் என்பதற்கு சாத்தியம் இருக்கிறது. யார்டிலும் அப்படித்தான் நம்புகிறார்கள், இல்லையா?'

'அதுதான் ஆச்சரியமாக இருக்கிறது. ரோவான் வேறு ஏதோ மனத்தில் வைத்திருக்கிறார். நம்மிடம் சொல்லமாட்டேன் என்கிறார்.'

'இங்கிருந்து எங்கே போனாள்... அப்புறம் என்ன ஆயிற்று?'

'ஸ்காட்லண்ட் யார்டும் அதைத்தான் கேட்டுக்கொண்டிருப் பார்கள்!'

'கணேஷ் சார், எனக்கு ஒரே ஒரு ஆசை' என்றான் பரத். 'அவளைப் பார்க்க வேண்டும், கடைசி முறையாக.'

'ஏன்?'

‘ஜனார்தனும் ஷாவும் உடலை க்ளெய்ம் பண்ணிக்கொண்டு சென்றுவிடுவார்கள். அப்புறம் அந்த முகத்தை இனி பார்க்கவே முடியாது. அவர்கள் என்ன செய்யப்போகிறார்கள்? இந்தியாவுக்கு எடுத்துச் செல்வார்களோ, இங்கேயே எரிப்பார்களோ, புதைப்பார்களோ தெரியவில்லை. இனி உங்களை அவர்கள் அழைக்கப்போவதில்லை. அதற்குள், அதற்குள் என் ப்ரியாவை ஒரு தடவை... பார்த்து...’

எனக்கு மிகவும் தயக்கமாக இருந்தது. மறுபடி அந்த முகத்தை பார்ப்பதில் அச்சமாகக்கூட இருந்தது. இருபத்து நான்கு மணி நேரத்துக்கு மேலாகிவிட்டது. அதற்குள் இந்த உடம்பு மேலும் நீலம் பார்த்து, பூரித்து... ப்ரியாவை நான் அப்படிப் பார்க்க விரும்பவில்லை. பரத் குமார் பிடிவாதமாக இருந்தான். அவனுக்கு அந்த உடல் அந்த ஞாபகங்களின், அவளுடன் செலவழித்த இனிய கணங்களின் சின்னம். அந்த உடல் எந்த நிலையில் இருந்தாலும் அதை முத்தமிட்டுக் கண்ணீரால் நனைக்கத் தயாராக இருந்தான். நான் வரவில்லை என்றால் தனியாகப் போவதாகச் சொன்னான். நான் அவனுடன் செல்லத் தீர்மானித்தேன்.

ட்யூப் ரெயில் மாறி ஹார்ஸ் ஃபெர்ரி ரோடுக்கு அருகே இறங்கிக் கொண்டோம். அங்கிருந்து மேலே எஸ்கலேட்டரில் ஏறி இரவு வெளிச்சத்துக்கு வந்து உற்சாகமான லண்டனில் கலந்து கொண்டோம்.

அதை மார்ச்சுவரி என்று சொல்ல முடியவில்லை. சுற்றிலும் சுத்தமாக க்ராப் செய்யப்பட்ட புல்வெளி மலர்கள். வெள்ளை வெளேர் என்று இரண்டு ஆம்புலன்ஸ் வண்டிகள் நிற்க, வாயிற்புறத் தோற்றம் ஏதோ ஒரு ஆபீசின் முகப்பறைபோல் மயக்கம் தந்தது. ஒரே ஒரு வித்தியாசம், மெலிதான மருந்து வாசனை.

அந்த மேஜை அருகில் சென்று அந்தப் பெண்ணைச் சந்தித்தோம். ‘கொஞ்சம் இருங்கள்’ என்றாள். இருந்தோம். வழுக்கும் கதவுகள் திறந்து அகலமான ஹால் தெரிந்தது. ஆபரேஷன் தியேட்டர் சுத்தம். நிறைய வெளிச்சம். வெள்ளை வெளேர் என்று முகத்தில் ஜைன முனிகள் போல் துணி மூடிய ஆர்டர்லிகள், தானாக இயங்கும் இரும்புக் கதவுகள், அவற்றுக்குள் உறைந்த உடல்கள்...

‘எக்ஸ்க்யூஸ் மி, உங்களுக்கு என்ன வேண்டும்?’

‘நாங்கள் ஒரு உடலைப் பார்க்க வேண்டும்?’

‘பெயர்?’

‘ப்ரியா, ஓர் இந்தியப் பெண் - இளம் பெண்.’

அவள் தன் பட்டியலைத் தேடினாள். பட்டியல், கம்ப்யூட்டர் பிரிண்ட் அவுட் போல இருந்தது. இங்கேயும் கம்ப்யூட்டரா? கடவுளே...

‘ப்ரியா... ப்ரியா.’ அவள் விரல் மெதுவாக நகர்ந்தது. ‘ஓ எஸ் ப்ரியா. பத்தொன்பதாவது கம்பார்ட்மெண்டில்... வெய்ட் எ மினிட்... ஷி இஸ் நாட் ஹியர்.’

‘சரியாகப் பாருங்கள்.’

‘இல்லை. உடல் இங்கே கிடையாது.’

‘பின் எங்கே.’

‘சி ஆர் என்று போட்டிருக்கிறது... க்ளெய்ம்ட் பை ரிலேடிவ்ஸ். போலீசின் அனுமதியுடன் வந்து உடலை எடுத்துக்கொண்டு போய்விட்டார்கள். மாலை நாலு முப்பத்தாறுக்கு.’

நானும் பரத் குமாரும் ஒருவரை ஒருவர் பார்த்துக்கொண்டோம். ‘சரியாகப் பாருங்கள்...தப்பாக.’

அவள் பொறுமையுடன், ‘கம்ப்யூட்டர் தப்பு செய்யாது’ என்றாள்.

உறவினரா, யாரது... இப்போதுதானே ப்ரியாவின் ஒரே உற வினனைச் சந்தித்தேன். அவன் என்னவோ ப்ரியாவுக்கு தடபுட லாக அடக்க ஏற்பாடு செய்வதைப் பற்றிப் பேசினானே தவிர உடலை எடுத்துக்கொண்டு சென்றதாகத் தெரியவில்லையே.

16

மார்ச்சுவரியிலிருந்து பரத்தும் நானும் வெளியே வந்தோம்.

நான் நடந்துகொண்டே யோசித்தேன். 'படு பாவி ஜனார்தன்' என்றேன். 'அவசர அவசர மாகக் காரியத்தை முடித்துவிட்டு நம்மிடம் இனிமேல்தான் ப்ரியாவின் உடலை அடக்கம் செய்ய வேண்டும் என்று பொய் சொல்லி இருக்கிறார்கள். உடலை வாங்கிக்கொண்டு சென்றுவிட்டார்கள்!'

'எங்கே வைத்திருப்பார்கள்?' என்றான் பரத்.

'அடக்கம் செய்திருக்கலாம். அல்லது எரித்தி ருக்கலாம். அவசரம். அவசரத்துக்கு அர்த்தம் என்ன? உடலை எடுத்துச் சென்றதைப் பற்றி நம்மிடம் சொல்லாததன் அர்த்தம் என்ன? இரண்டு பேருமே திருடர்கள்! ஸ்காட்லண்ட் யார்டு இவர்களை நம்பி உடலையும் வாபஸ் பெற்றுக்கொள்ள அனுமதித்திருக்கிறார்கள்!'

'எனக்கு அப்படித் தோன்றவில்லை. ஹெண் டர்ஸனைக் கேட்டுப் பார்க்கலாமே?'

அருகில் இருந்த பொது டெலிபோனுக்குச் சென்று ஹெண்டர்ஸன் கொடுத்திருந்த நம்பருக்கு டெலிபோன் செய்தேன்.

'இன்ஸ்பெக்டர் ஹெண்டர்ஸன் வெளியே போயிருக்கிறார். எனி மெஸேஜ்?'

'கணேஷ் டெலிபோன் செய்ததாகச் சொல்லுங்கள்.'

பரத் குமார் நொந்து போய் இருந்தான். ப்ரியாவைக் கடைசி முறையாகப் பார்க்க இருந்த வாய்ப்பும் போய்விட்டதே! இரண்டு நாட்களாகச் சரியாகச் சாப்பிடாமல் சிகரெட்டையும் டீயையும் குடித்ததன் விளைவு அவன் கண்கள் பஞ்சடைந்து தெரிந்தது. அழுக்காக, சோகமாக இருந்தான். என் அறைக்கு வந்து குளித்து விட்டு ஏதாவது சாப்பிடலாம் என்றேன். தன்னிடம் பணமில்லை என்றான். பரவாயில்லை என்றேன். என் பண நிலைமையைப் பற்றியும் எனக்குச் சற்று கவலை ஏற்பட ஆரம்பித்தது. என்னிடம் இருந்தது கொஞ்சம் ஸ்டெர்லிங் ட்ராவலர்ஸ் செக்குகள், ஷா கொடுத்ததில் கொஞ்சம் பாக்கி. ஹோட்டலில் மரியாதையாக ஒரு வாரம்தான் அனுமதிப்பார்கள். இன்னும் ஒரு நான்கு நாட்கள்தான் லண்டன் தாங்கும். என்ன என்னவோ வாங்கவேண்டும் என்றிருந்தேன். என் ஜூனியர் வஸந்த் ஒரு கேமரா கேட்டிருந்தான். எல்லாம் ப்ரியாவுக்குப்பின் அர்த்தமற்றதாகப் போய்விட்டன. லண்டனை விட்டுக் கிளம்பவும் உற்சாகம் இல்லை. ப்ரியாவுக்கு என்ன நிகழ்ந்தது என்று தெரிந்துகொள்ளும் ஆர்வம்தான், அந்த ஒரே ஆர்வம்தான் என்னைச் செலுத்தும் என்று தோன்றியது, ஸ்காட் லண்ட் யார்ட் இதுவரை ஒரு திறந்த புத்தகமாக இருந்தது. திடீரென்று எல்லோரையும் காணோம். ரோவான் எங்கே, ஹெண்டர்ஸன் எங்கே?

ஹோட்டலில் யாரோ 'உடனே டெலிபோன் செய்யச் சொல்லுங்கள்' என்று நம்பர் கொடுத்திருந்தார்கள். நம்பர் புதிதாக இருந்தது. செய்தேன். ஜனார்தனின் குரல் கேட்டது.

'என்னய்யா கணேஷ், விளையாடுகிறாயா?'

'என்ன சொல்லுங்கள்.'

'மார்ச்சுவரிக்குப் போய் பாடியைக் கேட்டால் உறவினர் எடுத்துப் போய்விட்டார்கள் என்று சொல்கிறார்கள்! என்ன வேலை இது?'

'எனக்கும் அதே பதில்தான் கிடைத்தது.'

'என்ன சொல்கிறாய்? புரியும்படியாகச் சொல்லு.'

எனக்குக் கோபம் வந்தது. 'மிஸ்டர் ஜனார்தன்! உங்களுக்கு எல்லாம் புரிகிறது என்று நினைக்கிறேன். உங்கள் பொய் எல்லாம் எனக்கு அலுத்துவிட்டது. நீங்கள் உடலை க்ளெய்ம் பண்ணி

எடுத்துக்கொண்டு சென்றது எனக்குத் தெரியும். அதை என்ன செய்திருப்பீர்கள், அதில் ஏன் உங்களுக்கு அவ்வளவு அவசரம் என்பதும் எனக்குத் தெரியும். ஸ்காட்லண்ட் யார்ட் உங்கள் கதையைத் தாற்காலிகமாக நம்புகிறார்கள் என்றால் அதன் பின்னணி ஏதாவது இருக்கும். ஆனால் இந்தப் பொய் அதிக நாட்கள் தாங்காது. நீங்கள் ஷாவுடன் ஒரு மிக அபாயகரமான பாதையில் செல்கிறீர்கள். அவ்வளவுதான் சொல்வேன்.'

'என்ன உளறுகிறாய்... நான் உன்னைக் கேட்டது என்ன... ப்ரியா வின் உடலை.'

டெலிபோனை வைத்துவிட்டேன்.

'என்னவாம்?' என்றான் பரத்குமார்.

'உடலை நாம் எடுத்துச் சென்றோமா என்று ஜனார்தன் கேட் கிறார்.'

'என்ன பாசாங்கு!'

'எனக்கு ஸ்காட்லண்ட் யார்டின் போக்குத்தான் புரியாமல் இருக்கிறது. அவர்கள் இப்போது என்ன செய்துகொண்டிருக் கிறார்கள். எங்கே போய்த் தொலைந்தார்கள்.'

என் அறைக்குச் செல்ல கிளம்பியபோது ரிஸப்ஷனில் இருந்த பெண், 'மிஸ்டர் கணேஷ்!' என்றாள்.

திரும்பினேன்.

'ஸாரி மறந்துவிட்டேன். உங்களுக்கு ஒரு செய்தி இருக்கிறது.'

அவள் ஓர் உறையை என்னிடம் தந்தாள். ஒட்டி இருந்தது. 'மிஸ்டர் கணேஷ்' என்று அதன் மேல் எழுதியிருந்தது. ஸ்பெல்லிங் தப்பாக என் பெயரில் இரண்டு 'என்' இருந்தன.

நான் அதைப் பிரிப்பதற்குத் தயங்கினேன். அந்தப் பெண்ணிடம், 'யார் கொடுத்தார்கள்?' என்றேன்.

'ஒரு மனிதன்.'

'இந்தியனா? எப்படி இருந்தான்?'

'இந்தியன் இல்லை. வெள்ளை.'

'தாங்க்ஸ்' என்று என் அறைக்குச் சென்றேன். பரத் குமார் உடன் வந்தான்.

'கடிதமா?' என்றான்.

'எனக்கு வெள்ளைக்காரர்கள் எவரையுமே தெரியாதே' என்றேன்.

'என்ன எழுதியிருக்கிறது?'

என்னுடைய அறையைத் திறந்தேன். 'புட் யுவர் ஹாண்ட்ஸ் அப்!' என்று குரல் கேட்டுத் திடுக்கிட்டுக் கைகளை உயரத் தூக்கினேன். டெலிவிஷனை அணைக்காமல் விட்டிருக்கிறேன். யூல் ப்ரைன்னர் மொட்டைத் தலையுடன் என்னை நோக்கித் துப்பாக்கியை நீட்டிக்கொண்டிருந்தார்.

படுக்கையில் உட்கார்ந்துகொண்டு அந்த உறையைக் கிழித்தேன். அவனுள் இரண்டாக மடித்து ஒரு காகிதம் இருந்தது. காகிதத்தில் இரண்டே வரிகள்தான் எழுதியிருந்தது.

'ப்ரியாவுக்கு என்ன ஆயிற்று? பஜாமா டாப்ஸ் இன்று!'

கடிதத்தை மறுபடி படித்தேன். பரத் குமாரிடம் காட்டினேன்.

'பஜாமா டாப்ஸ்' என்றான்.

'இன்று?' என்றேன்.

'என்ன அர்த்தம்?'

ஒன்றுமே புரியவில்லை. மறுபடி உறையைப் பார்த்தேன். மிஸ்டர் கணேஷ்!

டெலிபோனை எடுத்தேன்.

ரிசப்ஷனிஸ்ட், 'எஸ் சார்!' என்றாள்.

'வாட் இஸ் பஜாமா டாப்ஸ்?' என்றேன்.

'ஸாரி!'

'பஜாமா டாப்ஸ்! அதன் அர்த்தம் என்ன?'

'ஒரு நாடகத்தின் பெயர்.'

'தற்போது நடக்கிறதா?'

‘ஆம்.’

‘எங்கே?’

‘ஒரு நிமிஷம்...’ பரத் குமார் என்னையே பார்த்துக் கொண்டிருந் தான். இன்று ஒன்றில்லாவிட்டால் ஒன்று. இதன் கடைசியைத் தேடிவிடப் போகிறேன். ஆம்! ஆம்!

‘வைட்ஹால் தியேட்டரில் நடக்கிறது. வார தினங்களில் 8.30-க்கு ஒரே ஒரு காட்சி. புதன், சனி மாலைக் காட்சி உண்டு.’

‘வைட்ஹால் தியேட்டர் எங்கே இருக்கிறது?’ கடிகாரத்தைப் பார்த்தேன்.

‘டிரஃபால்கர் ஸ்கொயரில்.’

‘பரத், சீக்கிரம் கிளம்பு.’

‘எங்கே?’

‘பஜாமா டாப்ஸ்’ என்றேன்.

நாங்கள் அந்த தியேட்டரை அடைந்தபோது மணி 8.25. காலை யிலிருந்து நிகழ்ந்தவற்றைத் திரும்ப யோசித்தால் ஒரு வாழ் நாளின் நிகழ்ச்சிகளே நடைபெற்றது போன்ற உணர்ச்சி ஏற்பட் டது. இப்போதுகூட நான் தேடிச் செல்வது என்ன என்பது தெளிவாக இல்லை. சென்று பார்ப்பதில் கொஞ்சம் துடிப்பும் பயமும் இருந்தது.

ஹெண்டர்ஸனிடம் அந்த பஜாமா டாப்ஸ் கடிதத்தைப் பற்றி உடனே சொல்லியிருக்கலாம். யோசித்தபின், வேண்டாம் என்று தோன்றியது.

அந்தத் தியேட்டரின் முகப்பிலிருந்த படங்களிலிருந்து அந்த நாடகம் பஜாமா டாப்ஸா, பஜாமா டாப்லெஸ்ஸா என்று சந்தேகம் தோன்றியது. அடப்பாவி! நாடகத்தில் கூடவா இப்படி! மூன்றா வது வருஷம் ஓடுகிறதாம். மெலிதான கூட்டம்தான். வெள்ளைக் காரர்கள் குளிருக்கு கோட் அணிந்துகொண்டு சூட்டுக்குப் பெண்களைக் கட்டிக்கொண்டிருந்தார்கள். அணைத்த கையை எடுக்காமல் இடது கையால் டிக்கெட் வாங்கிக்கொண்டிருந் தார்கள். நானும் பரத் குமாரும் சுற்றும் முற்றும் பார்த்துக்கொண்டு சற்று நேரம் நின்று, யாராவது எங்களைத் தேடுகிறார்களா என்று

எதிர்பார்த்தோம். இல்லை. இரண்டு டிக்கெட் வாங்கினோம். அந்தப் பெண் ஒரு கவரைக் காட்டி, ‘இது உங்களுக்காக’ என்றாள். கவரில் என் பெயர் எழுதியிருந்தது. ‘இந்தியர்கள் வந்தால் பெயர் விசாரித்துக் கொடுக்கும்படி யாரோ...’

‘தாங்ஸ்’ என்று அதைக் கிழித்து உள்ளே இருந்த கடிதத்தைப் பார்த்தேன். ‘எய்ல் சீட் 25-ல் உட்காரவும்’ என்று எழுதியிருந்தது. நானும் பரத் குமாரும் உள்ளே சென்றோம். ஐஸ்க்ரீம் விற்றுக் கொண்டு டார்ச் காட்டிக்கொண்டு டிக்கெட் சேகரித்துக்கொண்டு இருந்த ஒரே ஒரு பெண்ணை எய்ல் ஸீட் 25-ஐக் காட்டச் சென்னேன். காட்டினாள்.

பரத் குமார் 24. நான் 25. 26 காலி. ஏன், அந்த வரிசையே காலி. ஓரத்தில் மட்டும் ஓர் இளைஞன். பக்கத்தில் இருப்பவளை வாசனை பார்த்துக்கொண்டிருந்தான்.

பழங்காலத்து ரொக்கோக்கோ பாணியில் கட்டப்பட்ட தியேட்டர். நாங்கள் மாடி சீட். மிகப் பெரிய வெல்வெட் திரை. மெலிதான வெளிச்சம். நாடகம் இன்னும் ஆரம்பிக்கவில்லை. சுற்றிலும் பார்த்தேன். இருட்டில் அவர்கள் முகங்கள் சரியாகத் தெரியவில்லை. முதலில் தீத்தடுப்புக்காக ஓர் ஆஸ்பெஸ்டாஸ் திரையை இறக்கி ஏற்றினார்கள். அப்புறம் அந்தப் பெரிய திரை திறந்தது. நாடகம் ஆரம்பித்தது. மேடையில் பாதி பாகத்தை அடைத்துக்கொள்கிற அளவுக்கு ஒரு கண்ணாடிப் பெட்டியில் சுத்தமான நீர் தளும்பிக்கொண்டிருந்தது மூன்று பெண்கள் வந்தார்கள். உடைகளைக் கலைத்தார்கள். அதில் இறங்கிக் குளிக்க ஆரம்பித்தார்கள். பரத் குமார், ‘சே!’ என்றான். எப்போதோ படித்த பௌதிகம் ஞாபகம் வந்தது. தண்ணீருக்குள் அந்த உடல்கள் சற்றுச் சிறியதாகத் தெரிந்தன. அவர்களுக்குக் குளிராதோ என்று தோன்றியது. மூன்று பேரும் (ஒருத்தி நீக்ரோ) உடம்பை சுவஸ்தமாக வைத்துக்கொண்டிருக்கிறார்கள் என்பது தெள்ளத் தெளிவாகத் தெரிந்தது.

காமெடியன் வந்து அவர்களைக் கூப்பிட்டான். கீச்சிட்டுக் கொண்டு சொட்ட சொட்ட அவனருகே சிரித்துக்கொண்டு வந்து நின்றார்கள். காமெடி ஆசாமி எங்களைப் பார்த்து, ‘நிர்வாணப் பெண்களைப் பார்க்க மட்டும் வந்திருப்பவர்கள் கை தூக்குங்கள்’ என்றான். சிலர் விசிலடித்தார்கள். அவன் பைக்குள்ளிருந்து ஒரு டேப்பை எடுத்தான். என் அருகில் யாரோ வந்து உட்கார்ந்தார்

கள்... சென்ட் வாசனை அடித்தது. 'மிஸ்டர் கணேஷ்' என்றாள். மேடையில் வெளிச்சமிருந்ததால் அதன் பிரதிபலிப்பில் என் அருகில் உட்கார்ந்தவள் தெரிந்தாள்.

'நீங்கள்தானே மிஸ்டர் கணேஷ்?'

'ஆம்.'

'ப்ரியா... அதுதானே அந்தப் பெயர்!'

'ஆம்.'

'என்னுடன் வரவேண்டும்!'

'எங்கே? எதற்கு?'

'ப்ரியாவுக்கு என்ன ஆயிற்று என்று தெரிந்துகொள்ள உங்களுக்கு ஆவல் இல்லையா?'

'ஆம்.'

'என்னுடன் வரவேண்டும்.'

நான் பரத் குமாரைப் பார்த்தேன். தியேட்டரே திடீர் என்று சிரித்தது. காமெடியன் அந்தப் பெண்களிடம் ஏதோ விஷமம் செய்திருக்கவேண்டும்.

'பரத், வா போகலாம்' என்றேன்.

'எங்கே?'

'நம்மை இந்தப் பெண் கூப்பிடுகிறாள்.'

'தி ப்ளே இல் லௌஸி. கம் அலாங்' என்றாள். எழுந்து நடந்தாள். நாங்கள் தயங்கினோம். ப்ரியாவைப் பற்றி ஏதோ தெரியும் என்கிறாள். 'கம் ஆன்' என்று மற்றவர்களைப் பற்றிக் கவலைப் படாமல் அங்கேயிருந்து சப்தமிட்டாள். பரத் குமார் கிளம்பிவிட் டான். நான் தொடர்ந்தேன். தியேட்டருக்கு வெளியே வந்தோம். அந்தப் பெண் கோட் அணிந்து கொண்டாள். தலைமயிரைத் தள்ளிக்கொண்டாள். 'ஹலோ, கால் மி லீஸா' என்றாள். ஆண்மை நிறைந்த பெண். என் உயரம் இருந்தாள். குலுக்கிய கை இறுகப் பிடித்தது.

'எங்கே போகிறோம்?' என்றேன்.

'ஒரு நண்பனைச் சந்திக்க. டாக்ஸி!'

எங்களை உள்ளே விட்டு அவள் டாக்ஸிக்காரனிடம் என்னவோ சொன்னாள். ஏறிக்கொண்டாள். டாக்ஸி ஒரு சந்தில் திரும்பியது. எங்களை இருளும் மருளும் சூழ்ந்தன.

'எங்கே போகிறோம்?' என்றேன்.

'பயப்படாதீர்கள். நான் உங்களைச் சாப்பிடப் போவதில்லை!'

'அப்படி இல்லை. திடீர் என்று இப்படி?'

'சிகரெட் இருக்கிறதா?'

பரத் குமார் எடுத்துக் கொடுத்தான். பற்ற வைக்கும்போது அவள் முகத்தில் எந்தவித உணர்ச்சியும் தெரியவில்லை. 'ஐ லைக் இண்டியா' என்றாள். 'நான் ஒரு தடவை வந்திருக்கிறேன். டாஜ் மஹால் அண்ட் ஆல் தட்.'

தாஜ் மஹாலைப் பற்றிப் பேசத் தோன்றவில்லை. மௌனமாக இருந்தேன். பிறகு, 'ப்ரியாவைப் பற்றிப் என்ன தெரியும் உங்களுக்கு?' என்றேன்.

'அது ஒரு பெயர். அவ்வளவுதான்.'

'பின் எங்களை எதற்கு அழைத்துச் செல்கிறீர்கள்?'

'சற்று நேரத்தில் தெரியும்.'

டாக்சி லண்டனின் இருண்ட உறக்கத்தில் இருக்கும் பகுதிகளின் ஊடே சென்றது. ஏதோ ஒரு தடவை பாலத்தைக் கடந்தது போல் தோன்றியது. தெரியாத்தனமாக மாட்டிக்கொண்டு விட்டோமோ? ஹெண்டர்ஸனிடம் மரியாதையாகச் சொல்லியிருக்கலாமோ? சற்று நேரம், சற்று நேரம், சற்று நேரம்.

எங்கேயோ நின்றது. அவள் டாக்சிக்காரனிடம் நோட்டைத் திணித்து, 'கீப் இட்' என்று சொல்லிவிட்டு அவசரமாகத் திறந்து எங்களை இறங்கச் சொன்னாள். ஏதோ ஒரு கட்டடத்தின் பின்புறம் போல் இருந்தது. வெளிச்சம் குறைவாக இருந்தது. அங்கிருந்து ஒரு சந்தில் நுழைந்தோம். அவள் முன் செல்ல, தயங்கித் தயங்கிப் பின் சென்றோம்.

'பரத், திரும்பி விடலாமா?' என்றேன்.

'இல்லை, பார்க்கலாம்.' என்றான்.

சந்தின் மறுபுறத்தில் ஒரு கார் காத்திருந்தது. டிரைவரின் சிகரெட் ஒளிப்பொட்டு தெரிந்தது. 'ஹலோ மாக்!' என்றாள். கதவு திறந்து கொண்டது. 'வாருங்கள்' என்றாள். படேர் படேர் என்று கதவு சாத்தப்பட்டது. மற்றொரு கார் சவாரி...

இந்த கார் வெகு விரைவில் சென்றது. நான் கைக்கடிகாரத்தைப் பார்த்துக்கொண்டேன். ஒன்பதரை. இனம் தெரியாத பயம் ஏற்பட்டது. அனாவசியமாக வம்பில் மாட்டிக்கொள்ளப் போகிறோமே என்று சற்று உதைத்தது. இருந்தும் அந்த மெலிதான அபாயத்தில் கொஞ்சம் கவர்ச்சியும் ரத்தத் துடிப்பை அதிகப் படுத்தும் தன்மையும் இருந்தன. அந்தப் பெண் கார் ஓட்டியுடன் இங்கிலீஷில்தான் பேசிக்கொண்டிருந்தாள். அந்த இங்கிலீஷ் புரியவில்லை. அங்கங்கே சிலச் சில வார்த்தைகள் அகப்பட்டன. அப்பா, நதி, படகு, மைதானம், பணம், சின்னத் தம்பி. ம்ஹூம்... மாக்ஸீஸ் என்று ஒரு நியான் கண் சிமிட்டியது. ஒரு திறந்த கராஜின் அருகில் நின்றது கார். அவள் இறங்கி எங்களுக்குக் கதவைத் திறந்துவிட்டாள். 'வாருங்கள்' என்றாள். சென்றோம். கராஜின் பக்கத்தில் இருந்த சிறிய கதவைத் தட்டினாள். பட்டனைப் பொறுமை இல்லாமல் அழுத்தினாள்.

கதவு திறந்தது. மாடிப்படி தெரிந்தது. மரப்படி என்று தெரிந்தது. சணல் விரிப்பு விரித்துக் குமிழ் வைத்த மாடிப்படி. யாரோ தூரத்தில் பாடிக்கொண்டிருந்தார்கள். கார் விருட்டென்று கிளம்பிச் செல்லும் சப்தம் கேட்டது.

மற்றொரு கதவு. அதைத் தள்ளித் திறக்க ஒரு சிறிய ஹால் போல இருந்த இடத்தில் நுழைந்தோம். அதில் மொத்தம் மூன்று பேர் இருந்தார்கள். ஒருவன் உட்கார்ந்து டெலிபோனில் பேசிக் கொண்டிருந்தான். மற்றவர்கள் நின்றுகொண்டிருந்தார்கள். சாமான்கள் இறைந்திருந்தன. மேஜைமேல் பாட்டிலில் சாராயம் இருந்தது. அதில் கொஞ்சம் உடனே அந்தப் பெண் ஊற்றிக் கொண்டாள்.

டெலிபோனை வைத்துவிட்டு அவன் என்னைப் பார்த்து, 'மிஸ்டர் கணேஷ் யார்?' என்றான்.

'நான்தான்' என்றேன்.

'அது யார்? துணைக்கா?'

'என் நண்பன், பரத் குமார்.'

'ஏய், நாற்காலி போடு... உட்காருங்கள்' என்று சொன்னவன் கட்டை குட்டையாக இருந்தான். கையில் கிளாஸ், மஞ்சள் திரவம்.

அதை ஒரு தடவை சீப்பிவிட்டு, 'உட்காருங்களேன், ஏன் தயங்கு கிறீர்கள்?' என்றான். நாங்கள் இருவரும் உட்கார்ந்தோம். 'மிஸ்டர் கணேஷுடன் தொடர்புகொள்ள நாங்கள் காலையிலி ருந்து பிரயத்தனம் செய்துகொண்டிருக்கிறோம். இல்லையா?'

'எது பற்றி?'

'ப்ரியாவைப் பற்றி.'

'என்ன விஷயம்?'

'சில தகவல்கள் உண்மையா என்று தெரிய வேண்டும். லீஸா அந்தக் காகிதத்தை எடு...'

அந்தப் பெண் மேஜையருகில் சென்று ஒரு புத்தகத்தைப் புரட்டி ஒரு காகிதத்தை அவனிடம் கொண்டுவந்து கொடுத்தாள்.

'ப்ரியா இங்கு வந்தது எதற்கு?' என்றான்.

'எல்லாம் இன்று காலை அல்லது நேற்று மாலை தினசரியில் நீங்கள் பார்த்திருப்பீர்கள் என நினைக்கிறேன்.'

'அதில் வந்தது எல்லாம் உண்மைதானா?'

'ஆம்.'

'தினசரியில் வராத விவரம் ஒன்று எனக்குத் தெரியவேண்டும். ப்ரியாவின் கணவனிடம் எத்தனை பணம் இருக்கிறது.'

'எனக்கு ஐடியாவே இல்லை.'

'நீ அவன் லாயர்தானே? உனக்குத் தெரியாதா?'

'தெரியாது.'

'ஐந்து நிமிஷம் தருகிறேன். சொல்கிறாயா?'

'இப்போதே சொல்கிறேன். தெரியாது.'

‘உனக்கு என்னைப் பற்றியும் தெரியாது என நினைக்கிறேன்.’

‘தெரியாது.’

நான் சற்றும் எதிர்பாராத விதத்தில் பக்கத்தில் இருந்த ஒருத்தன் என்னை அடித்தான். இடது தாடையில் செவ்வனே விழுந்தது அடி. என் மண்டைக்குள் மணி சப்தம் கேட்டது. நான் சுதாரித்துக் கொண்டு அவன் மீது பாய்ந்து ஏறக்குறையத் திருப்பி அடித்து விட்டேன். அதற்குள் இருவர் என்னை பலாத்காரமாக இழுத்து நாற்காலியில் உட்கார வைத்து அழுத்தினார்கள்.

17

‘எதிர்க்கிறான்’ என்றான் ஒருவன்.

‘எதிர்ப்பது உன் உடம்புக்கு நல்லதல்ல’ என்று அடித்தவன் தன் பையிலிருந்து ஒரு கைக் குட்டையை எடுத்துக்கொடுத்து, ‘துடைத்துக் கொள். ரத்தம்’ என்றான். நான் ஒத்திக்கொண் டேன். இரண்டு சிறிய திட்டுக்களில் சிவப்பு தெரிந்தது...

‘ஜனார்தனுக்கு எவ்வளவு சொத்து இருக் கிறது சொல்’ என்றான்.

‘லுக்! ஜனார்தனுக்கு எவ்வளவு சொத்து இருந்தாலும் அது இங்கிலாந்தில் இல்லை. எல்லாம் எங்கள் தேசத்தில் இருக்கிறது.’

‘இங்கு எவ்வளவு பணம் அவனால் கொடுக்க முடியும்?’

‘எதற்கு?’

‘கேள்வி கேட்பது நான். இங்கு எவ்வளவு பணம் அவனால் கொடுக்க முடியும்?’

‘எனக்குப் புரியவே இல்லை.’

‘ஷாவால் பணம் புரட்ட முடியுமா?’

‘முடியும் என நினைக்கிறேன்.’

‘ஜனார்தனுடனும் ஷாவுடனும் பேசிப் பணம் தயார்செய்து கொண்டு வருவாயா?’

‘தொகையைச் சொல்ல வேண்டும்.’

‘ஐம்பது.’

‘ஐம்பது பவுண்டா?’ என்றேன் சிரிக்காமல்.

‘ஐம்பதாயிரம்.’

‘ஷ்ய்! அவ்வளவு பணமா! உங்களிடம் ப்ரியாவைப் பற்றி ஏதோ தகவல் இருக்கிறது என்று தோன்றுகிறது. அந்தத் தகவல் ஐம்பதா யிரம் பெறுமா என்று தெரிந்துகொள்ள, அது என்ன என்று தெரிய வேண்டும். ஜனார்தனும் ஷாவும் தற்போது ப்ரியா இறந்த பிறகு அவளைப்பற்றி அதிகம் கவலைப்படுகிறவர்களாகத் தெரிய வில்லை. அவர்கள் கொடுக்க மாட்டார்கள். அதைத் தெளிவாக இப்போதே சொல்லிவிடுகிறேன்.’

‘கொடுப்பார்கள்.’

‘ஷாவால் ஐம்பதாயிரம் புரட்ட முடியாது.’

‘ஷாவை உனக்குத் தெரியாது. எங்களுக்குத் தெரியும். ஜனார் தனுக்காக இதைச் செய்வானா என்பதுதான் தெரிய வேண்டும்...’

‘சுற்றி வளைத்துப் பேசுகிறீர்கள். வார்த்தை விளையாட்டுக்கள் வேண்டாம். என்ன விஷயம், சொல்லிவிடுங்கள். பணம் புரளுமா புரளாதா என்று சொல்லிவிடுகிறேன்.’

அவன் மெதுவாக எழுந்து அந்த லிஸா என்கிற திடகாத்திரப் பெண்ணுடன் ஏதோ ஆங்கிலமல்லாத மொழியில் பேசினான். அவள் ஒரு அறையில் மறைந்தாள். நான் சுற்றிலும் பார்த்தேன். ஒரு பழைய காலண்டர் தொங்கியது. ஸோபியா லோரேன் சிரித்துக்கொண்டிருந்தாள். ஃபியட் என்று எழுதியிருந்தது. கண்ணாடிப் பெட்டிக்குள் பலவித சாராயங்கள் தெரிந்தன. ஒரு கார் டயர் கிடந்தது. கிராமபோன் ஒன்றில் இசைத்தட்டு தயாராக இருந்தது. இது எந்த இடம்! என் மூளை அடிபட்ட கோபத்தில் மிக வேகமாக வேலை செய்தது. எந்த இடம் என்று கண்டு பிடிப்பது... எங்கே வந்திருக்கிறோம்... இவர்கள் எல்லாம் யார்... அவர்கள் என்னை இருட்டிலே அழைத்து வந்திருக்கிறார் கள்... எந்த இடத்துக்கு அழைத்து வந்திருப்பார்கள்... என்று எப்படித் தெரிந்து கொள்வது...

பரத் குமார், 'கணேஷ், சரியான ரௌடிகளிடத்தில் மாட்டிக் கொண்டிருக்கிறோம்' என்றான். 'அங்கே பாருங்கள்.' திறந்த கதவின் ஊடே பதிந்த காட்சி எனக்கு விரசமாக இருந்தது. அங்கே ஒரு பெண்... கிரிங்... கிரிங்... சரேல் என்று என் மண்டைக்குள் ஒரு ஸ்விட்ச் எரிந்தது. டெலிபோன்! டெலிபோன் இருக்கிறது. அதன் எண்ணை மனப்பாடம் பண்ணிவிட்டால் போதும்... போலீஸ் கண்டுபிடித்துவிடுவார்கள்...

டெலிபோன் வெளிர்பச்சையாக இருந்தது. என்னைக் கேள்வி கேட்டவன் டெலிபோனில் பேசிக்கொண்டிருந்தான். புரியாத பாஷை. டெலிபோன் பக்கவாட்டில் தெரிந்தது. அவன் முழங்கை மறைத்தது. அந்த இரு தடியர்களும் என் அருகிலேயே நின்றார் கள். நான் எழுந்தேன்.

'உட்கார்' என்று தோளை அழுத்தினான் ஒரு குண்டன்... 'டாய்லெட்டுக்குப் போகவேண்டும்' என்றேன்.

அவன் எதிர்ப்புறத்தில் இருந்த கதவைக் காட்டினான். போச்சுடா. டெலிபோனை பார்க்க முடியாது. அவன் என் உடல் பூராவும் தடவிப் பார்த்தான், ஆயுதம் வைத்திருக்கிறேனா என்று பரிசோதிக்க, டாய்லெட்வரை உடன் வந்து என்னை மேற் பார்வை பார்த்து மறுபடி அழைத்து வந்தான். என்னால் டெலி போனை பார்க்க முடியவில்லை. 'பரத், எப்படியாவது தொலை பேசி எண்ணை மனப்பாடம் செய்துகொள்ளப் பார்,' என்றேன் பரத்குமாரிடம், தூய தமிழில்.

'ஷட் அப்' என்று அதட்டினான் ஒருவன்.

பரத் குமார் நான் சொன்னதைப் புரிந்துகொண்டுவிட்டான்.

லிஸா ஒரு சிறிய பெட்டியைக் கொண்டு வந்தாள். அதைத் திறந்து காட்டினார்கள். ஒரு வளையல், ஒரு தங்க மோதிரம்.

'அடையாளம் கண்டு கொள்ள முடிகிறதா?' என்றான்.

நான் அந்த மோதிரத்தைப் பார்த்தேன். அதில் பி.கே என்று எனாமல் இட்டிருந்தது. பரத்குமாரைப் பார்த்தேன். அவன் தமிழில், 'அவ ளுடையதுதான், நான் பரிசாகக் கொடுத்தது' என்றான்.

'சொல்லாதே' என்றேன்.

'என்ன சொல்கிறான்?' என்றான் முரடன்.

'அவனுக்குத் தெரியாதாம். எனக்கு என்னவோ பார்த்த ஞாபக மாக இருக்கிறது. இதைச் சற்று அந்த மேஜை விளக்கின் வெளிச் சத்தில் பார்க்கலாமா? இந்த வெளிச்சம் போதவில்லை,' என்றேன்.

மேஜை விளக்கின் அருகில்தான் டெலிபோன் இருந்தது.

அவன் அந்த விளக்கைப் போட்டான். நான் அந்த நகைகளை ஆராயும் நோக்கத்தில் அவற்றை டெலிபோன் அருகில் கொண்டு சென்றேன்.

'ப்ளடி ஹெல்!' என்று நினைத்துக்கொண்டேன். என் அதிர்ஷ்டம் காலை வாரிவிட்டது. சாதாரணமாக டெலிபோன் டயல் பகுதியில் மைய வட்டத்தில் அதன் நம்பர் எழுதி வைத்திருக்கும். இதன் வட்டம் வெட்டவெளியாக இருந்தது. நம்பர் எழுதப்பட வில்லை. சே!

'இது ப்ரியாவின் நகைகள்தானே?' என்றான்.

'எனக்கு அவ்வளவு அந்தரங்கமாகப் பழக்கமில்லை. இதை என்ன செய்யவேண்டும்? ஜனார்தனிடமும் ஷாவிடமும் காட்டிப் பணம் கேட்கவேண்டுமா?' என்றேன். பாஸ்டர்ட்! டெலிபோன் நம்பரை எழுதிவைத்திருக்க வேண்டாமா!...

'ஆம்! அந்த இரண்டையும் எடுத்துச் செல். அதனுடன் உனக்கு மற்றொரு பொருளையும் கொடுக்கப் போகிறேன். இங்கிருந்து உன்னை லண்டனில் கொண்டுவிடப்போகிறோம். விட்டதும் காலை நீ அவர்களைக் காண்டாக்ட் செய்து, தயாராக இருபத்தி நான்கு மணி நேரத்துக்குள் பணம் தயார் செய்து வை... மேல் விவரங்கள் தானாகத் தெரியும். போலீஸின் உதவியை நாடாதே. அது எல்லோர் உடம்புக்கும் நல்லதல்ல. இந்தா.'

அந்த இரண்டு நகைகளுடன் ஒரு டேப் காஸெட்டையும் கொடுத்தான்.

'இது எதற்கு?'

'அங்கே சென்றதும் இந்த டேப்பைப் போட்டுக் கேள். விஷயம் புரியும்...'

விஷயம் புரியவில்லை. 'வா பரத்' என்றேன்.

‘பரத் எங்களுடன் தங்கப் போகிறான்’ என்றான்.

இத்தாலியன் என்று நான் நினைத்த அந்த திட புஜக்காரன் என்னை சினேகிதமில்லாமல் பார்த்து, ‘சரியாக இருபத்து நான்கு மணி நேரம். இப்போது பதினொன்று நாற்பது. நாளை இந்நேரத் துக்குள் பணத்துடன் வரவேண்டும். போலீஸ் உதவியை நாடுவது முட்டாள்தனம் என்று சொல்லவேண்டியது அவசியமில்லை. போலீஸ் இதில் நிறைய முட்டாள்தனங்கள் செய்திருக்கிறார்கள். அது உனக்குப் பிற்பாடு தெரியும். சிக்கோ! நம் விருந்தாளியை அழைத்துப் போ. ஞாபகம் இருக்கட்டும். ஏதாவது விபரீதமாக நடந்தால் உன் நண்பனின் மூளையைத் தகர்த்துவிடுவோம்!’

சிக்கோ இடுப்பிலிருந்து ஒரு துப்பாக்கியை எடுத்து அதனால் பரத் குமாரை தள்ளி மடியாக அழைத்துச் சென்றான், இது வேறு கும்பல். வேறு பிஸினஸ். வேறு துப்பாக்கிகள். வெடிக்கக்கூடிய துப்பாக்கி...

‘அனாவசிய உயிர்ச் சேதம் வேண்டாம். லிஸா, கணேஷைத் திரும்பக் கொண்டுவிடு...’

லிஸா என்னைப் பார்த்து அசந்தர்ப்பமாகப் புன்னகை செய்தாள். ‘வருகிறீர்களா?’ என்றாள். பையைத் தொட்டுக்கொண்டேன். அவன் கொடுத்த டேப் உறுத்தியது. அதில் என்ன பதிவாகி இருக்கும்...

நாங்கள் மாடிப்படி இறங்கி இருளில் வெளிப்பட்டோம். அந்தப் பெண் கையை உரசிக்கொண்டாள். மறுபடி சிகரெட் பற்ற வைத்துக்கொண்டாள். நான் நுட்பமாக யோசித்தேன். ஒரு பெண். அவ்வளவுதானே? இவளுக்கு டிமிக்கி கொடுக்க வேண்டும். இந்த இடம் என்ன என்று தெரிந்துகொள்ள வேண்டும். அது முக்கியம். எப்படி என்பது அதுவரை புலப்படவில்லை. ‘தாங்க்ஸ். நான் வரட்டுமா? நீ சிரமப்பட வேண்டாம். நானே டாக்ஸி பிடித்துச் செல்கிறேன்’ என்றேன்.

அவள் சிரித்து, ‘அமெச்சூர் முயற்சி’ என்றாள். ‘நீ என்னுடன்தான் வருகிறாய். எங்கள் கார் உன்னை லண்டனில் கொண்டுவிடும்.’

அப்படியானால் இந்த இடம் லண்டனுக்கு வெளிப்பட்ட இடமாக இருக்கலாம். எதிரே பார்த்தேன். விளக்குகள் அணைந் திருந்தன. தூரத்தில் வானத்தில் நகர வெளிச்சம் பிரதிபலித்தது. சரியான சந்து. மறைவான சந்து. கராஜிலிருந்து ஒரு சீறு சீறிவிட்டு

அந்த கார் புறப்பட்டது. ஜி.எக்ஸ் 1818 கே... நம்பரை மனப் பாடம் செய்துகொண்டேன். ஜி.எக்ஸ் 1818 கே... ஜி.எக்ஸ் 1818 கே... திருடப்பட்ட காராக இருந்தால்? ஸ்காட்லண்ட் யார்டிடம் சொல்லிப்பார்க்கலாம்...

'என்ன பார்க்கிறீர்கள்! காரின் நம்பரையா?' என்றாள்.

'புரியவில்லை.' என்றேன்.

'இந்த காருக்கு மூன்று நம்பர்கள் இருக்கின்றன' என்றாள். 'எல்லாம் பொய் நம்பர்கள்...' அவள் சிகரெட் ஒளிர்ந்தது.

காரைப் பின்புறமாக ஓட்டி என்னருகே கொண்டு நிறுத்தியவன் கதவைத் திறந்தான். காருக்குள் இரண்டு பேர் இருந்தார்கள்... 'ம், உள்ளே போய் உட்காருங்கள்' என்று என் புஜத்தைப் பற்றினாள் லிஸா.

அவள் சற்றும் எதிர்பாராத நிலையில் திடீரென்று திமிறிக்கொண்டு அந்த இருளை நோக்கி ஓட்டம் பிடித்தேன். 'சிக்கோ!' என்று அவசரக் குரல் கேட்டது. குளிர் என்னைத் தாக்கியது. மடத்தனமாக ஓடினேன். அவர்கள் என் திடீர் செய்கையை உணர்ந்துகொள்வதற் குள் ஒரு ஃபர்லாங்காவது ஓடிவிடும் தீர்மானத்தில் தலை தெறித்தேன். பூட்ஸ் வலித்தது. என் பின்னே அவர்கள் சப்தமிட்டுக் கொண்டு ஓடிவருவது கேட்டது. புரியாத பாஷை...

சந்து T வடிவத்தில் பிரிந்தது. வலது பக்கமா இடது பக்கமா? ஏதோ ஒரு பக்கம் ஓடு... திரும்பிக்கொண்டே இரு. எந்தத் திருப்பம் கிடைத்தாலும் திரும்பி விடு. பூட்ஸ் சனியன் என்ன வலி வலிக்கிறது... வெறுந்தரையில்.

இருளில் மெலிதான ஒற்றைக் கோடு போல் இருந்த அந்தத் தெரு வில் ஓடினேன். மகா நிசப்தம். தூரத்தில் அவர்கள் ஒலி மறுபடி கேட்டது... எத்தனை பேர்? இரண்டு அல்லது மூன்று பேரா?

என் துரதிர்ஷ்டம் அந்தச் சந்து ஒரு சுவரில் போய் நின்றது. ஏறக்குறைய அதில் முட்டிக் கொண்டுவிட்டேன். திரும்பிப் பார்த்தேன். வாய் காது கண் மூக்கு எல்லாவற்றிலும் மூச்சு விட்டுக்கொண்டிருந்தேன். தூரத்தில் அவர்கள் தெரிந்தார்கள். என்ன செய்வது? சுவரில் ஏறிக் குதிக்க முடியுமா? சுவர் ஏழரை அடி உயரம் இருக்கும். அங்கிருந்து அவர்களால் என்னைப் பார்க்க முடியாது. ஆனால் வருகிறார்கள்... வருகிறார்கள்.

இடது பக்கம் வலது பக்கம்... வீடுகள்... பெரும்பாலும் இருள். ஒரு வீட்டு வாசலில் படி இறங்கியது. அதன் பேஸ்மெண்ட்டை நோக்கி. அதன் ஜன்னல் வெளிச்சம் தெரிந்தது. சரேல் என்று படிகளில் இறங்கி அந்தக் கதவைத் தட்டினேன்.

பூட்ஸ் ஒலி கேட்கிறது. வந்துகொண்டிருக்கிறார்கள். நான் நுழைந்ததைப் பார்த்திருக்கமாட்டார்கள்.

கதவு திறந்தது. குப்பென்று சங்கீதம் கேட்டது. ஏதோ பார்ட்டி போலும். 'ஸாரி ஐம் லேட்' என்று என்னைத் திணித்துக்கொண்டு கதவைச் சாத்தினேன்.

அந்தப் பெண் என்னை வினோதமாகப் பார்த்து, 'ஹூ ஆர் யூ?' என்றாள்...

'ஹலோ! என்னைத் தெரியவில்லை?'

'நான் போட்டிருக்கிற சாராயத்துக்கு எவரையும் தெரியவில்லை' என்றாள்.

'குட் கர்ல். டேக் ஸம் காஃபி!'

அந்தச் சிறிய அறையில் பலர் தரையில் உட்கார்ந்திருந்தார்கள். அறை முழுவதும் புகை படர்ந்திருந்தது. புகையின் நெடி என்னைத் தாக்கியது.

கனாபிஸ் வாசனை! நீக்ரோக்களும் வெள்ளைக்காரர்களும் சுதாரித்த நிலையில் ஆண் பெண் வித்தியாசமற்ற நிலையில் இருந்தார்கள். எங்கோ மறைந்திருந்த ஸ்பீக்கரில் ஸோல் சங்கீதம் மிக மெலிதாகக் கேட்டுக்கொண்டிருந்தது. எவரும் என் வருகையை மதித்ததாகவோ கவனித்ததாகவோ தெரியவில்லை. நான் ஜன்னலைப் பார்த்தேன். திரையிட்டு மறைத்திருந்தது. நான் இங்கு வந்து மறைந்ததை அவர்கள் சுலபமாக அனுமானிக்க முடியாது. அதற்குள் நான் இந்த வினோதமான கூட்டத்தில் மறையவேண்டும்.

'ஹலோ!' என்று குரல் கேட்டது. மூலையில் தலையணையைக் கட்டிக்கொண்டு பாதி இருளிலிருந்து அந்தப் பெண் குரல் கேட்டது.

'வா, இங்கே வந்து உட்கார்' என்றாள்.

இடம் சௌகரியமாக இருந்தது. உட்கார்ந்து 'ஹலோ' என்றேன்.

'உன்னை நான் பார்த்ததில்லை.'

'நான் புதிது.'

'உன் பெயர் என்ன? எனக்கு உன் பெயரைத் தெரிந்துகொள்ள ஏதும் ஆர்வமில்லை. கேட்கவேண்டுமே என்று கேட்கிறேன்.'

'என் பெயர் கணேஷ். நான் இந்தியன்.'

'ஹௌ இஸ் இண்டியா? இந்த சரக்கெல்லாம் இந்தியாவி லிருந்துதான் வருகிறது. வேதாந்த சித்தாந்த மரியுவானா! க்ரேட் கண்ட்ரி! அவள் புகைத்துக்கொண்டிருந்த சிகரெட்டை என்னிடம் கொடுத்தாள். 'கம் ஆன்' என்றாள். புகையிலை நீக்கப்பட்டு மற்ற ஏதோ சமாசாரம் சேர்க்கப்பட்ட சிகரெட். அதை இழுக்காமல் கையில் வைத்துக் கொண்டு.

'மிஸ், உன் பெயர் என்ன?' என்றேன்.

'மிஸ் இல்லை, மிஸஸ். இதோ உட்கார்ந்திருக்கிறானே அந்த நீக்ரோ பெண்ணின் அருகில்... அவன்தான் என் கணவன். ஐரிஷ்காரன். வா அருகில் வா. சூடாக இருக்கும்!'

என் கையிலிருந்து அதைப் பிடுங்கி ஒரு தடவை இழுத்துக் கொண்டாள். அவள் மூக்கு நுனி சிவந்தது.

'கம் ஆன் ஸ்டிரேஞ்சர்!' என்று என் கையை எடுத்து அவள்மேல் பதித்துக் கொண்டாள். ஜுரமா என்ன?

வாயிற்கதவு திறந்து இரண்டு பேர் நுழைவது தெரிந்தது. லிஸாவும் மற்றொருவனும். அவர்கள் பார்வை அறை முழு வதும் அலைவது தெரிந்தது. என்னை இருளில் பார்க்க முடியாத படி நான் அவள் முகத்தை என் அருகில் வைத்து மறைத்துக் கொண்டேன்.

'ஹே! வெய்ட் எ மினிட்! நீ இன்று ஷேவ் செய்து கொள்ள வில்லையா!'

'வேதாந்த சாரம் பற்றிய ஒரு ரகசியம் உனக்குச் சொல்லட்டுமா?' என்றேன். அவர்கள் மெதுவாக உள்ளே வந்து ஒவ்வொருவராகப் பார்க்க ஆரம்பித்தார்கள். நான் அறையைப் பார்த்தேன். டாய்லெட் எங்கிருக்கிறது என்றேன். அவள் ஞாபகமில்லை

என்றாள். எழுந்தால் நிச்சயம் கண்டுபிடிக்கப்பட்டு விடுவேன். எழுந்திருக்கக் கூடாது.

நான் அவள் மேல் சாய்ந்து படுத்துக் கொள்வதுபோல் பாவனை செய்தேன். அவள் என் கைகளை இறுகப்பிடித்தாள்.

ஓரக்கண்ணால் அவர்கள் சிலரை விசாரிப்பது தெரிந்தது. எங்கள் அருகே வருவது தெரிந்தது.

நான் அவள் காதருகில் சென்று அவள் அபரிமிதமான தலை மயிரை விலக்கி, 'உனக்கு மிருத்யுஞ்சய மந்திரம் சொல்லட்டுமா' என்றேன்.

'என்ன அது?' என்றாள்.

'இறந்தவர்களைப் பிழைக்க வைக்கும் மந்திரம்.'

'ஹே எக்ஸைட்டிங்! சொல்லு சொல்லு!'

'தனியாக மறைவிடத்தில் சொல்லவேண்டும்.'

'பொய் சொல்கிறாய். நீ என்னைப் பிரசுரிக்க முடியாததைச் செய்யப் பார்க்கிறாய்.'

'இல்லை. இந்தியாவிலிருந்து வந்த மரணத்தை வெல்லும் ரகசியம்... வா பெண்ணே.'

இப்போது நான் ஏறக்குறைய படுத்த நிலையில் இருக்க அவள் என்மேல் சாய்ந்து என்னை முழுவதும் மறைத்திருந்தாள்.

'மறுபடி சொல். மறுபடி சொல்.'

மெதுவாக அவள் செம்பட்டை மயிரைப் பிரித்துப் பார்த்தேன்... அவர்கள் மற்றொரு அறையில் நுழைவது தெரிந்தது.

'நாம் தனியாக எங்காவது செல்லலாமா? அங்கே நான் இந்த ரகசியத்தைச் சொல்ல முடியும்.'

'உன் குறிக்கோள் வேறு என்று நினைக்கிறேன். இருந்தும் இதில் திரில் இருக்கிறது. என் அறைக்குப் போகலாம், வாயேன்!'

'வா, உடனே கிளம்பு' எழுந்துவிட்டேன்.

'ஒரு நிமிஷம் இரு. என் கணவரிடம் சொல்லிவிட்டு வருகிறேன். ராபி! ராபி!' என்று கூப்பிட்டாள். தூரத்திலிருந்து ஒரு 'எஸ் டியர்!'

கேட்டது. 'நான் இந்த இந்திய இளைஞனுடன் வீட்டுக்குப் போகிறேன்' என்றாள்.

'ஹேவ் எ நைஸ் டைம்.'

'அவர் எனக்கு ஏதோ கற்றுக்கொடுக்கப் போகிறார்.'

'உனக்குக் கற்றுக்கொள்ள வேண்டியது எதுவும் கிடையாது. குட் நைட், ஸ்வீட் ஹார்ட்.'

நான் அவசரமாக அவளை இழுத்துக்கொண்டு வாயிற் கதவை நோக்கி நடந்தேன். அவள் என்னை இறுக அணைத்துக் கொண்டதால் நடப்பது சிரமமாக இருந்தது. எந்த நிமிஷமும் அந்த அறைக் கதவு திறந்து அவர்கள் வெளிப்படக் கூடும் என்கிற பயம் இருந்தது.

என் புதிய சினேகிதியும் நானும் அந்த பேஸ்மெண்ட்டை விட்டு வெளி வந்தபோது அவள் என் தோளில் ஏறக்குறைய தொங்கிக் கொண்டிருந்தாள். வேகமாக நடக்க என் பிரயத்தனம் தடைப் பட்டது. இருட்டு சாதகமாக இருந்தது.

'காம சூத்திரம், ஹைனமான் பதிப்பு என்னிடம் இருக்கிறது' என்றாள்.

'சுளுக்கிக் கொள்ளும்' என்றேன். என்ன ஒரு சொஸைட்டி! கணவன் உள்ளே நீக்ரோப் பெண்ணுடன் கிடக்கிறான். முன்பின் தெரியாத என்னுடன் வாத்ஸாயனரைப் பரிசோதிக்க இருட்டில் நடந்து வருகிறாள்... 'உங்களுக்குக் குழந்தைகள் இருக்கிறதா?' என்றேன்.

'ஒரு பெண். வீட்டில் தூங்குகிறாள். எழுந்திருக்க மாட்டாள்.'

'கடவுளே!' என்று நான் நினைத்தது எதிரே நடந்து வந்து கொண்டிருந்த இருவருக்காக. மெதுவாக அடி எடுத்து வைத்து இரண்டு இருட்டு வடிவங்கள் எங்களை நோக்கி வந்து கொண்டிருந்தன. நான் அவளை இழுத்துக்கொண்டு எதிர்ப்புறம் நடைபாதையை நோக்கிக் கடக்க ஆரம்பித்தேன். அவர்களும் அவ்வாறே செய்தார்கள். ஒரு பிரகாசமான டார்ச் என் முகத்தில் வெளிச்சமிட்டது.

'இவன்தான்! பிடி!'

18

ஏறக்குறைய என்னைப் பிடித்துவிட்டான். அவனை மூர்க்கத்தனமாக உதைத்துவிட்டு உதறிக்கொண்டு ஓடினேன்... அவர்கள் துரத்தினார்கள். மறுபடி சப்தமிட்டார்கள்...

நீண்ட சந்தில் நான் முன்பு வந்ததற்கு எதிர்ப் புறம் ஓடிக்கொண்டிருக்க, அந்த T சந்திப் பில் வலது பக்கம் திரும்பாமல் நேராக ஓடி னேன். காலில் ஏதோ இடறி உருண்டு விழுந் தேன். சுதாரித்து எழுவதற்குள் அவர்கள் என்னை அடைந்து, என் தோள் பக்கத்தில் ஒரு சாத்து சாத்தினார்கள். என்னை அரை மயக்கம் கவ்விக்கொண்டது. மற்றொரு அடி... அடிக்காதே! அடிக்காதே... நினை விழந்தேன்.

கண் விழித்தபோது விட்டத்தில் ஒட்டியிருந்த மலர்கள் தெரிந்தன. தோளில் வலித்தது. பிரயத்தனத்துடன் திரும்பிப் பார்த்தேன். அந்த ஜன்னல், அந்த டெலிவிஷன், அந்த டெலிபோன்... ஹோட்டலில் என் அறை.

'குட் மார்னிங்!' சப்தம் அறை வாசலிலிருந்து வந்தது. சுத்தமாக உடை உடுத்திக்கொண்டு ஹோட்டல் சிப்பந்தி நின்று கொண்டிருந் தான். அவன் கையில் ஒரு தட்டில் காப்பி, ஒரு முட்டை, இரண்டு ஸ்லைஸ் பிரெட், வெண்ணை, மார்மலெட்.

'எப்படி இருக்கிறீர்கள்?' என்றான்.

'எப்படி இங்கே வந்தேன்?' என்றேன்.

'உங்கள் நண்பர்கள் கொண்டுவிட்டார்கள். பார்ட்டியில் அதிகம் குடித்துவிட்டீர்களாம். காபி சாப்பிடுங்கள் சூடாக. சரியாகி விடும். ஆஸ்பிரின் தரட்டுமா?'

'எஸ், தாங்க் யூ!'

அவன் காபியை வைத்துவிட்டுச் சென்றான்.

நான் என் பையைத் தொட்டுக்கொண்டேன். அந்த டேப் இன்னும் இருந்தது. எழுந்திருக்க முற்பட்டேன். இடுப்பில் வேறு வலித்தது. பாவிப் பயல்கள்! அனாவசியமாக அடித்திருக்கிறார் கள். மெதுவாக டெலிபோனை எடுத்து ஆபரேட்டரிடம் டாட்டன்ஹாம் கோர்ட் ரோடு போலீஸ் நிலையத்துக்குத் தொடர்பு கேட்டேன்.

'ஹலோ.'

'எஸ்.'

'இன்ஸ்பெக்டர் ஹெண்டர்ஸனிடம் பேசவேண்டும்.'

'ஹூ இஸ் காலிங்?'

'கணேஷ்.'

'கணேஷ்! மிஸ்டர் கணேஷ்! எங்கிருக்கிறீர்கள்!'

'என் ஹோட்டல் அறையில்! ஹெண்டர்ஸனிடம் ஒரு முக்கிய மான விஷயம் பேசவேண்டும்.'

'ஒன் மினிட்.'

ஹெண்டர்ஸன் வந்தார். 'குட் மார்னிங் மிஸ்டர் கணேஷ், என்ன ஆயிற்று உங்களுக்கு? நாங்கள் உங்களைத் தேடிக்கொண்டிருந் தோம். தியேட்டரிலிருந்து டாக்ஸியில் ஒரு பெண்ணுடன் இரவு சென்றீர்கள். அதற்கப்புறம் உங்களைத் தொடர முடியவில்லை. எங்கே போனீர்கள்?'

'தெரியவில்லை' என்றேன். எங்களை நேற்று போலீஸ் பாதிவரை தொடர்ந்திருக்கிறது! 'மிஸ்டர் ஹெண்டர்ஸன் என்னிடம் ஒரு

டேப் இருக்கிறது... ஒரு காஸெட் டேப். அதைப் போட்டுப் பார்க்கவேண்டும்... உங்களால் வர முடியுமா என் ஹோட்டல் அறைக்கு? வந்தால் விவரங்கள் முழுவதும் சொல்லுகிறேன்.'

'ரைட் அவே' என்றார்.

நான் என் பையிலிருந்த அந்த டேப்பை எடுத்துப் பார்த்தேன். பரத் குமார்! பரத் குமார் அவர்களிடம் அகப்பட்டிருக்கிறான்... போலீசிடம் சொன்னால் அவன் உயிருக்கு ஆபத்து என்று ஸ்பஷ்டமாகச் சொல்லி இருக்கிறார்கள். நான் முட்டாள்தனமாக அவன் உயிரைப் பணயம் வைக்கிறேனா! வேறு என்ன செய்வது... நான் எங்கே போனேன், யாரைப் பார்த்தேன். அந்த இடத்தைப் பற்றி எதுவும் தெரியாதே எனக்கு?... லண்டனிலிருந்து வெகு தூரத்தில் ஒரு சந்து. ஒரு கராஜ், ஒரு மாடிப்படி, ஒரு நம்பர் எழுதாத டெலிபோன்... அடிக்கடி நம்பர் மாறும் ஒரு கார்... பாதி இருளில் சில மனிதர்கள்... ஒரு பேஸ்மெண்ட். வாத்ஸாயனர் படிக்கும் ஒரு பெண்... என்னால் ஸோலோவாக என்ன செய்ய முடியும்? முதலில் புறப்பட்டதே பைத்தியக்காரத்தனம். ஹோட்டல் சிப்பந்தி கொடுத்த ஆஸ்பரினைக் காபியுடன் விழுங்கினேன். சற்று சுரத்தாக இருந்தது. மெதுவாக எழுந்து உட்கார்ந்து கொண்டேன்.

தியேட்டரிலிருந்து கார் மாறுகிறவரை போலீஸ் எங்களைத் தொடர்ந்திருக்கிறது. அதன்பின் சந்தில் நுழைந்து வேறு காரில் அழைத்துச் சென்றிருக்கிறார்கள். போலீஸால் பின்தொடர முடியவில்லை. தேர்ந்த கோஷ்டி என்று தெரிகிறது. அவர்களுக்கு என்ன தெரியும். டேப்பில் இருக்கிறது ரகசியம்...

ஹெண்டர்ஸன் புன்னகையுடன் நுழைந்தார். 'ஹலோ! ஏன், உடம்பு சரியாக இல்லையா என்ன... முகம் வீங்கி இருக்கிறதே...'

'கை கலப்பு' என்றேன்.

'தனியாகச் சென்றால் அப்படித்தான். ஐம் ஸாரி. என்ன நடந்தது? உங்களைத் தப்ப விட்டுவிட்டோம். கொஞ்சம் கவலையாகக்கூட இருந்தது. சொல்லுங்கள்.'

நாடகத்துக்கு என்னை வருமாறு சொல்லிக் குறிப்பு கிடைத்ததும் அங்கே ஒரு பெண்ணைச் சந்தித்ததும் அவள் எங்களை அழைத்துச் சென்றதும் எல்லாவற்றையும் விவரமாகச்

சொன்னேன். அவர் தீவிரமாக மௌனமாகக் கேட்டார். 'அது எந்த இடம்? ஏதாவது அடையாளங்கள்?'

'ம்ஹூம். எவ்வளவோ முயற்சி பண்ணிப் பார்த்தேன். முடிய வில்லை.'

'பார்க்கலாம். இதுபற்றி அப்புறம் யோசிக்கலாம். முதலில் அந்த டேப்.'

நான் அந்த டேப்பை அவரிடம் கொடுத்தேன். 'ரெகார்டர் கொண்டு வந்திருக்கிறீர்களா?'

'ஓ எஸ்.' அவர் தன் ஓவர்கோட்டிலிருந்து ஒரு அடக்கமான டேப் ரெகார்டரை எடுத்தார். அந்த டேப் காஸெட்டை அதில் பொறுத்தி மூடினார். அதன் ப்ளே பட்டனைத் தட்டினார்... வால்யூமைப் பெரிதுபடுத்திக்கொண்டார். கேட்டோம்.

மௌனம், மௌனம்!

மௌனம். மௌனம். மௌனம். ஒரு நிமிஷம், இரண்டு நிமிஷம், மூன்று நிமிஷம். மைக் நகர்த்தப்படும் சப்தம். அப்புறம்.

'கம் ஆன்! பேசு! பேசு!' என்று ஆங்கில அதட்டல். என்னுடன் நேற்று பேரம் பண்ணியவனின் குரல்.

'கம் ஆன்! இதுதான் உன்னுடைய ஒரே சான்ஸ்!'

ஈனமான குரலில், 'கணேஷ் சார், நான்தான் ப்ரியா.'

'இங்கிலீஷில் பேசு!'

'பேசுவது ப்ரியா! நான் இவர்களிடத்தில் மாட்டிக் கொண்டிருக் கிறேன். இவர்கள் கேட்பதைக் கொடுத்து என்னை எப்படியாவது மீட்டுவிடுங்கள். ப்ளீஸ் கணேஷ் சார், ப்ளீஸ்!' விசும்பல்.

'போதும் நிறுத்து. கேட்ட தொகையைத் தயாராக வைத்திருக்க வேண்டும். சரியாக இருபத்து நான்கு மணி நேரத்துக்குள் மறுபடி சந்திக்கலாம்.'

அவ்வளவுதான்.

நான் அதிர்ந்துபோய் 'ப்ரியாவின் குரல்!' என்றேன்.

‘அதில் சந்தேகமில்லையே!’ என்றார் ஹெண்டர்ஸன்.

‘சந்தேகமே இல்லை! அது எப்படி மிஸ்டர் ஹெண்டர்ஸன்? எனக்கு விளங்கவில்லை.’

‘என்ன?’ என்றார்.

‘அவள் இறப்பதற்குமுன் இவர்களிடம் அகப்பட்டிருக்கிறாளா? அவள் இறந்துபோனது இவர்களுக்குத் தெரியாதா?’

ஹெண்டர்ஸன் மிகுந்த சிந்தனையில் இருந்தார். எனக்கு பதில் சொல்லாமல் டெலிபோனை நோக்கிச் சென்று அவசரத்துடன் ஒரு எண்ணைச் சொல்லி...

‘கனெக்ட் மீ டு மிஸ்டர் ரோவான் ப்ளீஸ்!’ என்றார்.

ரோவான் டேப்பை முழுவதும் கேட்டார். மறுபடி மறுபடி போட்டுப் பார்த்தார். சில இடங்களில் நிறுத்தினார். தொடர்ந்து கேட்டார். ஹெண்டர்ஸன் அவர் முகத்தையே பார்த்துக் கொண்டிருந்தார்.

‘மிஸ்டர் கணேஷ், நீங்கள் சென்ற இடத்தை கூர்மையாக, கவனமாக ஞாபகப்படுத்திக்கொள்ள வேண்டியது மிக அவசிய மாகிறது!’

’என்னை இருட்டில் அழைத்துச் சென்றார்கள். டாக்சியிலிருந்து இறங்கச் சொல்லி ஒரு சந்து வழியாக அழைத்துச் சென்று அங்கே மற்றொரு காரில் ஏறிக்கொண்டு மிக வேகமாக - லண்டனுக்கு வெளிப்புறம் என்று நினைக்கிறேன் - அங்கே அழைத்துச் சென்றார்கள். இருண்ட தெருக்கள், ஒரு கராஜ், ஒரு மாடிப்படி. அவ்வளவுதான் நான் பார்த்தது.

‘தேர்ந்த லண்டன்வாசியால்கூட அடையாளம் கண்டுபிடிக்க முடியாது. விவரம் போதாது. இன்னும் சொல்லுங்கள்.’

‘ஒரு பாலத்தைக் கடந்தோம். ஞாபகம் இருக்கிறது.’

‘லண்டன் முழுவதும் தேம்ஸ் நதியின் பாலங்கள் இருக்கின்றன.’

‘மாக்ஸீஸ் என்று ஒரு நியான் விளம்பரம் பார்த்தேன். என்னை அழைத்துச் சென்ற சந்திலிருந்து கூரை மாடங்களுக்குமேல் தெரிந்தது. அது ஏதாவது கடையின் விளம்பரமாக இருக்கலாம்.

என்னை அழைத்துச் சென்ற வீடு, மாக்ஸீஸ் என்கிற பெயர் கொண்ட கடையின் அருகிலே இருக்கிறது.'

ரோவான் என்னைப் பார்த்துப் புன்னகை செய்தார். 'உங்கள் கவனத் திறமைக்கு ஒரு சலாம். இருந்தும் ஒரே ஒரு சிக்கல். லண்டனிலும் அதன் சுற்றுப்புறத்திலும் சுமார் நூறு மாக்ஸீஸ் கடைகள் இருக்கின்றன. மார்க் அண்ட் ஸ்பென்ஸர். ஸி அண்ட் ஏ போல விஸ்தாரமான டிபார்ட்மெண்ட் ஸ்டோர் இந்த மாக்ஸீஸ் என்பது. அதன் கிளைகள் எங்கும் இருக்கின்றன. இவை ஒன்வொன்றையும் பார்ப்பதற்குப் பதினைந்து நாட்கள் ஆகும். அவன் உங்களிடம் என்ன சொன்னான்?'

'இன்றிரவுக்குள் பணத்துடன் வர வேண்டும் என்றான். ஐம்பதா யிரம் பவுண்டு.'

'அப்புறம்?'

'போகாவிட்டால் என்ன ஆகும் என்ன சொல்லவில்லை.'

'பரத் குமாரை விட்டுவிட்டு வந்திருக்கிறீர்களே?'

'அவர்கள் பிடித்துக்கொண்டார்கள். மிஸ்டர் ரோவான், அவர்க ளிடம் எந்தவிதமான செய்தி இருக்கும் என நம்புகிறீர்கள்?'

'இந்த கேஸிலேயே மிக முக்கியமான செய்தி. நாங்கள் எதிர் பார்த்த திருப்பம் நிகழ்ந்துவிட்டது.'

'ப்ரியா இறந்தபின் எனக்கு எந்தச் செய்தியும் முக்கியமற்றதாகப் படுகிறது. மேலும் இந்தக் கோஷ்டி செய்தித்தாளை நம்புகிற ஜாதியாகத் தெரியவில்லை. கொட்டை எழுத்தில் ப்ரியாவின் மரணத்தைப்பற்றி போட்டோவுடன் வந்திருக்கிறது. ஐம்பதா யிரம் பவுண்டு கொண்டு வா என்று கேட்கிறார்கள். எதற்கு?'

'ப்ரியாவின் மரணத்தைப் பற்றிச் செய்தித்தாளில் படித்துவிட்டுத் தான் அவர்கள் செயல்பட்டிருக்கிறார்கள்.'

'இவர்கள்தான் ப்ரியாவைக் கொன்றிருப்பார்கள் என்று நினைக் கிறீர்களா?'

'சேச்சே. இவர்கள் கொன்றிருந்தால் இப்படி அப்பட்டமாக உங்களைப் பிடித்துச் சென்று செய்தி அனுப்பி இருப்பார்களா?

நேராக வலையில் அகப்படுவதுபோல் அல்லவா இது? ப்ரியாவைக் கொன்றவர்கள் இவர்கள் இல்லை.'

'பின் யார்?'

'நாங்கள்.'

'எனக்குப் புரியவில்லை.'

'மிஸ்டர் கணேஷ், இந்த டேப் ரெகார்டரில் ஒலிக்கும் குரல் ப்ரியாவின் குரல்தான். சந்தேகமில்லை. உங்கள் ப்ரியா இவர்களிடம் இருக்கிறாள்.'

'என்ன சொல்கிறீர்கள்... ப்ரியா இவர்களிடம்... ப்ரியா இறந்துவிட்டாள், மிஸ்டர் ரோவான்! அன்று துவண்டுகிடந்த உடலை நான் பார்த்தேன்.'

ரோவான் ஹெண்டர்ஸனை ஒரு தடவை ஓரக்கண்ணால் பார்த்துக்கொண்டார். என்ன சொல்கிறார் இந்தக் கிழவர்?

'மிஸ்டர் கணேஷ், நீங்கள் லண்டனைச் சுற்றிப் பார்த்தீர்களா?'

'ஏன்?'

'மதாம் துஸ்ஸாத் பார்த்தீர்களா?'

'பார்த்தேன்.'

'அங்கே என்ன பார்த்தீர்கள்?'

'பொம்மைகளை... தத்ரூபமாக மிகவும் நிஜம் போலிருக்கும் மெழுகு பொம்மை... டோன்ட் டெல் மீ! மை காட்!'

'மதாம் துஸ்ஸாத் கண்காட்சியின் விளம்பர வாக்கியம் என்ன தெரியுமா? If it doesn't move, it is wax!'

'யு மீன்... யு மீன்! அன்று பார்த்த உடல்... இருங்கள் யோசிக்கிறேன்! நம்பவே முடியவில்லை!'

எனக்கு உடனே சந்தோஷமும் பயமும் ஏற்பட்டன. ப்ரியாவா! உயிருடன் இருக்கிறாளா? இந்தப் புதிய செய்திக்கு என்னைப் பூரணமாகச் சரி செய்துகொள்ளச் சிரமமாயிருந்தது. மதாம் துஸ்ஸாத் கண்காட்சியில் நான் பார்த்த பிம்பங்கள் என் மனத்தில்

ஆடின... ஷேக்ஸ்பியர்... பெர்னாட் ஷா... ராஜா ஹென்றி... ஐன்ஸ்டைன்... ப்ரியா... எதற்காக இந்தச் சாகசம்? எதற்காக இந்தக் கண்கட்டு வித்தை? முகம் சற்று வீங்கி... மேக் அப் போட்டதுபோல்... துணியைச் சட்டென்று மூடினார்களே! உடனே ஆம்புலன்ஸில் கொண்டு சென்றார்களே! இருந்தும்... இருந்தும் எவ்வளவு உண்மையாக இருந்தது... அந்த மாலை நேரம்... அந்த போலீஸ்காரர்கள்... போட்டோ எடுப்பவர்கள்! தடயம் தேடினவர்கள்... மை காட்! தியேட்டருக்கு வெளியே? இத்தனை உண்மையான நாடகம் எதற்கு? ரோவானை ஆச்சரியத்துடன் பார்த்தேன். அவருடைய பையில் இன்னும் எத்தனை ஜாலங்கள் வைத்திருக்கிறார்! என்னிடம் எவ்வளவு சொல்லி இருக்கிறார், எவ்வளவு மறைத்திருக்கிறார்...

19

‘உங்கள் குழப்பம் நியாயமானதே! ஏன் இப்படிச் செய்தோம் என்று சொல்கிறேன்’ என்றார் ரோவான். ‘ஜனார்தன், ஷா இருவர் மேலும் எங்களுக்கு முதலிலேயே சந்தேகம் ஏற்பட்டது. அவர்கள்தான் டெலிபோன் கால்களையும் கடிதங்களையும் தயாரித்து அனுப்புகிறார்களோ என்பது அப்போதே சந்தேகமாக இருந்தது. எதற்காக அப்படிச் செய்கிறார்கள் என்று யோசித்துப் பார்த்தோம். ஒன்று அவர்கள் ப்ரியாவை மறைத்து வைத்திருக்கலாம். அல்லது ப்ரியா அவர்களிடம் இருந்தபோது ஏற்பட்ட மூர்க்கத்தனத்தில் இறந்திருக்கலாம். இறந்திருந்தால் என்ன செய்திருப்பார்கள்? உடலை மறைத்திருப்பார்கள். அவர்கள்தான் நிச்சயமாக இந்த கிட்நாப்பிங் நாடகத்தை நடத்துகிறார்களா என்று தீர்மானிக்க நாங்கள் உடல் கிடைத்துவிட்ட மாதிரி ஒரு சிறு நாடகம் நடத்த வேண்டியிருந்தது. நல்ல வேளை! நீங்கள்கூட நம்பிவிட்டீர்கள். லாபரட்டரியில் மதாம் துஸ்ஸாத் நிபுணர்களது உதவியுடன் போட்டோக்களை மட்டும் வைத்துக்கொண்டு செய்தோம்…’

‘அப்படியானால்… அப்படியானால் அது…’

‘கேளுங்கள் மீதியை. நீங்கள் மார்ச்சுவரியில் அதை மறுபடி பார்க்கச் சென்றீர்கள்.

அதற்குள் நாங்கள் உடலை வாபஸ் வாங்கிவிட்டோம்... அந்த நாடகத்தில் விஷயம் வேறு திருப்பத்தில் சென்றுவிட்டது. நாங்கள் எதிர்பார்த்ததற்கு மாறாக ஷாவும் ஜனார்தனும்கூட உடலை வந்து பார்த்தார்கள். அவர்களும் அதை உண்மையான உடல் என்று நம்பி தம்மேல் பழி வந்துவிடும் என்று ஓடிவிட முயற்சித்தார்கள். அவர்கள் ஏர்போர்ட்டில் பிடிபட்டபோதுகூட, மறைத்த உடல் வெளிப்பட்டு விட்ட பயத்தில்தான் ஓடுகிறார்கள் என்று நினைத்தோம். அவர்கள் ஸ்டேட்மெண்ட்டை அலசிய வுடன் விஷயம் அவ்வாறில்லை, ப்ரியாவை அவர்கள் கொல்ல வில்லை, அவர்களிடமிருந்து தப்பி ஓடி இருக்கிறாள் என்பது விளங்கிற்று.

'ப்ரியாவின் இறப்பு பற்றிய செய்தி செய்தித்தாள்களில் வருவதில் மற்றொரு குறிக்கோள் இருந்தது. அவள் உயிருடன் இருந்து வேறு யாரிடமாவது அடைபட்டு இருந்தால் இந்தக் கோஷ்டி, இதுவரை மௌனமாக இருந்தாலும் செய்தியைப் பார்த்ததும் மெதுவாகத் தலை தூக்கும். அவர்கள் குறிக்கோள் பணமாக இருந்தால், 'அடேய் முட்டாளே! அவள் சாகவில்லை. எங்க ளிடம் இருக்கிறாள்' என்று கோடிகாட்டத் தொடங்குவார்கள். அதுதான் இப்போது நிகழ்ந்திருக்கிறது. ஷாவும் ஜனார்தனும் இதில் க்ளியர். ஆனால் அவர்கள் வேறு ஒரு குற்றத்தில் அகப்பட இருக்கிறார்கள். குறிப்பாக ஷா. லண்டனில் போதைப் பொருட்களை விற்பது ஒரு மிகப் பெரிய வியாபாரம். உங்கள் நாட்டிலிருந்து நிறைய வருகிறது. மரியுவானா, ஹசீஷ். இதில் ஜனார்தனும் ஷாவும் கூட்டாளிகள். மெட்றாஸ் கனெக்ஷன் என்று எங்கள் பரிபாஷையில் இதற்குப் பெயர். ஜனார்தன் அங்கே பணம் கொடுத்துவிட, சரக்கு விதவிதமாகக் கைமாறி லண்டன் வந்தடைகிறது. இந்தச் சங்கிலியை உடைக்கப் போகிறோம். அது அப்புறம்! இப்போது ப்ரியா அடைபட்டி ருக்கும் இடம் எங்கே என்று கண்டுபிடிக்க வேண்டும். இன்று இரவுக்குள்!'

ப்ரியா, ப்ரியா! நீ உயிருடன் இருக்கிறாயா? உன் குரலை நான் மறுபடி கேட்கப்போகிறேனா?

இறந்தவள் உயிருடன் இருக்கிறாள்! அவளை அடைத்து வைத்திருக்கும் இடத்துக்கு நான் சென்றிருக்கிறேன்! அந்த அறைக்கு அருகிலேயே எங்கோ அடைபட்டிருக்கிறாள்! நான்

அவ்வளவு அருகில் சென்றிருக்கிறேன். எங்கே சென்றேன்? எங்கே சென்றேன்?

'மிஸ்டர் கணேஷ், அந்த இடத்தில் வித்தியாசமாக ஏதாவது இருந்ததா?'

'ஸாரி சார், நான் என்னால் ஆனவரை முயன்று பார்த்தேன். தப்பித்து ஓடினேன். ஒரு வீட்டின் பேஸ்மெண்டுக்குள் நுழைந் தேன். அங்கே இருந்தவர்கள் யாரும் விலாசம் சொல்லக்கூடிய நிலையில் இல்லை. எல்லோருக்கும் போதை, இப்போது என்ன செய்வது?'

'யோசித்துப் பாருங்கள்... உங்களிடம்தான் இருக்கிறது விடை. லண்டனில் வெளிப்புறத்தில் இருக்கும் மாக்ஸீஸ் கடைகளின் அருகில் தேட முயற்சிக்கிறோம். சிரமமான காரியம். வெளிப்புற லண்டன் விஸ்தாரமானது. எந்தத் திக்கில் நீங்கள் சென்றீர்களோ அதுவே தெரியவில்லையே.'

'அவர்கள் இன்றிரவு வரைதான் காத்திருப்போம் என்று சொல்லியிருக்கிறார்கள்.'

'அதற்குள் இந்த இடத்தைக் கண்டுபிடிப்பது சிரமம்.'

'பணத்தை எப்படிக் கொண்டுவருவது என்பதை இன்னும் சொல்லவில்லை அவர்கள்.'

'கவலைப்படாதீர்கள், தகவல் வரும்.'

'அந்தத் தகவலிலிருந்து ஏதேனும்..'

'பார்க்கலாம். அவ்வவளவு சுலபமில்லை. இது தேர்ந்த கோஷ்டி என்று தெரிகிறது.'

'என்ன செய்வது?'

'முதல் தடவையாக நாங்களும் செயலற்று இருக்கிறோம். நீங்கள் மறுபடி இந்தப் பிரயாணத்தை நினைவுபடுத்திப் பாருங்கள். மாக்ஸீஸ் பற்றிய விவரம் முக்கியமானது. ஒரு வாரம், பதினைந்து நாட்கள் இருந்தால் இந்த ஒரு விவரத்தை வைத்துக் கொண்டு நிதானமாக ஒவ்வொரு இடமாகத் துருவி ஆராயலாம், சமயம் போதாது. அதற்குள் ப்ரியாவுக்கு ஏதாவது விபரீதம்

நிகழ்ந்துவிடலாம். மாக்ஸீஸ் பார்த்தீர்களே, வேறு ஏதாவது பார்த்தீர்களா அருகில்...'

'ஸாரி.'

'இன்னும் ஒரே ஒரு அடையாளம் இருந்தால் போதும். இரண்டு தனிப்பட்ட அடையாளங்கள் இருந்தால் நம் தேடலின் விஸ்தீரணம் மிகவும் குறைந்துவிடும். ட்ரை மிஸ்டர் கணேஷ்... ட்ரை.'

'அவர்கள் காரின் நம்பரை மனப்பாடம் செய்துகொண்டேன்... அந்தப் பெண்ணே அதில் உபயோகமில்லை, காரின் நம்பர் பொய் நம்பர் என்று சொன்னாள்.'

ரோவான் சிரித்தார்.

'முயன்று பாருங்கள். முயன்று பாருங்கள்.'

'எப்படி? எப்படி? எனக்கு நம்பிக்கை இல்லை.'

'கீப் ட்ரையிங். பெஸ்ட் ஆஃப் லக்.'

'மிஸ்டர் ரோவான், இன்று இரவுக்குள் நம்மால் அந்த இடத்தைக் கண்டுபிடிக்க இயலவில்லை என்றால்... என்ன செய்யப் போகிறோம்?'

'சரியாகப் பத்து மணிவரை பார்ப்போம். இல்லை என்றால் ஸ்காட்லண்ட் யார்ட் ஐம்பதாயிரம் பவுண்டு தயார் செய்து வைக்கும். கவலைப்படாதீர்கள். நான் வருகிறேன். எதாவது டெலிபோன் அல்லது கடிதம் வந்தால் அல்லது வேறு ஏதாவது அடையாளம் நினைவுக்கு வந்தால் உடனே எங்களுக்குச் சொல்லுங்கள்... ஹெண்டர்ஸன், வாருங்கள், நிறைய வேலை இருக்கிறது.'

நான் பதட்டப்படுகிறேன். ரோவான் நிதானமாகத்தான் நடந்து செல்கிறார். அந்த மாயாஜாலக்காரரின் நம்பிக்கை - தன் திறமை யிலும், இப்போதிலிருந்து இரவு பத்து மணிக்குள் ஏதாவது நிகழ்ந்தே தீரும் என்கிற தீர்மானத்திலும் - இருக்கிறது, என்ன நிகழும்? என்ன நிகழ்ந்துவிட முடியும்? சே! என்னிடம் கடைசி யில் சரண் அடைந்துவிட்டது கேஸ். ப்ரியாவின் உயிர் என் கவனக் குறைவால் ஊசலாடுகிறது. எத்தனை கவனித்திருக்க

வேண்டும் நான்! ஒரே ஒரு நியான் ஸைனைக் கவனித்து என்ன பிரயோசனம்?

ஹெண்டர்ஸன் மறுபடி தோன்றினார். அவர் கையில் அந்தச் சிறிய டேப் ரெகார்டர் இருந்தது. 'மிஸ்டர் கணேஷ், ரோவான் இந்த டேப்பை உங்களிடம் கொடுத்துவிடச் சொன்னார். இதை நாங்கள் பிரதி எடுத்துக்கொண்டிருக்கிறோம். இதை மறுபடி மறுபடி போட்டுப் பாருங்கள். அந்தக் குரல்களில் அல்லது நேற்றைய நிகழ்ச்சிகளில் வித்தியாசமாக ஏதாவது இருந்தால் அதை ஞாபகப்படுத்திக்கொள்ள இது உதவலாம்... எனக்கு எப்போதும் டெலிபோன் செய்யலாம். உங்கள் ஓட்டலைக் கண்காணிக்கிறோம். உங்கள் டெலிபோன் டாப் செய்யப்படும். நாங்கள் இப்போது உங்களிடமிருந்து விலகி இருப்பது நல்லது. அவர்கள் உங்களிடம் மறுபடி தொடர்புகொள்வார்கள். நிதானமாக இருங்கள். எது கேட்டாலும் சம்மதியுங்கள். பணம் தயாரா என்றால் தயார் என்று சொல்லுங்கள். பாக்கியை நாங்கள் பார்த்துக் கொள்கிறோம். குட் லக்!'

தனியாக இருந்தேன். என்ன செய்வது? காத்திருக்கவேண்டும். அவர்களது அடுத்த அசைவுக்குக் காத்திருக்கவேண்டும். எதிரி யார் என்று தெரியாத சதுரங்கம். என் பக்கம் ஸ்காட்லண்ட் யார்ட்... கம்ப்யூட்டர்... எத்தனை இருந்து என்ன பிரயோசனம், எதிரியின் அடுத்த மூவ் தெரியவில்லையே.

என் அறை என்னைச் சூழ்ந்துகொண்டதுபோல இருந்தது. அறைக் கதவைத் திறந்து வைத்துக்கொள்ள வேண்டும். டெலிபோன் மௌனமாக இருந்தது. ஜன்னலுக்கு வெளியே நல்ல நீலவானம். லண்டனில் உற்சாகம் இருக்கும் இன்று. எங்கே கூப்பிடப் போகிறார்கள். தியேட்டருக்கா? கூப்பிடப் போகிறார் களா, கடிதம் எழுதப்போகிறார்களா? ஷாவும் ஜனார்தனும் என்னதான் ஆனார்கள்? ஷாவின் அறையில் பார்த்த அந்தப் பெண் மனதில் தோன்றினாள். மரியுவானா. ஜனார்தனின் அதீதப் பணத்தேவை புரிந்தது. ப்ரியாவின் பணம். ப்ரியா உயிருடன் இருக்கிறாள். அவளை மீட்க வேண்டும். கவனி. யோசித்துப் பார். டெலிபோன் அடித்தது.

'உங்கள் லஞ்ச் ஆர்டர் செய்கிறீர்களா?'

'இல்லை. எனக்குப் பசியில்லை.' இங்கேயே உட்கார்ந்திருக்க வேண்டும். வெளியில் போனால்? என்னை மறுபடி கோழிக்

குஞ்சாக அமுக்கிக்கொண்டு செல்லலாம். ஆனால் இப்போது ஸ்காட்லண்ட் யார்ட் கவனமாக இருக்கும். எப்படியும் என்னை விடாப்பிடியாகத் தொடர்வார்கள். என்னை அவர்கள் தனியாகச் சந்திக்கத்தான் விரும்புவார்கள். டெலிபோன் வழியாக என்றால் உடனே மாட்டிக்கொள்வார்கள். அது அவர்களுக்குத் தெரிந்திருக் கும். யாரையாவது நேராக அனுப்பி வைத்தால் அதிலும் அவர்களுக்கு அபாயம் இருக்கும். என்னைத் தனியாக மடக்கத் தான் முயல்வார்கள். எங்கே? எப்போது? வெளியில் சென்று தனியாக நடந்து பார்க்கலாமா! அறையிலேயே இருந்தால் எதுவும் நடக்கவில்லை என்றால் ப்ரியா... என்ன செய்யப் போகிறேன் நான்!

எழுந்து பார்த்தேன். உடல் வலி சற்று குறைந்திருந்தது. மெதுவாக வெளியே நடந்து பார்க்கலாம். என்னை அவர்கள் எங்கிருந்தாவது தூரத்திலிருந்து கண்காணிக்கலாம். என்னைத் தனியாகச் சந்திப்பதற்கு சந்தர்ப்பம் தேடலாம். ஸ்காட்லண்ட் யார்ட் நுழைந்தது அவர்களுக்குத் தெரிய நியாயமில்லை. ரோவான், ஹெண்டர்ஸன் இருவருமே சாதாரண உடைகளில் தானே வந்திருந்தார்கள்?

பிற்பகல் முழுவதும் சுமார் இரண்டு மணி நேரம் லண்டன் தெருக்களில் நடந்தேன். கடைகளின் கண்ணாடி ஜன்னல்களில் வெற்றுப் பார்வை பார்த்துக்கொண்டு... ஒரு பெப்ஸி கோலா சாப்பிட்டுவிட்டு நிதானமாக இயல்பாக நடந்தேன். ஒரு பப்ளிக் டெலிபோன் பூத்துக்குச் சென்று வெற்று நம்பரைச் சுற்றிப் பேசினேன். என்னை அவர்கள் கண்காணித்திருந்தால் என்னுடன் தொடர்புகொள்வதற்கு நிறையச் சந்தர்ப்பம் அளித்ததாக நினைத்துக்கொண்டேன். ம்ஹூம். ஒருவரும் என்னைத் தொடர வில்லை. ஒன்றும் நிகழவில்லை.

என்ன செய்யப்போகிறார்கள்? திரும்ப அறைக்கு வந்து என் கோட்டுப் பாக்கெட்டுக்குள் சாவிக்காகக் கை விட்டபோது அந்தக் கடிதம் நெருடியது... எப்படி என் பைக்குள் வந்தது!

அவசரமாகப் பிரித்தேன்.

'பணம் தயாராக இருக்கிறதா? ஒரு ப்ரீஃப்கேஸில் வைத்து விக்டோரியா ஸ்டேஷனில் இரவு 9 மணிக்குள் 288-ம் எண் லாக்கரில் வைத்துவிட வேண்டும். ஞாபகமிருக்கட்டும். பணம்

எங்களை வந்தடையும்வரை ப்ரியா கிடைக்க மாட்டாள். நடுவில் போலீஸ் குறுக்கிட்டால், செத்தாள்.'

போனை எடுத்தேன்.

'கணேஷ் ஹியர். மிஸ்டர் ஹெண்டர்ஸன்! அவர்களிடமிருந்து கடிதம் ஒன்று கிடைத்திருக்கிறது.'

'எப்படிக் கிடைத்தது?

'வெளியே நடந்து சென்றேன். திரும்பி வந்தேன். கோட்டுப் பைக்குள் கடிதம் இருந்தது. கடைத் தெருவில் நடந்து சென்று கொண்டிருந்தபோது யாரோ பையில் செருகியிருக்கிறார்கள்.'

'கடிதம் என்ன சொல்கிறது?'

'பணத்தை ஒரு பெட்டியில் இட்டு விக்டோரியா ஸ்டேஷனில் ஒரு லாக்கரில் வைக்கவேண்டுமாம். இன்று இரவுக்குள். லாக்கர் எண் கொடுக்கப்பட்டிருக்கிறது.'

'இல்லை என்றால்?'

'ப்ரியாவின் உயிருக்கு ஆபத்தாம்.'

'...'

'ஹலோ?'

'மிஸ்டர் கணேஷ். நீங்கள் ஓட்டலில் இருங்கள். விரைவில் வருகிறோம். விஷயம் சிக்கலாகிவிட்டது. அந்த இடத்தைப் பற்றி வேறு ஏதாவது தகவல் ஞாபகத்துக்கு வந்ததா?'

'முயன்றுகொண்டே இருக்கிறேன்.'

'வருகிறோம்.'

இன்றிரவுக்குள்! பணத்தைக் கொடுப்பதைவிட வேறு வழி புலப்படவில்லையே! பணம் தயார் செய்துவிடுவார்களா? என்ன செய்யப் போகிறார்கள்? எங்கே அந்த இடம்?

படுக்கையில் அயர்வுடன் படுத்தேன். எப்படித் தெரிந்து கொள் வது? ஸ்காட்லண்ட் யார்ட் பணம் தரவேண்டும். கொடுத்தாலும் ப்ரியா கிடைப்பாளா? ப்ரியாவுக்கு அவ்வளவு அருகில் சென்றுவிட்டு இப்போது மறுபடி கண்கட்டி மறைந்துவிட்டதே.

முதலிலிருந்து ஞாபகப்படுத்திப் பார்க்கலாம். நேற்று இரவு ஒரு கடிதத்திலிருந்து ஆரம்பித்தது. அந்த நாடகத்துக்கு அழைப்பு. நாடகத்துக்குச் சென்றேன். அந்தப் பெண் முதலில் டாக்சியில் அழைத்துச் சென்றாள். டாக்சிக்கு முழு நோட்டைக் கொடுத்து விட்டு, 'கீப் இட்' என்றாள்! இதெல்லாம் உதவுகிற சமாசாரமா? சந்தின் வழியே நடந்தோம். மற்றொரு கார். வேகமான - மிக வேகமான பிரயாணம், ஒரு கராஜ், மரப்படிகள் - அதற்கு முன் மாக்ஸீஸ் என்று சொன்ன நியான் எழுத்துக்கள்.

மாக்ஸீஸ்! மாக்ஸீஸ்! ம்ஹூம்-

டேப் ரெகார்டரைத் தட்டினேன். ப்ரியாவின் குரல்தான் அது.

'கணேஷ் சார், நான்தான் ப்ரியா.'

'இங்கிலீஷில் பேசு' என்று அதட்டியது ஆண் குரல்.

'பேசுவது ப்ரியா. நான் இவர்களிடத்தில் மாட்டிக் கொண்டிருக் கிறேன். இவர்கள் கேட்பதைக் கொடுத்து என்னை எப்படியாவது மீட்டுவிடுங்கள். ப்ளீஸ் கணேஷ் சார். ப்ளீஸ்.'

ஹெண்டர்ஸன் கதவைத் திறந்தார்.

டேப் ரெகார்டரை நிறுத்தினேன். 'எங்கே அந்தக் கடிதம்?' என்றார் ஹெண்டர்ஸன்.

அதைக் கவனமாகப் படித்தார். பைக்குள் போட்டுக்கொண்டார், 'ஏதாவது விசேஷமாக ஞாபகம் வந்ததா?'

'ஸாரி' என்றேன். 'மிஸ்டர் ஹெண்டர்ஸன், என்ன செய்வதாக உத்தேசத்திருக்கிறீர்கள்-'

'இன்று இரவுக்குள் அந்த மறைவிடத்தைக் கண்டுபிடிக்க வேண்டும். ஐம்பதினாயிரம் பவுண்ட்.'

'கொடுத்து விடுவதாக உத்தேசமா?'

'கொடுத்தால் நிற்காது.'

'பின்?'

'ஐம்பதினாயிரம் பவுண்ட் இன்றிரவுக்குள் சேகரிப்பது மிகவும் கஷ்டம். பாங்குகள் இரண்டு மணிக்கே மூடிவிட்டன.'

‘பணம் கொண்டு செல்லவில்லை என்றால் அவர்கள் ப்ரியாவை...’

‘கொல்லமாட்டார்கள், அதற்குள் கொல்லமாட்டார்கள். பயம் காட்டுவார்கள்... அவர்கள் அடையாளம் வெளிப்படாமல் பணம் மட்டும் சேகரிக்க முயற்சிகள் செய்வார்கள், அது பலிக்கவில்லை என்றால்... விபரீதம் நிகழலாம். அது அவர்கள் எவ்வளவு கல் நெஞ்சுக்காரர்கள் என்பதைப் பொருத்தது. பணம் கொண்டுவைப்பதுபோல் பாவனை செய்வோம். யார் அங்கே வந்து பெட்டியை எடுத்துச் செல்கிறார்கள் என்று கவனிப்போம். விக்டோரியாவில் அந்தப் பெட்டியை எடுத்துச் செல்பவனைத் தொடர்ந்து அவன் எங்கே போகிறான் என்று பார்க்கலாம்.’

‘பெட்டியில் பணம் இல்லை என்று அவர்கள் தெரிந்துகொண் டால் ப்ரியாவுக்கு ஆபத்து அல்லவா?’

‘ஆம்! ரிஸ்க் எடுத்துத்தான் ஆகவேண்டும்’ என்றார்.

20

ராணி விக்டோரியா காலத்தில் கட்டப் பட்டிருக்கவேண்டும் அந்த ஸ்டேஷன். பழங்காலத்து ஆர்ச்சுகள். வரிசையான பிளாட்பாரங்கள். சில வேளைகளில் சென்னை சென்ட்ரலை ஞாபகப்படுத்தும் அமைப்பு. புத்தகக் கடைகள். அதிகம் க்யூ இல்லாத கண்ணாடி ஜன்னல்கள். இண்டர் ஸிட்டி என்று சொல்லப்படும் ராட்சச வேக வண்டிகள். லோக்கல் பாஸஞ்சர் வண்டிகள். ஏதோ ஒரு சில நீல கோட்டு போர்ட்டர்கள், தள்ளுவண்டிகள். கலகலப்பான ஸ்டேஷன். லாக்கர்ஸ் என்று நியான் ஒளிரும் பகுதியை என்னால் சுலபமாகக் கண்டுபிடிக்க முடிந்தது. அங்கேயே குளிக்கும் அறை, கேஃபடிரியா எல்லாம் இருந்தன.

பெரிய ஸூட்கேஸ் ஒன்று கொள்ளும் அளவுக்கு இரும்பு அலமாரிகளாகப் பூட்டுக ளுடன் வரிசை வரிசையாக இருந்தன. அவற்றில் காலியாக இருக்கும் கூடுகளின் சாவி பூட்டுடனேயே இருந்தது. அதைத் திறப்பதற்குக் காசு போடவேண்டும். இருபத்து நான்கு மணி நேரத்திற்குக் காசு... அதன்பின் திறப்பதற்கு மறுபடி காசு போட வேண்டும்.

கடிதத்தில் குறிப்பிட்ட 288-ம் எண் லாக்கர், சாவியுடன் தயாராக இருந்தது. பென்னி

நாணயங்கள் போட்டுத் திறந்தேன். பெட்டியை வைத்தேன். அந்தக் காகிதத்தைக் கவனித்தேன்...

'பணம் இருக்கிறதா? இல்லை எனில் நீ போலீசுடன் தொடர்பு கொண்டிருக்கிறாய் என்பது அர்த்தமாகிறது. இது நெருப்புடன் விளையாட்டு. பெட்டியில் பணம் இல்லை என்றால் சரியாக பன்னிரண்டு மணி நேரம். நாளைக் காலை வரை காத்திருப் போம். அதற்குள் இதே இடத்தில் பணம் வைக்கப்பட வேண்டும். அதன் பின் உனக்கும் எனக்கும் தொடர்பு கிடையாது. அவள் இறந்து போகிறாள்...'

திறந்த லாக்கர், நான் பூட்டக் காத்திருந்தது. யோசித்தேன். பிறகு பையில் இருந்த பால் பாயிண்ட் பேனாவினால் அந்தக் கடிதத்தின் பின்புறத்தில் எழுதினேன்.

'பணம் சேகரிப்பதற்குத் தாமதம் ஆகிவிட்டது. நாளைக் காலைக்குள் முயற்சி பண்ணிப் பார்க்கிறோம். விபரீதமாக எதையும் செய்துவிட வேண்டாம். போலீசுக்கும் இதற்கும் எதுவும் சம்பந்தமில்லை. குறுகிய நேரத்தில் இத்தனை பெரிய தொகை கிட்டுவது கஷ்டம். பொறு!' என்று எழுதி அந்தப் பெட்டியைத் திறந்து அதில் வைத்து மூடி லாக்கரைப் பூட்டி விட்டு வெளியே வந்தேன்.

விக்டோரியாவை அடுத்த ட்யூப் ரயில் நிலையத்தில் இறங்கிக் கொண்டிருந்தபோது... 'என்ன ஆயிற்று?' என்று குரல் கேட்ட தும் திரும்பினேன். ரோவான் நின்றுகொண்டிருந்தார்.

கடித விஷயம் சொன்னேன்.

'எங்கே அந்தக் கடிதம்?'

'அதன் பின்னேயே பதில் எழுதி வைத்துவிட்டேன்.'

'தப்பு! என்ன எழுதினீர்கள்?'

'பொறு! கொடுக்கிறோம் என்று.'

'ஏன் அப்படிச் செய்தீர்கள்? அந்தக் கடிதத்தைக் கொண்டுவந்து என்னிடம் கொடுத்திருக்க வேண்டும்... கடிதத்தில் எத்தனையோ செய்திகள் இருக்கலாம். விரல் ரேகைகள் பதிந்திருக்கலாம்...'

எனக்குக் கோபம் வந்தது. 'நாளைக் காலைக்குள் ஏதும் நிகழ்ந்து விடும் என்று எனக்கு நம்பிக்கை இல்லை.'

ரோவான் புன்னகையுடன், ‘மிஸ்டர் கணேஷ், உங்களுக்கு ஒரு கதை சொல்லட்டுமா? உங்கள் ஊர்க் கதை. இந்தியக் கதை. ஒரு விதூஷகன், ஒரு முன்கோபி ராஜாவிடம் ஏதோ இடக்காகச் சொல்லப்போய், விதூஷகனுக்கு மறுநாள் காலை மரண தண்டனை என்று சொல்லிவிட்டானாம் ராஜா. விதூஷகன் ஒரே ஒரு வருஷம் அவகாசம் கேட்டான். அதற்குள் ராஜாவின் குதிரையைப் பறக்க வைத்துவிடுகிறேன்; இல்லை என்றால் மரணதண்டனையை ஏற்றுக் கொள்கிறேன் என்றானாம். ராஜா சம்மதித்தான். மந்திரி விதூஷகனிடம் தனியாக, ‘முட்டாளே, குதிரையாவது பறப்பதாவது’ என்றானாம். அதற்கு விதூஷகன் ‘ஒரு வருஷத்தில் நானே ஆயுள் முடிந்து இறந்து போகலாம். இல்லை, குதிரை இறந்து போகலாம்... அல்லது ராஜாவே இறந்து போகலாம். அதுவும் இல்லை என்றால் குதிரையே பறந்தாலும் பறக்கலாம். ஒரு வருஷத்துக்குள் என்ன நிகழும் என்று யார் கண்டார்கள்?’ என்றானாம். அதுபோல் நாளைக்குக் காலை பத்து மணிக்குள் குதிரையே பறக்கலாம்... நம்பிக்கை வைத்திருங்கள்! வருகிறோம்’ என்றார்.

நான் ஓட்டலில் வந்து படுத்தபோது இரவு பத்து மணிக்குமேல் இருக்கும். மண்டையில் குழப்பம். உறக்கம் வரவில்லை. புரண்டு புரண்டு படுத்தேன். எழுந்தேன். தண்ணீரும் குடித்தேன். அங்குமிங்கும் நடந்தேன். அந்த டேப் ரெகார்டரை மறுபடி போட்டுப் பார்த்தேன். ‘கணேஷ் சார்’ மௌனமான சூழ்நிலையில் ப்ரியாவின் குரல் துல்லியமாக ஒலிக்க... கூர்ந்து கவனித்தேன்... அட? குதிரை பறந்தது!

எனது நண்பர் ஜே லேட்டரல் திங்கிங் பற்றிச் சொல்வார். சிக்கலான பிரச்னைக்குத் தீர்வு காண முடியவில்லை என்றால் அதைப்பற்றி அதுவரை சிந்தித்த பாதையிலிருந்து முற்றிலும் விலகிய திசையில் (ஏன் ஒரு சம்பந்தமற்ற திசையில்கூட) நினைத்துப் பார்த்தால் சிலவேளை விடை கிடைக்கும். அதுதான் அப்போது நிகழ்ந்தது.

அந்த டேப் நாடாவை அதுவரை பதினைந்து தடவை திருப்பித் திருப்பிப் போட்டுக் கேட்டிருக்கிறேன். ஒவ்வொரு தடவையும் அதில் பதிவாகி இருந்த ப்ரியாவின் குரலிலேயே என் சர்வ கவனமும் பதிந்திருக்கிறது. அடுத்த தடவை கேட்கும்போது என்னவோ தோன்றியது. ப்ரியாவின் குரலை மறந்து வேறு ஏதாவது சப்தங்கள் அதில் பதிவாகியிருக்கின்றனவா என்று

கூர்ந்து கேட்டேன். ஆச்சரியம். பின்னணியில் மிக மெலிதான விர்ர்ர் கேட்டது. என்ன அது? டேப் ரெகார்டரின் சப்தத்தை உச்சப்படுத்திக்கொண்டு ப்ரியாவின் குரலை முற்றும் மறந்து அதனுள் புதைந்திருக்கும் விர்ரில் காதைத் தீட்டினேன். இப்போது அந்த விர்ர்ரை அடையாளம் கண்டுகொள்ள முடிந்தது. அது ஒரு பறக்கும் விமானத்தின் சப்தம். ஜெட் விமானம் அல்ல. ப்ரொபல்லர் விமானம். ஜெட் விமானத்தின் ஒலியுடன் ஒரு சீட்டி கலந்திருக்கும். இது அப்படி இல்லை. படபடக்கும் சிறிய விமான ஒலி. பெனிஸிலின் கண்டுபிடித்த ஃப்ளெமிங்போல் உணர்ந்தேன். டெலிபோனை எடுத்தேன். ஹெண்டர்ஸன் கொடுத்திருந்த எண்ணைக் கேட்டேன். கிடைத்தது. கிடைத்தார்.

‘மிஸ்டர் ஹெண்டர்ஸன்… நான் சென்ற இடத்தைப் பற்றிய ஒரு புதிய தகவல் கிடைத்திருக்கிறது. உங்களுக்கு உபயோகப்படும் என நினைக்கிறேன்.’

‘என்ன சொல்லுங்கள்.’ கொட்டாவி விடுகிறாரா என்ன?

‘அந்த இடம் ஒரு விமான நிலையத்தின் அருகே இருக்கலாம்.’

‘க்ரேட்! காட்! ஹௌ டு யூ ஸே தட்!’

‘அந்த டேப்பை மிகவும் பெரிதுபடுத்திக் கேட்டேன். பின்னணியில் ஒரு ப்ரொபெல்லர் விமானத்தின் சப்தம் பதிவாகி இருக்கிறது.’

‘இஸ் இட்!’

‘உங்களிடம் டேப்பின் பிரதி இருக்கிறது. நீங்களும் போட்டுப் பாருங்கள். கேட்டுப் பாருங்கள்.’

‘மை காட்! இது நிஜமாக இருந்தால்… வெரி இண்டரஸ்டிங்! மிஸ்டர் கணேஷ், எப்போது நீங்கள் ஸ்காட்லண்ட் யார்டில் சேர்ந்தீர்கள்?’

‘பழக்க தோஷம், மிஸ்டர் ஹெண்டர்ஸன்…’

‘கொஞ்சம் இருங்கள்! டெலிபோனிலேயே இருங்கள்.’

குழப்பமான ஒலிகள் டெலிபோனில் கேட்டன. ஒரு டைப் ரைட்டரா ஒரு காபிக் கோப்பையா. ஒரு ‘மிஸ்டர் கணேஷ், நீங்கள் அங்கேயே இருங்கள். சீக்கிரம் டெலிபோன் செய்கிறோம்.’

டெலிபோனை வைத்தேன். மறுபடி கேட்டேன். சந்தேக மில்லை. விமானத்தின் ஒலிதான். என் உள்ளம் துள்ளியது. கடிகாரத்தைப் பார்த்தேன். இரவு ஒன்பது நாற்பது. இன்றைய இரவு இப்போதுதான் தொடங்குகிறது. ஸ்காட்லண்ட் யார்டில் ஒரு சிறிய பரபரப்பைத் துவக்கிவிட்டிருப்பேன். இப்போது அந்த டேப்பை அவர்களும் பெரிதுபடுத்திக் கேட்டுக் கொண்டிருப்பார்கள். ஆம் அது விமானம்தான். ப்ரொபெல்லர் விமானம்தான். லண்டனில் சுற்றுப்புறத்தில் ப்ரொபெல்லர் விமானங்கள் எங்கெங்கு பறக்கும்? இந்த ஜெட் யுகத்தில்... இந்தச் சிறிய விமானங்கள் பறக்க அனுமதிக்கப்பட்டிருக்கும் பிரதேசங்கள் மிகக் குறைவே. அந்த இடத்தின் அருகில் ஒரு சிறிய விமான நிலையம் இருக்கிறது. அந்த இடத்தின் அருகில் மாக்ஸீஸ் டிபார்ட்மெண்ட் ஸ்டோரின் ஒரு கிளை இருக்கிறது. இப்போது நாங்கள் தேடவேண்டிய பிரதேசங்களின் எண் ணிக்கை உக்கிரமாகக் குறைந்துவிட்டது. சுவர் முழுவதும் பரவி இருக்கும் லண்டன். அதன் சுற்றுப்புறத்தின் மேப். அதன் அருகே செல்வார்கள். லெட் மி ஸீ! எங்கெங்கே விமான நிலையங்கள் இருக்கின்றன. சிறியதும் பெரியதுமாய், ஒன்றா இரண்டா ஐந்தா! எங்கெங்கே மாக்ஸீஸ் கடையின் கிளைகள் இருக்கின்றன? அவற்றில் இந்த நிலையங்களுக்கு அருகில் இருப்பவை எவை எவை? ஒன்றா இரண்டா ஐந்தா? அந்த நிலையங்களில் ப்ரொ பெல்லர் விமானங்கள் அனுமதிக்கப்படுபவை எவை? ஒன்றா இரண்டா?

டெலிபோன் ஒலித்தது. ‘மிஸ்டர் கணேஷ் உங்களுக்காக கார் அனுப்பி இருக்கிறோம். உடனே வாருங்கள். பிரயாணப்பட வேண்டும்.’

‘கண்டுபிடித்து விட்டீர்களா?’

‘வாருங்களேன். ரோவான் உங்களைச் சந்திக்க விரும்புகிறார்.’

‘எதற்கு?’

‘பாராட்ட!’

‘ஹலோ மிஸ்டர் கணேஷ்! உங்களுக்கு எப்படி திடீர் என்று இது தோன்றியது?’ ரோவான் புன்னகையுடன் பைப்பைக் கையில் தடவிக்கொண்டு ஊதினார்.

‘லேட்டரல் திங்கிங் சார்! எல்லாம் உங்களிடமிருந்து லேசாகத் தொற்றிக்கொண்டது. அந்த இடம் என்ன என்று கண்டுபிடித்து விட்டீர்களா?’

‘ஆம்!’

‘எப்படி?’

‘உங்களை அன்று அவர்கள் வெகு வேகமாக அழைத்துச் சென்றிருக்கிறார்கள். லண்டன் நகரின் வெளிப்புறத்தில் சுமார் இருபது இருபத்து ஐந்து மைலாவது சென்றிருக்கலாம். அன்று முதலில் டாக்சியில் அழைத்துச் சென்றபோது போலீஸ் தொடர்ந்ததே அப்போது தெற்கு முகமாகச் சென்று ப்ரிக்ஸ்டன் என்ற இடத்தில் கார் மாறி இருக்கிறீர்கள். அங்கிருந்து இருபது அல்லது இருபத்து ஐந்து மைலாவது சென்றிருக்கலாம். உங்கள் சமயக் குறிப்பின்படி அந்தத் தூரத்தில் இருக்கும் விமான நிலையம் என்ன என்று பார்த்தோம். க்ராலி என்று ஒரு சிறிய விமான நிலையம் இருக்கிறது. அங்கே ப்ரொபெல்லர் விமானங்கள் இயங்குகின்றன. அதைவிட முக்கியம் க்ராலி நிலையத்துக்கு அருகே மாக்ஸீஸ் டிபார்ட்மெண்ட் ஸ்டோரின் ஒரு கிளை இருக்கிறது!’

‘க்ரேட்’ என்றேன்.

‘மேலும் லண்டன் சுற்றுப்புறத்தில் இருக்கும் மற்ற நிலையங்களான டேக்லி, லூடன், ஹவுன்ஸ்லோ, போன்பி எல்லா இடங்களையும் யோசித்துவிட்டோம். ஒன்று, அங்கே ப்ரொபெல்லர் விமானங்களை அனுமதிப்பதில்லை. அல்லது அருகில் மாக்ஸீஸ் கிளை எதுவும் இல்லை. எனவே, நீங்கள் சென்ற இடம் க்ராலி! க்ரேட் ஒர்க் மிஸ்டர் கணேஷ்!’

‘இப்போது என்ன செய்ய யோசித்திருக்கிறீர்கள்?’

‘மிஸ்டர் கணேஷ், இரவு கண் விழிப்பீர்களா?’

‘தயார்.’

‘டெக்சிட்ரின் ஏதாவது வேண்டுமா?’

‘வேண்டாம்.’

‘வாருங்கள், க்ராலிக்குப் போகலாம்... ப்ரியாவைக் கொண்டு வரலாம். ஹெண்டர்ஸன்!’

‘சார்.’

‘ஆறு பேர் போதும் என நினைக்கிறேன். யூனிஃபார்ம் வேண்டாம். ப்ளெய்ன் க்ளோத்ஸ். மிஸ்டர் கணேஷ், நீங்கள் துப்பாக்கி உபயோகப்படுத்தி இருக்கிறீர்களா?’

‘ஸாரி!’

‘பெண்கள்கூட உபயோகப்படுத்தலாம்... ஹெண்டர்ஸன், கிவ் ஹிம் எ பிஸ்டல். பயமாக இருந்தால் இரண்டு கைகளாலும் பிடித்துக்கொள்ளுங்கள்.’

போலீஸ் காரில் நாங்கள் ஆறுபேர் இருந்தோம்.

‘நீங்கள் சென்ற இடத்திலிருந்து அந்த மாக்ஸீஸ் தெரிந்த தல்லவா?’

‘ஆம்.’

‘அப்படி என்றால் மாக்ஸீஸில் இருந்து அந்த இடம் தெரிய வேண்டும். முதலில் அங்கே சென்று மாடி ஏறிப் பார்க்கலாம். இரவு வேளையில் தெரிவது கொஞ்சம் கஷ்டமாக இருக்கலாம்.’

‘காலைவரை அவர்கள் காத்திருப்பார்களா!’

‘அதுதான் கடிதம் எழுதி வைத்திருக்கிறீர்களே.’

மற்றவர்கள் எல்லோரும் மௌனமாக இருக்க... கார் விரைய, சில இடங்கள் சற்றுப் பரிச்சயமாக இருப்பதுபோல் தோன்றியது. ‘இந்த வழிதான் என்று நினைக்கிறேன்.’

‘இந்த வழிதான், கவலைப்படாதீர்கள்.’

‘என் ஒரே கவலை போலீஸ் வருவது தெரிந்தால் அவர்கள் எக்கச்சக்கமாக ஏதாவது செய்துவிடுவார்களோ என்பதுதான்.’

‘போலீஸ் வருவது யாருக்கும் தெரியாது. அவ்வளவு நேர்முக மாகத் தாக்க மாட்டோம். கவலைப்படாதீர்கள்... முதலில் அந்தச் சந்தை நீங்கள் அடையாளம் கண்டுபிடிக்க வேண்டும். அதற்கே நேரமாகும் எனத் தோன்றுகிறது.’

க்ராலி விமான நிலையத்தின் அருகே வந்துவிட்டோம். பச்சை சிவப்புக் கண் சிமிட்டலுடன் விமானங்கள் இறங்கிக்

கொண்டிருந்தன. விமான வாயிலில் சில கார்கள் நின்று கொண்டிருந்தன.

‘அதோ பாருங்கள் உங்கள் மாக்ஸீஸ்.’ அந்த நியான் ஒளிர்ந்து கொண்டிருந்தது. அந்தக் கடையின் வாயிலில் எங்கள் கார் நின்றது. இருவர் எங்களுக்காகக் காத்திருந்தார்கள். லோக்கல் போலீஸ் போலும். கடை மூடியிருந்தது.

ரோவான் அந்த மாடியைப் பார்த்தார். ‘அங்கே போகவேண்டும். மாடிக்கு வழி இருக்கிறதா?’ என்றார்.

‘பின் பக்கம் இரும்புப் படிகள் இருக்கின்றன...’

‘மிஸ்டர் கணேஷ், நீங்கள் மட்டும் வாருங்கள். மற்றவர்கள் காரில் இருக்கட்டும்.’

21

ரோவான் அந்தச் செங்குத்தான படிகளில் சின்னப் பையன் போல ஏறினார். நான் தயங்கித் தொடர்ந்தேன்.

டெலிவிஷன் ஏரியல்கள். விமான நிலையத்தின் பீக்கன் விளக்கு பச்சை வெள்ளை என்று மாறி மாறிக் காட்டியது...

'மிஸ்டர் கணேஷ், பாருங்கள்...'

நான் நின்றேன். அந்தச் சந்திலிருந்து மாக்ஸீஸ் நேர்முகமாகத் தெரிந்தது. ரோவானின் முகத்தில் அதன் நீல நிறம் பிரதிபலித்தது. நான் அந்தப் பெரிய நியான் ஸைனின் கீழே நின்று பாரபெட் சுவரைப் பிடித்துக்கொண்டு எதிரே பார்த்தேன்.

'மை காட்!'

'ஏன்?'

அந்த உயரத்திலிருந்து எத்தனை ஒளிர்க் கோடுகள்...பிரதான சாலைகளின் ஆர்க் விளக்குகள்... பிரதானமல்லாத சாலைகளின் மஞ்சள் விளக்குகள், இருள் பொந்துகள்... இதில் அந்தச் சந்து எங்கே இருக்கிறது... அந்த கராஜ் எங்கே...

'என்ன யோசிக்கிறீர்கள்?'

‘ரொம்பக் கஷ்டம்’ என்றேன்.

‘சுலபம் என்று சொல்லவில்லையே நான்... அதோ பாருங்கள் மெலிதான கோடுகள்... அவை சிறிய தெருக்கள்.’

‘அந்த இடத்திலிருந்து ஓடியபோது ஒரு சந்து T வடிவத்தில் இருந்தது. அது ஒரு பக்கம் அப்ரப்டாக முடிந்திருந்தது...’

‘இங்கிருந்து தெரியாது.’

‘இப்போது என்ன செய்வது?’

‘நடை.’

‘புரியவில்லை.’

‘இந்த வட்டாரத்தில் ஒவ்வொரு பகுதியாக நடந்து பார்க்க வேண்டும். வேறு வழியில்லை...’

‘ஒரு கராஜ் இருந்தது. கராஜுக்கு அருகில் ஒரு வாசல்... மரப் படி...’

‘இந்த வட்டாரத்தில் நூறு கராஜ் இருக்கும். பார்க்கலாம். காலைவரை சமயம் இருக்கிறதே!’

மறுபடி கீழே சென்றோம். ‘ஹெண்டர்ஸன், கார் இங்கேயே இருக்கட்டும். நீங்களும் இங்கேயே இருங்கள். என்னிடம் ஒரு பர்ஸனல் ரேடியோ கொடுங்கள். நானும் கணேஷும் கொஞ்சம் நடை பயிலப் போகிறோம். தி ஈவினிங் இஸ் ப்ளெஸண்ட்!’

ஈவினிங்கா இவருக்கு! இரவு. ரோவான் ஒரு சிறிய ரேடியோத் தொடர்பு சாதனத்தை எடுத்து ‘செக் ஒன் டு!’ என்றார்.

‘க்ளியர்’ என்று காருக்குள் இருந்த ரேடியோ பதில் தந்தது. அந்தச் சாதனத்தைத் தன் பைக்குள் போட்டுக்கொண்டார். ‘வாருங்கள் கணேஷ்.’

நிதானமாக நடந்தோம். பிரதானத் தெருக்களைக் கடந்தோம். கடைகள் மூடியிருந்தன. அவற்றின் மௌனம் அமானுஷ்யமாக இருந்தது. பொம்மைகள் பொம்மைகள்... ஃபிஷ் அண்ட் சிப்ஸ்

என்கிற ஒரு கடை திறந்திருந்தது. 'ம்ம், டெலிஷியஸ்' என்று வாசனை பார்த்தார். நம் ஊர் கருவாட்டு நாற்றம். நடந்தோம். ரோவான் சரேல் என்று சந்தில் திரும்பினார். இருட்டில் கலந் தோம். நடந்தோம்...

'ஏதாவது பரிச்சயமான இடம் தென்படுகிறதா?'

'ஸாரி சார்.'

சுற்றிச் சுற்றி திரும்பி நடந்து... நடந்து மறுபடி திரும்பி... ஒரு மணி நேரத்துக்குப் பிறகு என் கால் கெஞ்சியது. ரோவான் இன்னும் நடக்கத் தயாராக இருந்தார். 'களைத்துவிட்டீர்களா? உங்களுக்கு என்ன வயது?'

எங்கேயாவது சற்று இளைப்பாறிவிட்டு மறுபடி தொடங்கலாம் என்று பெருமூச்சுகளுக்கு இடையே சொன்னேன்.

ஓபன் ஆல் நைட் என்று ஒரு சந்தில் விளக்கு எரிந்தது. வாசலில் தகடாக ஒரு ஆசாமி நின்றுகொண்டிருந்தான். இளைஞர்கள் வந்து போன வண்ணம் இருந்தார்கள். ஒவ்வொரு தடவை கதவு திறக்கும்போதும் திடும் திடும் என்று உள்ளே இருந்து வாத்திய சங்கீதம் கேட்டது.

'ஸ்ட்ரிப் ஜாயிண்ட்' என்றார் ரோவான். 'வாருங்கள், உள்ளே சற்று நேரம் உட்காரலாம்...'

கீழே படி இறங்கியது. பாதி இருட்டு. மேஜைகளுக்கு மட்டும் சுயநலத்துடன் விளக்குகள். நெருக்கமாகப் பலர் உட்கார்ந்திருக்க நட்ட நடுவே ஒரு வட்ட இடம் காலியாக இருந்தது. ஓர் ஓரத்தில் இருந்து மூன்று தலை கலைந்த இளைஞர்கள் தத்தம் வாத்தியங்களை உடைத்துக்கொண்டிருந்தார்கள். பார் அருகில் பலர் கூடி இருந்தார்கள். பளிச்சிடும் கால்களுடன் பெண்கள் காத்திருந்தார்கள். ரோவான் பார் அருகில் சென்று உயரமான ஸ்டூலில் உட்கார்ந்தார்.

'பை மி எ ட்ரிங்க் க்ராண்ட் பா'! என்றாள் ஒரு பெண். ரோவான் 'நோ க்ராண்ட்மா' என்றார். அவள் சிரித்தாள். எத்தனை பெயிண்ட். எத்தனை மேக் அப். புருவம், கண்ணிமைகள், கன்னத்தில் வெட்கம்... எல்லாம் பொய்...

ரோவான் பீருக்காகக் காசு வைத்து அடக்கமாக அதை ரசித்து, தாகத்துடன் நாங்கள் குடிக்கத் தொடங்க, அந்த வாத்தியக்காரர் கள் திடீரென்று வெறி பிடித்தாற்போல ஓங்கி வாசிக்க, எல்லோர் கவனமும் அந்த மத்திய வட்டத்தின் பால் செல்ல, உடம்பு முழுவதும் போர்த்திக்கொண்டு ஒரு பெண் மெலிய இருட்டில் வந்து நின்றாள். உடுக்கு அடிப்பதுபோல் டிரம் அடிக்க அதற்கேற்ற ஆவேசம் உண்டுபண்ணிக்கொண்டு அவள் நின்ற இடத்திலேயே சொடுக்கி ஆட, அவள் உடம்பின் வெளி வடிவம்தான் எங்களுக்குத் தெரிந்தது.

'கம் ஆன்! ஸ்விட்ச் தி ப்ளடி லைட்ஸ் ஆன்!' என்று ஒருவன் கத்தினான்.

யா யா என்று விசிலடித்துப் பலர் ஆமோத்தித்தனர். ரோவான் அந்தப் பக்கம் கவனமே இல்லாமல் தன் பீரை ரசித்துக் கொண்டிருந்தார்.

பட்டென்று விளக்கு எரிய அந்தப் பெண் சூயிங் கம் மென்று கொண்டே தன் போர்வையை ஒரு சுழற்றுச் சுழற்றி வீசி எறிந்தாள்.

லிஸா!

லிஸா தற்போதைக்கு இரண்டு சிறிய ஜிகினா சமாசாரம் மட்டுமே அணிந்துகொண்டிருந்தாள். அவள்மேல் விழுந்த உக்கிரமான வெளிச்சத்தில் அவை மின்னின. திடகாத்திரமான உயரமான பெண். சுற்றிலும் இருந்த இளைஞர்கள் அவ்வப்போது குடித்துக் கொண்டே, 'கம் ஆன்! ஆஃப் வித் இட் பேபி! லெட்ஸ் ஸீ வாட் யூ காட்!' என்று பொறுமையற்றார்கள். ஒருவன் அவள் காலைப் பற்ற அவள் தன் செருப்பை உதறினாள். அவள் தன்மேல் பதிந்திருக்கும் பார்வைகளைப் பற்றிக் கவலைப்பட்டதாகத் தெரியவில்லை. அவள் மென்றுகொண்டிருந்த சூயிங் கம்மும் பொதுவான விரக்தியுள்ள பார்வையும் அதைக் காட்டியது.

'சார், இந்தப் பெண்தான் என்னை அழைத்துச் சென்றாள்...' என்றேன்.

ரோவான் திரும்பிப் பார்த்தார். 'அமைதியாக இருங்கள். அவள் உங்களைப் பார்த்தாளா?'

'இல்லை.'

'அருகில் வருவாள். கவலைப்படாதீர்கள்.'

லிஸா தான் அணிந்திருந்த சொற்ப ஆடை அலங்காரங்களை ஒவ்வொன்றாகத் துறந்துகொண்டிருந்தாள். ஒவ்வொரு தடவையும் மெலிதான சீட்டி கேட்டது. 'ஃபாஸ்டர்! ஃபாஸ்டர்!' என்று ஆணைகளும் கேட்டன.

லிஸா தற்போது இருந்த நிலையைப் படமாக வரைய முடியாது. மெதுவாக சபையில் இறங்கி ஏதோ கடமைபோல் சுற்றிலும் இருந்த ஒவ்வொருவருடனும் ஒரு சிரிப்பு. ஒரு விசாரிப்பு. வழுக்கையாக இருந்தவர்கள் தலையைத் தடவல், கண்ணாடிக் காரர்கள் கண்ணாடியைப் பிடுங்குதல்... என்று கிரமப்படி விஜயம் செய்தாள், அவளைத் தொட வந்த கைகளைச் சாமர்த்திய மாக விலக்கிக்கொண்டே.

'சார், நம்மிடம் வருகிறாள்' கைக்குட்டையால் முகத்தைத் துடைத்துக்கொண்டேன்.

'வரட்டும்.'

'என்ன சொல்வது?'

'உன்னைத்தான் தேடிக்கொண்டு வந்தேன் என்று சொல்லுங்கள்...'

'எப்படி வந்தாய் என்று கேட்டால்.'

'தேர் ஷீ இஸ்.'

'ஹாய்!' என்றாள் ரோவானைப் பார்த்து! வாசனை என் மூக்கைத் துளைத்தது. ஒளி எங்கள் மேல் விழுந்தது.

'ஹாய்! யூ ஆர் லுக்கிங் க்ரேட்' என்றார் ரோவான்.

'பை மி எ ட்ரிங்க்!' என்று அவர் கோப்பையைக் காலி செய்தாள்.

'வித் ப்ளெஷர்.'

என்னைப் பார்த்தாள். முதலில் என்னை அடையாளம் கண்டு கொள்ளவில்லை.

'ஹலோ லிஸா!' என்றேன்.

திடுக்கிட்டாள். 'யூ!' பின்னால் திரும்பிப் பார்த்தாள்.

'வாட் ஆர் யூ டுயிங் ஹியர்?' அதிர்ஷ்டமான இடத்தில் மச்சம்.

'உன்னைத்தான் தேடி வந்தேன்.'

'வாட் டு யூ மீன்?'

'பணம் கொண்டு வந்திருக்கிறேன்...'

'இங்கே எப்படி வந்தாய்?'

'விசாரித்து வந்தேன்' என்றேன். வேறு எதுவும் தோன்றவில்லை.

'பணம் வைத்திருக்கிறாயா?'

'ஆம்.'

'ஒரு நிமிஷம்.'

லிஸா மறுபடி மத்தியில் சென்று ஏதோ ஆடுகிறேன் என்று பெயர் பண்ணிவிட்டு உள்ளே மறைந்தாள்...

ஏமாற்றத்துடன் ரசிகர்கள் கண்ணாடியை உடைத்து அட்டகாசம் செய்தார்கள். பாண்டு வாத்தியக்காரன் மைக்கைப் பற்றிக் கொண்டு 'நம் அடுத்த அயிட்டம் உங்களுக்காகவே ஸ்பெஷலாக பாங்காக்கிலிருந்து கொண்டுவரப்பட்டிருக்கும் கிழக்கு தேச மோகினி...' என்று ஆசைகாட்டிப் பார்த்தான்... கூச்சலிட்டார் கள். மெலிதாக அவனே கை தட்டிக்கொண்டான்.

'சார், அவள் என்ன செய்வாள்?'

'டெலிபோன் செய்வாள். அவர்களைக் கூப்பிடுவாள்..'

ரோவான் தன் பைக்குள் இருக்கும் ரேடியோவை எடுத்து அதனருகில் உதடுகளை வைத்து ரகசியம் போல் ஏதோ பேசியது அந்த இறைச்சலில் எனக்குக் கேட்கவில்லை.

'ஐ ஹோப் தே ரிஸீவ்ட் இட்! இங்கே உடனே வரச் சொல்லி இருக்கிறேன்.'

நான் லிஸா மறைந்த அறை வாசலையே கவனித்துக் கொண்டு இருந்தேன். சற்று நேரம் எதுவும் நிகழவில்லை. ரோவான் என்னைப் பார்க்காமல் முணுமுணுத்தார். 'அவர்கள் உங்களை நோக்கி வருகிறார்கள். உங்களுக்கும் எனக்கும் சம்பந்தமில்லை. அழைத்துச் செல்வார்கள். அவர்கள் பின் செல்லுங்கள். கவலைப் படாதீர்கள்.'

என் தோள் மேல் கை படர்ந்தது. மஸ்தான ஆசாமி. 'என்னுடன் வா!' என்றான். அவனை நேற்று முன்தினம் பார்த்த ஞாபகமாக இருந்தது. என்னை அடித்தவன். அருகிலேயே நெருக்கமாக இரண்டு பேர் நின்றுகொண்டிருக்க அவர்கள் என்னை அடை காத்து ஹோட்டலின் பின்புறமாகத் தள்ளியே அழைத்துச் சென் றார்கள். ரோவானைத் திரும்பிப் பார்க்க எனக்குச் சந்தர்ப்பம் கிடைக்கவில்லை. அவர்கள் என்னை அழைத்துச் சென்ற வேகத்தில் ரோவான் என்னை எப்படித் தொடரப் போகிறார் என்று கவலை ஏற்பட்டது.

வெள்ளைத் தொப்பி அணிந்த சமையற்காரர்கள் ஸாஸ்பேனில் மாமிசம் வறுத்துக்கொண்டிருந்தார்கள். கண்ணாடிப் பெட்டிக் குள் ஸாஸேஜ் துண்டுகள். அது என்ன எண்ணெய் போட்டு வறுக்கிறார்களோ, நாற்றம் பரிச்சயமில்லாததாக இருந்தது. இத்தாலிய மொழிபோல அதிகம் கேட்டது. சமையற் பகுதியைக் கடந்து என்னைக் கொண்டுசென்றார்கள். ஹோட்டலின் பின் புறம் பேஸ்மெண்ட் பகுதியில் குப்பை கூளங்களுக்கு மத்தியில் வெளிப்பட்டோம். படி ஏறித் தெரு மட்டத்துக்கு வந்தோம். அவர்கள் என்னை ஓட்டமும் நடையுமாக அழைத்துச் சென்றார்கள்.

நான் பின்னால் திரும்பிப் பார்க்கும் ஆவலைக் கட்டுப்படுத்திக் கொண்டேன். ரோவான் அதற்குள் எங்கள் பின்னே தொடர்ந் திருப்பாரா. எனக்கு நம்பிக்கை இல்லை. ஒரு தடவை சந்து முனையில் திரும்பும்போது வந்த திசையை நோக்கும் சந்தர்ப்பம் கிடைத்தது. ம்ஹூம். ஒருவரும் இல்லை. 'நான் காலி!' என்று நினைத்துக் கொண்டேன். என்ன கேட்கப் போகிறார்கள்? என்ன சொல்லப் போகிறேன்? சரியானபடி ஒற்றை ஆளாக மாட்டிக் கொண்டேன்.

'அம்மா வீடு எங்கே' என்று சிறு வயது விளையாட்டு ஞாபகம் வந்தது. சந்து சந்தாகத் திரும்பி... அதோ அந்த கராஜ். அதோ அந்த வாயில்... கதவை அனாவசிய பலத்துடன் அவன் தட்ட, அது திறக்க, மரப்படி தென்பட்டது.

ஆம், பழைய இடம், கதவு உட்புறம் தாளிடப்பட்டது. என்னைத் தள்ளிக்கொண்டு சென்று ஹாலில் தனியே விட்டார்கள். சுற்றிலும் பார்த்தேன். ஒருவரும் இல்லை. ஓரத்திலிருந்து குரல் கேட்டது.

'வெல்கம் மிஸ்டர் கணேஷ்! நீங்கள், நான் எதிர்பார்த்ததைவிடச் சாமர்த்தியக்காரர்.'

'வந்து சேர்ந்துவிட்டேன்!' என்று சிரிக்கப் பார்த்தேன்.

அவன் என் எதிரே வந்து நின்றான். பழைய ஆசாமிதான். பனியன் கூட அணியாமல் இருந்தான். அவன் புஜங்களின் வலிவு என் தொண்டையை அடைத்தது. பச்சை குத்தியிருந்தான். குஸ்தியில் இருக்க வேண்டியவன்.

'எப்படி இங்கு வந்தீர்கள் என்பதைச் சொல்கிறீர்களா?'

'உங்கள் ஆசாமிகள்தான் அழைத்து வந்தார்கள்'

'எப்படி க்ராலிக்கு வந்தீர்கள்?'

'உங்களைப் பர்ஸனலாகச் சந்தித்து விஷயத்தை விளக்குவதற்கு.'

'நான் அதைக் கேட்கவில்லை. எப்படி வந்தீர்கள்? எப்படித் தெரியும் இந்தப் பகுதியில்தான் நாங்கள் இருக்கிறோம் என்று.'

'நேற்று முன்தினம் நான் தப்பிச் சென்றபோது ஒரு வீட்டில் நுழைந்தேன். அங்கே ஒரு பார்ட்டி நடந்துகொண்டிருந்தது. அங்கே விசாரித்துக்கொண்டேன்.'

அவன் கோபத்துடன் தன் சகாக்களில் ஒருவனைப் பார்த்து, 'லிஸாவைக் கூப்பிடு' என்றான்.

லிஸா இப்போது உடை உடுத்தியிருந்தாள். அவள் மேக் அப் கலைந்திருந்தது. 'லிஸா, நீ என்னிடம் என்ன சொன்னாய்?'

'என்ன சொன்னேன்!' என்றாள் பயப்படாமல்.

'அவனை உடனே பிடித்துவிட்டீர்கள் என்றுதானே?'

'ஆம், அப்படித்தான். சிக்கோவைக் கேட்டுப் பார்.'

'சிக்கோ?' என்று இரைந்தான்.

சிக்கோ என்பவன் இருவரையும் மாறி மாறிப் பார்த்து மிரண்டான்.

லிஸா, 'அப்படித்தான்' என்றாள்.

'ஏதோ வீட்டில் நுழைந்து விசாரித்ததாகச் சொல்கிறானே!'

'பொய்.'

பச்சை குத்தின ஆசாமி அருகில் வந்து என் தோளில் தட்டி, 'ஸோ யு வென்ட் டு தி போலீஸ்' என்றான்.

'போலீஸ்? போலீசிடம் யார் சென்றார்கள்? அவர்கள் ப்ரியா இறந்துவிட்டதாகச் சொல்கிறார்கள். இது என் ஸோலோ முயற்சி. ஜனார்தனும் நானும் சேர்ந்து பணம் கொடுத்துவிடத் தீர்மானித்துவிட்டோம். ஏறக்குறையச் சேர்த்தாகிவிட்டது. அந்தக் கடிதத்தை நீங்கள் படித்திருப்பீர்கள் என நினைக்கிறேன். ப்ரியாவுக்கு ஒன்றும் ஏற்பட்டுவிடக்கூடாது என்கிற கவலைதான் எங்களுக்கு. போலீஸ் உதவியை நாடினால் என்ன நிகழும் என்பது நன்றாகத் தெரியும். சத்தியமாக நான் விசாரித்துக் கொண்டு வந்தேன். என்னுடன் வந்தால் அந்த வீட்டை அடையாளம் காட்டுகிறேன். பேஸ்மெண்ட்டில் இருந்தது. சந்தின் முடிவில் இருந்தது. அங்கே ஒரு பார்ட்டி நடந்துகொண்டிருந்தது. நான் உள்ளே சென்று விசாரித்தேன். வெளியே வரும்போதுதான் பிடிபட்டேன்... நீங்கள் விசாரித்துத் தெரிந்துகொள்ளலாம்...'

'சிக்கோ! என்ன நடந்தது? உன் மூளையைத் தகர்த்துவிடுவேன்.'

சிக்கோ மறுபடி மிரள மிரள லிஸாவைப் பார்த்தான். 'லிஸா, நீயே சொல்லிவிடு' என்றான்.

லிஸா, 'அவன் பணம் கொண்டு வந்திருக்கிறான்' என்றாள்.

இத்தாலிய மொழியில் அவன் படபடவென்று பொரிந்தான்... சிக்கோவை அசுரத்தனமாக அடித்தான். என்னிடம் வந்தான். 'பணம் வைத்திருக்கிறாயா?' என்றான்.

‘ஆம்’ என்றேன். ‘ஆனால்...’

‘என்ன ஆனால்?’

‘முதலில் நான் ப்ரியாவைப் பார்க்க வேண்டும்.’

‘முதலில் பணத்தைக் காட்டு, எங்கே பெட்டி? எதுவும் இல்லையே?’

‘டிராஃப்ட் வைத்திருக்கிறேன். டிராஃப்ட் என்றால் தெரியுமா? ஓப்பன் டிராஃப்ட். முழுத்தொகையும் நாளைக்குத்தான் புரட்ட முடியும். முப்பதினாயிரத்துக்கு டிராஃப்ட் இருக்கிறது, லாயிட்ஸ் பாங்க்.’

‘காட்டு’ என்றான்.

நான் பைக்குள் கை விட்டேன், பிஸ்டல் உறுத்தியது. அட!

22

'ப்ரியாவைக் காட்டு, பணத்தைக் காட்டு கிறேன்' என்றேன்.

'சிக்கோ, அதை பிடுங்கு அதை!'

சிக்கோ என்னிடம் வர நான் பின்வாங்கிக் கொண்டேன்.

'வெய்ட் எ மினிட். வராதே. அருகே வராதே! ப்ரியாவைப் பார்க்காமல் நான் பணம் கொடுக்கத் தயாராக இல்லை.'

'சிக்கோ, பிடி அவனை!'

'வராதே. சுட்டுத் தீர்த்துவிடுவேன்...'

'பாஸ்! துப்பாக்கி வைத்திருக்கிறான்!'

'என்னது!' அவன் முகம் கொடூரமாக மாறியது.

'முதலில் உன்னைச் சுட்டுவிடுவேன்... வராதே! பொம்மை இல்லை இது!' ஒரு தடவை என் பதட்டத்தில் அழுத்தியே விட்டேன்.

'ஓ! மாமா மியா!' என்று அலறி சிக்கோ முழங்கையைப் பிடித்துக் கொண்டு சுருண்டு விட்டான். அவன் விரல்களுக்கு இடையில் ரத்தம் தெறித்தது.

'யூ காஃபி ப்ரெளன் பாஸ்டர்ட்!'

'மறுபடி சுடுவேன்!' ஸ்தம்பித்துவிட்டார்கள். ஒரு சிறிய ஆயுதம். அதற்கு அத்தனை மரியாதை. அவர்கள் என்னை எதிர்பார்க்க வில்லை. துப்பாக்கி வைத்திருப்பதை எதிர்பார்க்கவில்லை. சுடுவதை எதிர்பார்க்கவில்லை.

எனக்கு சிக்கோவைப் பார்க்கப் பாவமாக இருந்தது.

'என்ன வேண்டும் உனக்கு?' என்றாள் லிஸா.

அவர்கள் சடுதியில் இத்தாலிய மொழியில் பேசிக் கொண்டார்கள்.

ஸாண்டோவின் பச்சை குத்தியிருந்த மார்புக்கு நேராக துப்பாக்கியைப் பிடித்திருந்தேன். 'இவன் நகர்ந்தால் நிச்சயம் சுட்டுவிடுவேன். லிஸா! நீ போய் அந்தப் பெண்ணை அழைத்து வா! சரியாக ஐந்து நிமிஷம்தான் பொறுத்துக்கொள்வேன். மற்றவர்கள் இங்கேயே இருக்கவேண்டும். லிஸா, நீ மட்டும் செல்லவேண்டும்.'

இரண்டு கைகளையும் நேராக மார்புக்கு நேராக...

மறுபடி இத்தாலிய மொழியில் பேசிக்கொண்டார்கள். லிஸா கிளம்பிச் சென்றாள்.

எல்லோரும் நின்றுகொண்டிருந்தது வினோதமாக இருந்தது. நான் ஆடாமல் அசங்காமல் சரியான உயரமாக அவன் மார்புக்கு நேரே பிடித்துக்கொண்டிருந்தேன். அவன் என்னை அலட்சிய மாகப் பார்த்தான். எனக்குத்தான் வியர்த்திருந்தது. சிக்கோ தரையில் விரித்திருந்த கார்ப்பெட்டை ரத்தப்படுத்திக் கொண்டிருந்தான்.

அந்த அறையில் நான்கு பேர்தான் இருந்தனர். அவர்கள் ஒவ்வொருவரையும் கண்காணிப்பது எனக்குச் சிரமமாக இருந்தது. இருந்தும் அவன் மார்பின்மேல் பதித்த குறியை விலக்கவில்லை. அவன் என்னைச் சந்தேகமாகப் பார்த்துக் கொண்டே பேச ஆரம்பித்தான். 'பேசாதே' என்றேன். நிறுத்தி விட்டான். துப்பாக்கி கொடுத்த ரோவானை மனதார வாழ்த்தி னேன். அறையில் மின்சாரம் பரவியிருந்ததுபோல ஒரு நிலை. எல்லோரும் என்னையே பார்த்துக்கொண்டிருக்க ஒருவன் மட்டும் இன்ச் இன்ச்சாக என்னை நோக்கி நகருவதைக்

கவனித்தேன். சட்டென்று அவனை நோக்கி ஓரமாகச் சுட்டேன். படவில்லை. ஆனால் பயங்கரமாக எதிரொலித்தது. அந்த கெமிக்கல் வாசனை எனக்குச் சுகந்தமாக இருந்தது. 'ஐ மீன் பிசினஸ். நகர்ந்தால் போதும். சுடத் தயங்கமாட்டேன்...'

ஸாண்டோ அவர்களைச் சும்மா இருக்குமாறு சொன்னான். லிஸா வந்தாள். கையைப் பிடித்துக்கொண்டு அவளுடன் ஒரு பெண்.

ப்ரியா!

ஆம், ப்ரியாதான். பார்த்து வருஷக் கணக்கில் ஆகிவிட்டது போல அவள் உடை என்னவோ... சட்டை கூந்தல் முழுக்க, களேபரமாக அழுக்கு. மெலிந்து கண்களுக்குக் கீழ் கறுப்பு நிழல்கள்... பயத்துடன் மெதுவாகக் கண்களை நிமிர்த்தி அந்தக் கூட்டத்தைப் பார்த்தாள். என்னைப் பார்க்கவில்லை.

'ஹலோ ப்ரியா' என்றேன்.

என்னைப் பார்த்தாள். நெற்றியைச் சுருக்கி அடையாளம் தேடினாள்.

'இப்படி வா. இங்கே வந்துவிடு.'

தமிழைக் கேட்டதும் அவள் முகம் மலர்ந்தது. 'யார்?' என்றாள்.

'கணேஷ்!'

'கணேஷ் சார்! கணேஷ் சார்! நீங்களா?' அவள் உடனே விசித்து அழ ஆரம்பித்தாள். 'எத்தனை நாளாக உங்களுக்காகக் காத்திருக் கிறது.'

'அப்புறம் அழலாம், என் கிட்ட வா!' என்றேன்.

அவள் ஓடியே வந்தாள்.

'இதோ பார் ப்ரியா. இவர்கள் எல்லாம் அபாயகரமானவர்கள். என் பின்னால் நின்றுகொள். இன்னும் உனக்கு விடுதலை கிடைக்கவில்லை. நான் இவர்களுடன் பேசித் தீர்த்து வைக்கி றேன். நெற்றியில் என்ன காயம்?'

'ரூமில் விழுந்துவிட்டேன், கணேஷ் சார்! இந்த பப்பு யூஸ்லெஸ். என்ன பண்ணினான் தெரியுமா?'

‘அதை அப்புறம் பேசிக்கொள்ளலாம்... இப்போது நான் எங்கே போனாலும் என் பின்னாலேயே க்ளோஸாக வரவேண்டும். தெரிகிறதா?’

ப்ரியா என் முதுகின்பின் ஒட்டிக்கொண்டாள். என்னை இறுகப் பற்றிக்கொண்டாள். ‘அந்த வெற்று குண்டன்தான் என்னை அடித்தான்’ என்றாள்.

‘எடு பணத்தை! அந்தப் பெண்ணைத்தான் கொண்டுவந்து காட்டிவிட்டோமே?’ என்றான் ஸாண்டோ.

‘அது அவ்வளவு சுலபமில்லை. முதலில் நாங்கள் இருவரும் வெளியே செல்லவேண்டும். இந்த இடத்தை விட்டு வெளியில் சென்றபிறகுதான் ட்ராஃப்ட்டை உன்னிடம் கொடுப்பேன்... முதலில் எங்களுக்கு வழிவிட வேண்டும்... எங்கே மற்றொரு ஆள்... பரத்குமார்?’ என்றேன்.

‘கணேஷ் சார், பப்பு இங்கேயே இருக்கட்டும், வேண்டாம்! அவனுடன்(தான்) நான் பேசுவதில்லை’ என்றாள் ப்ரியா.

‘இரு ப்ரியா... அவனையும் கூட்டி வரவேண்டும், அப்போது தான் பணம் தருவேன்...’

‘லிஸா?’ என்றான் ஸாண்டோ.

‘அவன் பொய் சொல்கிறான். அவனிடம் பணம் நிச்சயம் இல்லை!’

‘கணேஷ் சார், பப்பு வேண்டாம். வா போகலாம்!’

‘இரு ப்ரியா, அவனை அப்படி விட்டுவிடக் கூடாது. அது தப்பு.’

‘அப்படித்தான் விடவேண்டும்! கையாலாகாத... பப்பு. ஒரு நாற்காலியை இந்தண்டை தள்ளிப்போடத் தெரியாது. கணேஷ் சார், எனக்குப் பசிக்கிறது. வெளியிலே போனவுடன் காரமாக ஏதாவது சாப்பிடவேண்டும். நாலு நாளாக பன்றி மாமிசத்தையே போட்டு உயிரை வாங்கினார்கள். தொடவில்லை. அதுவும் அந்த ராட்சசி இருக்கிறாளே! ஆம்பிளை பாப்பாத்தி. அவளுக்கு என் தலைமயிரைக் கண்டால் பொறாமை. வெட்டிவிடுவேன், வெட்டிவிடுவேன் என்று எத்தனை தடவை...’

ப்ரியாதான்! பழைய ப்ரியாதான். 'ப்ரியா. அதை எல்லாம் அப்புறம் சொல்லலாம். இப்போது சற்றுப் பேசாமல் என்னுடனே இரு.'

'கட்டிக் கொள்ளட்டுமா?' என்று இறுக்கினாள்.

'வேண்டாம். மூச்சுத் திணறுகிறது... எல்லோரையும் மாறி மாறிப் பார்த்துக்கொண்டிரு, எவன் நகர்கிறான், நம் பக்கம் வருகிறான் என்று பார். இந்தத் துப்பாக்கிதான் நம் ஒரே பாதுகாப்பு...'

'வாங்கினாயா? சின்னதாக நன்றாக இருக்கிறதே. வெடிக்குமா?'

'வெடித்துத்தான் அங்கே கீழே உட்கார்ந்திருக்கிறானே பார்.'

'ஐயோ, நிறைய ரத்தம். கணேஷ் சார், இந்தப் பப்பு என்ன செய்தான் தெரியுமா...'

'ஷட் அப் ப்ரியா... லுக் அவுட்!'

எப்போது அது நிகழ்ந்தது என்று தெரியவில்லை. எதிரிலிருந்து ஒருத்தன் அமானுஷ்யமாக என்மேல் பாய்ந்துவிட்டான். அவன் என்னிடமிருந்து ஒரு பதினெட்டு அடி தூரமாவது இருந்திருக்க வேண்டும். ஒரே ஓட்டம். என் பக்கம் ஓடிவந்து ஜூடோக் காரர்கள் போல் உயர எம்பி... அதற்குள் சுட்டுவிட்டேன். குறி கலைந்து எவர் மேலும் பட்டதாகத் தெரியவில்லை. ப்ரியா க்ரீச்சென்று கத்தினாள். துப்பாக்கி உதறி விழுந்துவிட்டது.

இப்போது நால்வரும் என்மேல் படிந்துவிட நான் நழுவிக் குனிந்து ஒருவனை முக்கியமான பகுதியில் முழுங்காலில் உதைத்தேன். மற்றவனை எப்படி அடித்தேன் என்று தெளிவாக ஞாபகமில்லை. கைக்கு எது அகப்படும் என்று கவனிக்காமல், இருக்கிற சாமான்களை எல்லாம் எடுத்து அடித்தேன். காட்டு அடி! என் கையில் ஒரு நாற்காலியா? அதை விர்ர் விர்ர் என்று வீசினேன்.

ம்ஹூம்! நான்கு பேர்களைச் சமாளிக்க முடியவில்லை. ப்ரியா மார்பைப் பிடித்துக்கொண்டு ஓர் ஓரத்தில் கண்களில் பீதியுடன் நின்றாள்.

அவர்கள் என்மேல் குவிந்து அனாவசியமான தர்ம அடி அடித்தார்கள்... மயக்கம் வரும்போலிருந்தது...

நிற்க முடியவில்லை. உட்கார்ந்தேன். உட்கார முடியவில்லை. தரையில் சாய்ந்தேன்...

'நிறுத்து' என்று ஸாண்டோ கீழே கிடந்த துப்பாக்கியைப் பொறுக்கிக்கொண்டு என் அருகே வந்தான்.

அதி வேகத்தில் செயல்பட்டார்கள். என்னை ஏதோ லக்கேஜ் போலப் பயன்படுத்தினார்கள். அடிபட்ட சிக்கோ மிகவும் பிரயத்தனத்துடன் எழுந்து என் முக்கியமான ஓர் அந்தரங்கத்தைச் சிதைக்க வந்தான். 'லேட்டர்' என்று பெரியவன் சொல்ல சிக்கோ என்னை இத்தாலிய மொழியில் திட்டியது எல்லாம் எனக்கு அர்த்தம் புரிந்தது. ப்ரியா அவர்களுக்கு முன் மிகச் சிறியவளாகத் தெரிந்தாள். நைட் கிளப்பில் உடை உரித்த லிஸாவால் அவளைத் தூக்க முடிந்தது. 'சிக்கோ, லுக் அட் ஹர் பூப்ஸ்' என்று அவள் செய்த காரியம் கீழ்த்தரமானது.

ப்ரியா, 'விடுடி என் சட்டையை' என்று வீறிட்டாள். கன்னத்தில் வெட்கச் சிவப்பைக் கண்ணீர் நனைத்தது.

'ப்ரியா, தைரியமாக இரு. கொஞ்ச நேரம்தான், இதெல்லா...' என்னால் வாக்கியத்தை முடிக்க முடியவில்லை. அடித்துவிட்டான் முகத்தில்!

எங்கே போனார் அந்த ரோவான்? ஏன் இன்னும் அவர்கள் வரவில்லை? எந்த நேரத்திலும் போலீஸ் படை கதவை உடைத்துக் கொண்டு பிரவேசிப்பதை எதிர்பார்த்தேன். நிகழவில்லை.

எங்கள் இருவரையும் ஒன்று சேர்த்து அந்த மரப்படிகளில் அழைத்துச் சென்றார்கள். கராஜுக்கு உட்பக்கமாகக் கதவு இருந்தது. அதை உதைத்துத் திறந்து, காத்திருந்த காரில் எங்களை அடைத்தார்கள். இரண்டு பக்கமும் இருவர் ஏறிக்கொண்டார்கள். முன் சீட்டில் இருவர் ஏறிக்கொண்டார்கள். கார் பின்பக்கம் போகும்போதே முப்பது மைல் வேகத்துக்கு ஓசைப்பட்டது.

சற்றே நேரம் நாங்கள் அந்தச் சந்தைவிட்டு வெளியே. என் அருகில் அமர்ந்திருந்தவன் என் விலாப் பக்கத்தில் துப்பாக்கி பதித்திருந்தான். பசை போட்டு ஒட்ட வைத்தாற்போல் இந்தப் பக்கம் ப்ரியா. அந்த ஓரத்தில் மற்றொருவன், கார் முழுவதும் சாராய நெடி. ஜன்னல் மூடி இருந்தது. 'ஒரு வார்த்தை வெளி

வந்தால், ஒரு முனகல் வெளிப்பட்டால் சுட்டுவிடுவேன்' என்றான் முன் சீட்டுக்காரன். நாங்கள் பேசவில்லை.

கார் அகலமான பாட்டையில் சென்றுகொண்டிருந்தது. கோடை தினமானதால் வானத்தில் வெளிச்சம் சீக்கிரமே வந்துவிட்டது. பள்ளிக்கூட பஸ்ஸுக்காகக் காத்திருந்த இளம் சிறுவர்கள் உற்சாகத்துடன் எங்கள்மீது மானசீகமான கிரிக்கெட் பந்தை பௌலிங் செய்தார்கள். ராட்சச லாரி ஒன்றைக் கடந்தோம். கார்களைக் கடந்து கடந்து கடந்து சென்றோம். ப்ரியாவின் உடல் நடுங்கிக்கொண்டிருந்தது. அருகில் இருப்பவன் மேல் அதிகம் படாமல் ஏறக்குறைய என்மீதே உட்கார்ந்திருந்தாள். அவள் கைகள் என் கைகளைத் தேடின.

முள் எழுபதைத் தொட்டு எழுபத்தைந்து எண்பதை எல்லாம் விஜயம் செய்து பார்த்துக்கொண்டிருந்தது. அசுர வேகத்தில் கண்ணாடி ஜன்னல்கள் நடுங்கின. எங்கே இந்த ரோவான்? இந்த வேகத்தில் எங்களை எப்படிப் பின்தொடரப் போகிறார்கள்? தெற்கு முகமாகச் செல்கிறது கார். ஏ-23 என்கிற ராஜ பாட்டையில் செல்கிறது. பச்சை போர்டுகளின் நடுவே துல்லியமான மஞ்சள் எழுத்துக்கள். ஹார்ஸ்ஹம், க்லோஹம், த்ரீ ப்ரிட்ஜஸ், சிக்கலான பாதை வழிப் பெயர்கள். எத்தனை பெயர்களை ஞாபகம் வைத்துக்கொள்வது?

இருந்தும் எல்லாப் பெயர்களையும் மனப்பாடம் செய்துகொள்ள முயற்சித்தேன். எப்போது எப்படி உபயோகப்படப்போகிறது? விண்ட்ஷீல்ட் கண்ணாடியில் பிரதிபலிப்பைப் பார்த்தேன்.

எந்தக் காரும் எங்களைத் தொடர்ந்ததாகத் தெரியவில்லை. மிக வேகத்தில் விலகிக்கொண்டிருக்கிறோம். ஏதாவது நடந்தே ஆகவேண்டும். சில நிமிஷங்களுக்குள்...

என் விலாவில் துப்பாக்கி உறுத்தியது. ப்ரியாவின் உடல் சுட்டது. ஜுரமா? எங்கே போய்த் தொலைந்தீர் ரோவானே! எங்கே ஹெண்டர்ஸன்? எங்கே அத்தனை போலீஸ்காரர்களும்? இவ்வளவு அருகில் வந்து நடை தூரத்தில் கோட்டை விட்டு விட்டீர்களே! கோபம் வந்தது. தனியாக என்ன செய்வது. அதுவும் பெண்ணை வைத்துக்கொண்டு! அதுவும் எழுபது மைல் வேகத்தில்.

காரின் டாஷ்போர்டைப் பார்த்தேன். ஒரு விஷயம் புலனாயிற்று. இவர்களுக்கு அதி சீக்கிரம் பெட்ரோல் தேவைப்படும்.

பெட்ரோல் டாங்க் ‘C’க்கு அருகில் எம்ப்ட்டி என்று காட்டியது. இங்கிலாந்தில் இருக்கும் அத்தனை பெட்ரோல் நிலையங்களும் காணாமற் போகட்டும். இவர்கள் முள்ளைக் கவனிக்காதிருக் கட்டும். கார் நின்றுபோகட்டும்.

என் மனத்தில் நினைத்ததைக் கேட்டுவிட்டதுபோல் அவர்களில் ஒருத்தன் டிரைவரிடம் பெட்ரோல் முள்ளைக் காட்டினான். அவன் சபித்துக்கொண்டு இத்தாலிய மொழியில் பேசினான். அவர்கள் அடுத்த பெட்ரோல் நிலையத்தின் அடையாளங்களைச் சாலையின் இரு மருங்கிலும் தேடினார்கள். ஐந்து மைலுக்குள் அகப்பட்டது. கடவுளே அது மூடி இருக்கவேண்டும். இத்தனை காலையில் யார் பெட்ரோல் தருவார்கள்?

‘ஓப்பன் 24 அவர்ஸ்’ என்ற விளம்பரம் என்னைப் பார்த்துச் சிரித்தது. கார் பம்பின் அருகில் சென்று நின்றது. ஒரே ஓர் இளைஞன் பம்பின் அருகே நின்றுகொண்டிருந்தான். மற்றவர் எவரும் இல்லை.

23

வாஷ் ரூம் இருந்தது. தூரத்தில் டெலிபோன். காசு போடும் டெலிபோன் இருந்தது.

'ஃபில் ஹர் அப்.'

'எஸ் சார், தாங்க் யூ சார்' என்று அந்த பெட்ரோல் இளைஞன் ரப்பர் பம்பை விடுவித்தான். என்னைப் பார்த்துக்கூடச் சிரித்தான். விலாவில் துப்பாக்கி மேலும் பதிந்து வாயைத் திறந்தாயோ நானும் திறப் பேன் என்று காட்டியது. ப்ரியா நிமிர்ந்தாள்.

'எனக்கு டாய்லெட் போகவேண்டும்' என்றேன்.

'எனக்கும்தான்' என்றாள்.

'ஷட் அப்' என்றேன் செல்லமாக.

டெலிபோன் சூரிய வெளிச்சத்தில் ஸ்பஷ்ட மாகத் தெரிந்தது. எனக்கும் விடுதலைக்கும் இருபது கஜம். பெட்ரோல் இளைஞன் வெள்ளைக்காரன். கையில் ஆடம் ஸ்மித் தின் புத்தகம் வைத்துக் கொண்டிருந்தான். விசில் அடித்துக்கொண்டே நிரப்பிக் கொண் டிருந்தான். பம்ப் உறுமிக்கொண்டிருந்தது. எண்கள் படக் படக் என்று உருண்டுகொண் டிருந்தன.

ஓடுவது முட்டாள்தனம். சுட்டுவிடுவான்.

நான் ப்ரியாவின் முதுகில் கை வைத்தேன். அவள் திடுக்கிட்டு நிமிர்ந்தாள்.

பெட்ரோல் இளைஞன் பார்வை மெதுவாக அசுவாரசியமாக அலைந்தது. என்மேல் நிலவியது. சிரித்தான். ப்ரியாவின்மேல் பட்டது! 'நடுவே இரண்டு இந்தியர்கள்! பக்கத்தில் இத்தாலியர் கள். என்ன அது... யோசித்துப் பாரேன் முட்டாளே! ஆடம் ஸ்மித் படிக்கிறாயே! உடனே போலீசுக்கு போன் பண்ணேன்...' என்று எப்படி அவனுக்குச் சொல்வது... மௌனமாக...

ப்ரியாவின் முதுகு மிகவும் மிருதுவாக இருந்தது. அவள் ப்ரேசியர் அணியவில்லை என்பது எனக்கு சற்று முன்பே தெரிந்திருந்தது...

அந்த இளைஞன் இப்போது ப்ரியாவை வைத்த கண் வாங்காமல் பார்த்துக்கொண்டிருந்தான். அவன் புன்னகை பாதியில் நின்றுவிட்டது.

பணத்தை வாரிக் கொடுத்துவிட்டு சீறிப் புறப்பட்டார்கள். போலீஸ் வருவார்கள் என்கிற நம்பிக்கை எழுபது மைல் வேகத் தில் விலகிக்கொண்டிருந்தது. எங்கே அழைத்துச் செல்கிறார் கள்? மற்றொரு இடத்துக்கு... மற்றொரு பகுதிக்கு... மற்றொரு இருளுக்கு.

ப்ரியா என்மேல் சாய்ந்து பாதி தூங்கினாள். ப்ரைட்டன் எவ்வளவு மைல் என்று அடிக்கடி போர்டு அறிவித்தது. ப்ரைட்டனுக்குப் போகிறார்களோ? ப்ரைட்டன் எங்கே பார்த்திருக்கிறேன். ப்ரைட்டன்... கடற்கரைப் பிரதேசம், ஓ! நோ!

இரவு முழுவதும் தூக்கமில்லை. கண்கள் கனத்தன. தூங்காதே, விழித்திரு, என்ன பிரயோஜனம்? என்னை இனிமேல் விட்டு வைக்கப் போகிறார்களா?

வாட் ஹாப்பன்ட் ஸ்காட்லண்ட் யார்ட்? ஏதாவது நிகழ்ந்தே தீர வேண்டும். அவர்கள் முட்டாள்கள் அல்ல. ரோவான் என்ன செய்திருப்பார்? நான் அந்த நைட் கிளப்பிலிருந்து கிளம்பியதும் உடனே என்னை பின்தொடர முயற்சித்திருப்பார். அந்தப் பெண் அதிவேகமாக என்னை அழைத்துச் சென்றாள். ஒரு பேண்ட்ரி மூலம் ஒரு பேஸ்மெண்ட் வழியாக சந்து பொந்துகளில் எல்லாம் திரும்பித் திரும்பி அவர் ஒருவரால் அந்த 'பாரி' உடம்பை

வைத்துக்கொண்டு முழுவதும் பின்தொடர்ந்திருக்க முடியாது. தடயம் தவற விட்டிருப்பார். அதுதான் காரணம். ஆனால் தவற விட்டால் சும்மா இருப்பாரா? உடனே அந்தப் பெண்ணைப் பற்றி விசாரித்திருக்க மாட்டாரா? அந்த நைட் கிளப் ஆசாமிகளை ஒரு கலக்கு கலக்கியிருக்க மாட்டாரா? யார் அவள்? அவளுடன் சம்பந்தப்பட்டவர்கள், நண்பர்கள் யார் யார்? அவர்கள் எல்லாம் எங்கே இருக்கிறார்கள்... விசாரித்திருப்பார்? ஆனால் நேரமாகி இருக்கும். அதற்குள் நாங்கள் கிளம்பிவிட்டோம். விட்டுப்போன பரத் குமார் காப்பாற்றப்பட்டிருப்பான். நாங்கள்? எனக்குக் குப்பென்று வியர்த்தது. காரை திடீர் என்று டயர் தேய ப்ரேக் போட்டு வேகம் குறைக்க வேண்டியிருந்தது. பளிச் பளிச் என்று பாதையின் வலது பக்கம் அம்பர் விளக்கு சிமிட்டியது. 'டெட் ஸ்லோ, ரோட் ப்ளாக் அஹெட்' என்று அறிவிப்புப் பலகை தெரிந்தது. நூற்றுக்கணக்கான கார்கள் எங்களுக்கு முன் பல வர்ண மலைப்பாம்புபோல் மெதுவே ஊர்ந்துகொண்டிருந்தன. கல்யாண ஊர்வலம்போல் நின்று நடந்து நின்று நடந்து... உடம்பின் வாலில் ஒட்டிக்கொண்டோம். எங்களுக்குப் பின் சரசர வென்று கார்கள் சேர்ந்துகொண்டன. முன்னாலும் கார்கள். வலது பக்கம் கட்டை வைத்து அடைப்பு... என் உள்ளம் துள்ளியது.

இப்போது அவர்கள் முகத்தில் கலவரம் தென்பட்டது. 'ஸ்டக்' என்றான். எனக்கு முந்தின காரிலிருந்து எட்டிப் பார்த்து நாக்கை நீட்டி மூக்கை நக்கியது ஒரு நாய். பின் பக்கம் பார்த்தேன். ஒரு ஆல்ஃபா ரோமியோவில் தலைமயிர் வளர்த்த இளைஞன், தன் அருகில் இருப்பவளுக்கு முத்தம் கொடுத்துப் பழகிப் பார்த்துக் கொண்டிருந்தான். எங்கள் அவல நிலையைப் பார்க்கக்கூடியவர் கள் முன்னேயும் இல்லை, பின்னேயும் இல்லை.

இத்தாலியர்கள் பேசிக்கொண்டார்கள். போலீஸ் என்கிற வார்த்தை இரண்டு தடவை தென்பட்டது. முன் சீட்டிலிருந்து ஒருவன் இறங்கிக்கொண்டு விடு விடு என்று கார் நதியின் ஆரம்பத்தை நோக்கி நடந்தான். ப்ரியாவை எழுப்பினேன். அவள் என்மேல் பயந்து சாய்ந்தாள்.

நடந்து சென்றவன் திரும்பி வந்தான். சொன்னான். அவர்கள் கலவரம் திடீர் என்று கலைந்து ஓய்ந்து சுதாரித்துக் கொண் டார்கள். அவன் ஏறிக்கொண்டான். என் நம்பிக்கை இறங்கிக் கொண்டது.

ஒரே ஒரு டிராஃபிக் ரக போலீஸ்காரன் சாலையின் குறுகலான பகுதியில் நிறுத்தி நிறுத்தி அனுமதித்துக்கொண்டிருந்தான். ஒவ்வொரு காரையும் புன்னகையுடன் சிரமத்துக்கு மன்னிப்பு வார்த்தைகளுடன் அனுமதித்துக்கொண்டு இருந்தான். வெறும் ரோடு ரிப்பேர்! ஸ்காட்லண்ட் யார்டு இல்லை.

துப்பாக்கி மறைமுகமாக என் விலாவில் அழுந்தியது. 'போலீஸ் காரனைக் கடக்கும்போது ஒரு வார்த்தை வெளி வந்தால் நீ செத்தாய், ஞாபகமிருக்கட்டும்' என்று பல்லுக்குள் பேசினான்.

நாங்கள் சிரிக்கும் போலீஸ்காரனை மெதுவாக அணுகினோம்.

என்னால் ஒன்று மட்டும் உணரமுடிந்தது. ரோடு ரிப்பேர் என்று போர்டு இருந்தது. சாலையின் இரு மருங்கிலும் கட்டைத் தடுப்பு கள் இருந்தன. இருந்தும் எந்த இடத்திலும் சாலை பழுதாக இருப்பதாகத் தெரியவில்லை.

எங்கள் கார் அவனை அணுகியது. கடந்தது. 'ஸாரி ஃபார் தி ட்ரபிள் சார்... குட் டே சார்.'

சாலையின் குறுகலான கழுத்துப் பாகத்தைக் கடந்ததும் நான் அவர்களைப் பார்த்துவிட்டேன். இடது வலது பக்கங்களில் இரு மருங்கிலும் சற்றுச் சரிவான புல்வெளியில் சாலைக்கு வெளியே... நான்கு கார்கள்.

ஒரே சமயத்தில் எல்லாம் சேர்ந்து சீறிப் புறப்பட்டு எங்களைச் சூழந்து கொள்ள, சரேல் என்று பத்துப் பன்னிரண்டு பேர் வெளிப் பட, நான் கண வேகத்தில் என் விலாப்பாகத்தில் பதிந்திருந்த துப்பாக்கியை பலத்துடன் விலக்கிக் கீழே சாய்க்க, அது டுமீல் என்று வெடிக்க, எனக்கு எங்கேயோ வலிக்க, ப்ரியாவின் கீச்சுக் குரல் கேட்க, கார் மிக ஆத்திரமாகப் புறப்பட முயற்சிக்க, மற்றொரு வெடி கேட்டது. என் வலி என்னை ஆட்கொள்ள, கார் பைத்தியமாகச் சுழல, நிற்க, உள்ளே வெள்ளமாகப் போலீஸ் காரர்கள் பாய்ந்து பிடுங்க, என் தொடை பாகத்தில் கொப்புளம் கொப்புளமாக வலிப்பந்துகள் துள்ள, 'ப்ரியா! ப்ரியா!' நினைவிழந்தேன்!

அந்த இத்தாலியர்கள் எல்லோரும் பஞ்சகச்சமும் கிரீடமும் அணிந்திருந்தார்கள். லிஸா மார்பில் கச்சணிந்து ஊத்துக்காடு வெங்கட சுப்பய்யரின் பதத்துக்கு பரதநாட்டியம் ஆடினாள்.

சிக்கோ சின்ன பழுவேட்டரையர் என்னிடம் வந்து, 'உனக்கும் எனக்கும் கத்திச் சண்டை இருக்கிறது. பிடி கத்தியை!' என்றான். 'அடிபட்டவனை வாட்போருக்கு அழைப்பதுதான் உங்கள் தர்மமோ' என்றேன். லிஸா என் அருகில் வந்து, 'இறந்து போனவர்கள் பேசக்கூடாது' என்றாள் ரகசியமாக. நான் இறக்கவில்லை... நான் இறக்கவில்லை...

புன்னகையுடன் ரோவான் நின்றுகொண்டிருந்தார்: 'ஹௌ டு யூ ஃபீல் மிஸ்டர் கணேஷ்?'

'என் கால், என் கால்!' என்றேன்.

'பத்திரமாக இருக்கிறது. குண்டை எடுத்துவிட்டோம்' என்றார் வெள்ளை உடை ஆசாமி. அஸெப்டிக் வாசனை என் மூக்கில் விரவியது, என் உடம்பைப் பார்த்தேன். இடதுகாலில் ஒரு மகா பாண்டேஜ் கட்டியிருந்தது. அதில் தேதி போட்டிருந்தது.

'வலி' என்றேன்.

'சரியாகிவிடும்' என்றார்.

'ப்ரியா' என்றேன்.

'இங்கே இருக்கிறேன்.' என்றாள். அவளைத் திரும்பிப் பார்க்கப் பதினைந்து செகண்ட் ஆயிற்று. சுத்தமாகத் தலை வாரிக் கொண்டு, மெலிதாக மேக்-அப் அணிந்துகொண்டு முழுசாக இருந்தாள். 'கணேஷ் சார், ரொம்ப வலிக்கிறதா?' என்றாள். சிரித்தேன். அதாவது சிரிக்க முயற்சித்தேன்.

'யூ ஆல்ரைட் ப்ரியா?' என்றேன் முயற்சித்து.

'கணேஷ் சார். நீங்கள் பெரிய ஆள்! ரொம்பப் பெரிய ஆள்.'

'வாட் ஹாப்பன்ட் மிஸ்டர் ரோவான்...'

'உங்கள் காரை ஒரு டிராஃபிக் ப்ளாக் அமைத்துப் பிடித்து விட்டோம். அவ்வளவுதான்.'

'எப்படித் தகவல் கிடைத்தது...'

'சுலபமாக. அந்த பெட்ரோல் பங்க் இளைஞன் கார் நம்பர், செல்லும் திசை, உட்கார்ந்திருந்தவர்கள் எண்ணிக்கை எல்லாம்

குறிப்பிட்டு, போலீசுக்கு டெலிபோன் செய்துவிட்டான்... உடனே பாதையில் ரோட் ப்ளாக் அமைத்துவிட்டோம்.'

'கணேஷ் சார், அவன் எதனால் டெலிபோன் செய்தான் தெரியுமா?... நீங்கள் என் முதுகில் எழுதிக் காட்டினீர்களே! அவனைப் பார்த்துக் கண்ணடி என்று... அதனால்தான்!' என்றாள் ப்ரியா.

'உங்கள் நடிகை கண் மட்டும் அடிக்கவில்லை. கண்களாலேயே ஏறக்குறைய கதையே சொல்லிவிட்டாள்... அந்த இளைஞனும் கெட்டிக்காரன். சட்டென்று புரிந்துகொண்டுவிட்டான்.'

நான் ப்ரியாவைப் பார்த்தேன். அவள், 'பரதநாட்டியத்தில் நிறையக் கண்ணால் பேசவேண்டும்! ஆனால், ஐடியா உங்களுடையது!' என்றாள்.

'மிஸ்டர் கணேஷ், அதிகம் பேசவேண்டாம்! இந்த மாத்திரையை விழுங்குங்கள்' என்றார் டாக்டர்.

ப்ரியா குனிந்து என் கன்னத்தில் முத்தமிட்டாள். தாடி குத்தியிருக்கும்.

ரெஸ்டாரெண்ட், பழங்காலத்து இங்கிலாந்து வீடுகளின் உட்புறம்போல இருந்தது. ஒரே ஒரு ஆள் நடந்துகொண்டே வயலின் வாசித்துக்கொண்டு மேஜைகளின் ஊடே பவனி வந்தான். மக்னா கார்ட்டா போலிருந்த அந்த மெனு பட்டியலை ஒரு தடவை மேலாகப் பார்த்துவிட்டு, ப்ரியா 'ஐஸ் க்ரீம்' என்றாள். 'ஐஸ் க்ரீம் மடாம்?' என்றான் வெய்ட்டர். அவன் நாசி துடித்தது. நான் அடிக் குரலில், 'இந்த மாதிரி இடங்களில் எல்லாம் ஐஸ் க்ரீம் கேட்கக்கூடாது' என்றேன். ப்ரியா மறுபடி 'ஐஸ் க்ரீம்' என்றாள். 'உங்களுக்கு?' என்றான். யோசித்தேன். நானும் 'ஐஸ் க்ரீம்' என்றேன். வினோதச் செய்தி சிப்பந்திகளின் ஊடே காட்டுத் தீ போலப் பரவியது.

ப்ரியா இளைத்திருந்தாள். கன்னத்தில் ஒரு இடத்தில் சிவந்திருந்தது. சுத்தமாகக் குளித்திருந்தாள். வாசனையாக இருந்தாள். நகை இல்லாமல் இருந்தாள். ரோவானும் ஹெண்டர்ஸனும் வருவதற்காகக் காத்திருந்தோம்.

'உன்னை எங்கெல்லாம் தேடினோம் தெரியுமா?' என்றேன்.

அவள் 'தாங்ஸ்' என்றாள்.

'கில்பர்னில் ஷாவின் வீட்டிலிருந்து நீ தப்பித்தபின் கோட்டை விட்டுவிட்டோம்.'

ப்ரியா மெல்லப் பேசினாள்.

'தப்பி வெறுங்காலில் ஓடினேன்... ஒரே குளிர். ஒரு பெரிய கான்க்ரீட் ரோடு தென்பட்டது. அதிகாலை என்று நினைக்கிறேன். வருகிற போகிற கார்களை எல்லாம் கைகாட்டி நிறுத்தப் பார்த்தேன். ஒரு கார் நின்றது. சின்ன கார். 'லண்டனில் கொண்டு விட்டுவிடுங்கள்' என்று கெஞ்சினேன். 'ஹாப் இன் பேபி' என்றான். பின் சீட்டில் ஒரு பெண் இருந்ததால் தைரியமாக ஏறிக் கொண்டேன். அவர்கள் முதலில் செல்லமாக விசாரித்தார்கள்.

'ஓட்டை வாயை வைத்துக்கொண்டு சும்மா இருக்க முடியாமல் எல்லாவற்றையும் சொல்லி வைத்தேன். ஜனாவைப் பற்றி, ஷா கடங்காரனைப் பற்றி, உங்களைப் பற்றி. பணம் நிறையச் செலவழிக்கிறார்களா, படப்பிடிப்புக்கு யார் பணம் கொடுக்கிறார்கள் என்று எல்லாம் விசாரித்தார்கள். என்னவோ புரியாத பாஷையில் பேசிக்கொண்டார்கள்.

சின்ன ஊர்ப் பக்கம் எங்கேயோ சந்தில் திரும்பி ஏதோ ஒரு வீட்டுக்கு அழைத்துச் சென்றார்கள். நான் மாட்டேன் என்றேன். சுளீர் என்று அடித்தார்கள். நான் துவண்டு போய்விட்டேன். கத்தக்கூட திராணி இல்லை. மாடிப்படி வழியாக அழைத்துச் சென்று ஒரு அறையில் அடைத்துவிட்டார்கள். ஒரு நாள் சோறு தண்ணீர் இல்லாமல் அங்கேயே கிடந்தேன். அப்புறம் அந்தப் பெண் வந்து எதையோ சாப்பிடச் சொன்னாள். ஒரு டேப் ரெகார்டரைக் கொண்டுவந்து பேசச் சொன்னார்கள். அப்போதுதான் புரிந்தது. என்னை வைத்துக்கொண்டு பணம் கேட்கப் போகிறார்கள் என்று... ஏதாவது எதிராகச் சொன்னால் அந்தக் கடங்காரி அடிப்பாள். அவள் என்னைப் பலவந்தமாகச் சாப்பிடச் சொன்னாள். கிள்ளினாள். அந்த இத்தாலியன் குடித்திருந்தான். என்னைத் தொட்டுப் பார்த்தான். அந்தப் பெண் அவனைத் திட்டினாள். அவள் கணவன் போலிருந்தது. அவர்கள் என்னை ஏறக்குறைய இருட்டிலேயே வைத்திருந்தார்கள். எனக்குத் திகில், பயம், பசி, அரைமயக்கம்... எத்தனை நேரம் எத்தனை நாள் அப்படி இருந்தேன் ஞாபகமில்லை. திடீர் என்று கதவு திறந்தது. யாரடா என்று பார்த்தால், பப்பு வந்து நிற்கிறது. இது

எப்படிடா இங்கே வந்தது. எனக்குச் சந்தோஷம் தாங்கவில்லை. பப்புவைக் கட்டிக்கொண்டு அழுதேன். பப்பு என்னைப் பார்க்க ஸ்டண்ட் எல்லாம் பண்ணிக்கொண்டு வந்துவிட்டது என்று நினைத்தேன். விவரம் சொன்னதும்தான் நீங்களும் வந்திருக்கிறீர்கள் என்று தெரிந்தது…'

'பரத்துடன் சேர்ந்து ஒரே அறையில்தான் இருந்தாயா?'

'ஆம்! கணேஷ் சார். காதல் என்று ஒன்று இருக்கிறதா என்ன?'

'ஏன்?'

'நானும் பப்புவும் காதலர்கள்தான்… பப்புவுக்காக நான் எல்லாத் தியாகமும் பண்ணத் தயாராகத்தான் இருந்தேன்… அதனால்தான் எல்லா விபரீதமும் ஏற்பட்டுவிட்டது. இருந்தாலும் காதலர்களை இரண்டு நாள் ஒரே ரூமில் அப்படி அடைத்துப் போட்டுவிட்டால் எல்லாக் காதலும் ஆவியாகிவிடுகிறது.'

'என்ன சொல்கிறாய்?'

'காதலுக்கு எதிரி இந்த மாதிரி அந்தரங்கம். நிஜ சொரூபம் வெளிப்பட்டுவிடுகிறது.'

'எப்படி?'

'பப்பு ஒரு பயந்தாங்கொள்ளி. அடிக்கு பயந்த ஆசாமி. மேலே ஒரு ஜன்னல் இருந்தது. நாற்காலிமேல் ஸ்டூலைப் போட்டு எட்டிப் பாரேன் என்றால்… ஏறுவதற்குப் பயப்படுகிறான். அவர்கள் வந்துவிட்டால், அவர்கள் வந்துவிட்டால் என்று பயம். அப்புறம் அவன் தைரியம் வந்து ஏறி தொபுக்கடீர் என்று விழுந்து, கால் பிசகிக்கொண்டு, நான் சிசுருஷை பண்ண வேண்டியிருந்தது. அதை விட மோசம், இன்னொரு விஷயம். ஏதோ பிரிந்தனர் கூடினர் என்று கொஞ்சம் கட்டிக்கொண்டோம். அத்துடன் நிறுத்திக்கொள்ள வேண்டியதுதானே. எப்பப் பார்த்தாலும் என்னைத் தொட்டுக்கொண்டே இருக்கவேண்டும் என்கிறான். கொஞ்சம் நெருங்கினால் போதும், உடனே சட்டையை அவிழ்க்க ஆரம்பித்துவிடுவான். ஓவர் ஸெக்ஸ்ட்? சிகரெட் இல்லாமல் அவனால் அரைமணிக்கு மேல் தாங்கவில்லை. சாப்பாடு கொண்டு தந்தவனைக் கெஞ்சுகிறான். காதலிக்காக ஒரு பீடியைத் தியாகம் செய்ய முடியாதா?

குளிக்காமல் ஷேவ் செய்யாமல் பல் தேய்க்காமல் காதல் செய்யக் கூடாது. ஆண்பிள்ளையாக இருந்து என்ன பிரயோசனம்? ஏதாவது ஒரு தீரச் செயல் உண்டா? ஹூம்! கெடிகாரத்துக்குச் சாவி கொடுப்பதைத் தவிர வேறு ஏதும் தேகப் பயிற்சி செய்த தாகவே தெரியவில்லை. எப்பப் பார்த்தாலும் 'லெட்ஸ் ஸ்லீப்' என்கிறான் சோம்பேறி. ரொம்ப ஏமாந்திருக்கிறேன் கணேஷ் சார்! ஆண்பிள்ளைத் துணையாக இருக்கிறவன் ஏதாவது ஒரு சேரைத் தூக்கிப் போட்டோ சண்டை போட்டோ ஆர்ப்பாட்டம் செய்யவேண்டாம்? அந்தக் கடங்காரன் என்னைத் தொடுகிறான். பப்பு பார்த்துக்கொண்டே நிற்கிறான்! அந்தப் பெண்ணிடம், 'அம்மா தாயே! எங்கள் இரண்டு பேரையும் தனித்தனி அறையில் போட்டு விடு' என்று கெஞ்சினேன். அவள், 'ஏன் நீங்கள் இரண்டுபேரும் காதலர்கள் இல்லையா? கட்டிப்புரண்டீர்களே!' என்கிறாள். ரகசியமாக இந்தக் கண்றாவியைப் பார்க்க வேறு பார்த்திருக்கிறார்கள்... காதலாவது மண்ணாங்கட்டியாவது.'

நான் சிரித்துக்கொண்டேன்.

'ஜனு மாட்டிக்கொண்டு விட்டதாமே!'

'ஆம். ஹஸீஷ் சமாசாரம்.'

'மெட்றாஸிலேயே ரவுடிப் பசங்கள் எல்லாம் வந்து அர்த்த ராத்திரியிலே என்னவோ கூடிப் பேசிக்கொள்வார்கள். நன்றாக வேண்டும், என்னைப் பாடாகப் படுத்தியதற்கு. கணேஷ் சார், ஐ ஃபீல் ஃப்ரீ.'

'பரத் குமார் பாவம் உன்னைப் பார்க்கத் துடியாகத் துடித்துக் கொண்டிருக்கிறான்.'

'பேசாதீர்கள். அவனை நினைத்தால் எதையோ மிதித்தமாதிரி அருவருப்பாக இருக்கிறது.'

'இனிமேல் என்ன செய்வதாக உத்தேசம்?'

'நீங்கள்தான்! கணேஷ் சார், நாம் இருவரும் ஏன் கல்யாணம் செய்து கொள்ளக்கூடாது?'

'ஐஸ் க்ரீம் நல்லா இருக்கிறது இல்லை?'

'நான் கேட்ட கேள்விக்குப் பதில்?'

'ப்ரியா, உனக்குத் தேவையானது கணவனில்லை. ஒரு லாயர். உன் விவகாரங்களை எல்லாம் சரி பார்த்து, உன் காண்ட்ராக்ட்டு கள் எல்லாம் பூர்த்தி செய்து, உன் நடிப்பு வாழ்க்கையைத் திறமை யாகச் செய்வதற்கு ஒரு மேனேஜர். மெட்றாஸ் போனதும் நான் துடியாக ஒரு பையனை அனுப்பி வைக்கிறேன். வஸந்த் என்று பெயர்.'

'எனக்கு நீங்கள்தான் வேண்டும். உங்களிடம் என் மனத்தைப் பறிகொடுத்துவிட்டேன்.'

'எப்போது நீ ப்ரியா, எப்போது தமிழ் சினிமா நடிகை என்பதை அறிவது கஷ்டமாக இருக்கிறது. இந்த மாதிரி மனத்தைப் பறிகொடுப்பதைக் கட்டுப்படுத்த வேண்டும். சிகரெட் பழக்கம் மாதிரி ஒட்டிக்கொண்டுவிடும்...'

'நேராக என்னைப் பார்த்துச் சொல்லுங்கள்... நேராக என் கண்ணைப் பார்த்து...'

'உன் கண்ணைப் பார்த்தால் ஆபத்து.'

'என் கேள்விக்கென்ன பதில்' என்று பாடினாள்.

'ஸில்லி கர்ல்! ரோவான் வந்துவிட்டார்!'

'ஸாரி ஐம் லேட்! ப்ரியா மை டியர். ஹௌ ஆர் யூ?'

'டாப் ஆஃப் தி வர்ல்ட்! தாங்ஸ் டு ஸ்காட்லண்ட்...'

'தாங்க்ஸ் டு கணேஷ்!'

'கணேஷுடன் நான் இனிப் பேசப் போவதில்லை.'

'ஏன்?'

'என்னைக் கல்யாணம் செய்துகொள்ள மறுக்கிறார்.'

'ஏன் கவலைப்படுகிறீர்கள்? எத்தனை தகுதியுள்ள ஆசாமிகள் இருக்கிறார்கள்! உதாரணமாக நான் இல்லையா?'

சிரித்தாள். 'இன்னும் ஏதாவது ஸ்டேட்மெண்டுகளில் கையெழுத் திட வேண்டுமா?'

'போதும்! உங்களைக் கடத்திச் சென்றவர்கள் எல்லோரையும் மடக்கியாகிவிட்டது.'

‘பை த வே, சட்டப்படி என் கணவர் எங்கே?’

‘அவர் கொஞ்ச நாள் இங்கிலாந்திலேயே எலிஸெபெத் ராணியின் விருந்தினராகத் தங்க வேண்டி வரும்.’

‘கீப் ஹிம். அந்த பரத் குமாரையும் ஏதாவது உபரிக் குற்றத்துக் காகக் கைது செய்ய முடியாதா?’

‘ஸாரி! ஹெண்டர்ஸன், டிக்கெட்டை எடுங்கள்.’

ஹெண்டர்ஸன், ‘மிஸ்டர் கணேஷை ஸ்காட்லண்ட் யார்டில் சேர்ந்துக்கொள்ளலாமே?’ என்றார்.

‘துப்பறியும் நாயாகவா!’ என்றேன்.

‘மூளை இருக்கிறது! அரிசிச் சாப்பாட்டில் விஷயம் இருக்கிறது என நினைக்கிறேன். நான் ரிடையர் ஆனதும் வெஜிடேரிய னிஸம் பழகப் போகிறேன். உங்கள் டிக்கெட் ரெடி. உங்கள் காலை நீட்டிக்கொண்டு பிரயாணம் செய்வதற்கு வசதியாக கதவுக்கு அருகிலேயே சீட் ரிசர்வ் செய்திருக்கிறோம். ப்ரியா! அவரை ஜாக்கிரதையாக அழைத்துச் செல்லவேண்டியது உன் பொறுப்பு. கணேஷ், கால் எப்படி இருக்கிறது?’

‘நீட்ட முடிகிறது, மிஸ்டர் ரோவான். எனக்குச் சில சந்தேகங்கள்.’

‘கேளுங்கள்.’

‘அந்தக் கம்பளி விவகாரம்தான் எனக்குப் புரியவில்லை. ஏதோ ரோமம் என்றீர்கள். பெக்கினீஸ் நாய் என்றீர்கள். எல்லாம் பொய்தானே?’

‘இல்லை. அது ப்ரியா போர்த்தியிருந்த கம்பளிதான். கில்பர்னில் சாலைக்கு அருகில் கிடந்தது. என்ன ப்ரியா?’

ப்ரியா யோசித்தாள். ‘ஆம். என்னை ஜனாவும் ஷாவும் வீடு மாற்றிக்கொண்டு போனபோது அதைப் போர்த்தி இருந்தார்கள். தப்பிச் செல்லும்போதுகூட அதைப் போர்த்தியிருந்தேன். ஓடின ஓட்டத்தில் நடுவில் விழுந்துவிட்டது என் நினைக்கிறேன்.’

‘அதைத்தான் அந்த உடலுக்குப் போர்த்தினோம்.’

‘ப்ரியா, நீ காணாமற் போயிருந்தபோது உன் மாதிரியே ஒரு பொம்மை செய்து எங்களை எல்லாம் கலக்கிவிட்டார் ரோவான்!’

'கேள்விப்பட்டேன்.'

'அந்த ஆட்டாப்ஸி ரிப்போர்ட்?' என்று கேட்டேன்.

'அது கற்பனைதான். மிஸ்டர் கணேஷ், எங்களுக்கு முதலில் யாரைச் சந்தேகப்படுவது என்று தெரியவில்லை. உங்களையும் எங்கள் பட்டியலில் வைத்திருந்தோம். அப்புறம் ஷா. அப்புறம் ஜனார்தன்... ஃபிலிம் யூனிட் ஆசாமிகள்... பரத் குமார்... கடைசியில் வேறு ஏதோ பார்ட்டி. உங்களுக்கு நிச்சயம் வந்தனம் சொல்லவேண்டும். இரண்டு முக்கியமான திருப்பங்கள் உங்களால் ஏற்பட்டன... அந்த டேப் ரெகார்டரைக் கூர்ந்து கவனித்தது ஒன்று. அப்புறம் பெட்ரோல் நிலையத்தில் அந்த இளைஞன் கவனத்தைக் கவர்ந்தது. ப்ரில்லியண்ட்.'

'கணேஷ் சார், வெட்கப்படாதீர்கள்.'

'என்ன ஐஸ் க்ரீம் சாப்பிட்டுக் கொண்டிருக்கிறீர்கள்?' வெயிட்டரைக் கூப்பிட்டார். அவன் பவ்யமாக வந்து மற்றொரு தடவை மக்னா கார்ட்டாவைச் சமர்ப்பித்தான்! 'ப்ரியா, உங்களுக்கு வேறு என்ன வேண்டும்?' என்றார்.

ப்ரியா, 'மற்றொரு ஐஸ் க்ரீம்' என்றாள். வெயிட்டர் அதிர்ந்து போனான். அவன் காது நுனி சிவந்தது.

நான் அவளை முறைத்தேன். அவள் இரண்டு கண்களையும் மூடித் திறந்து சிரித்தாள். சுற்றிலும் பார்த்துக்கொண்டாள். அவள் முகம் திடீர் என்று கடுமையாக மாறியது. 'இங்கேயும் வந்து விட்டதா இது!'

அவள் இது என்று குறிப்பிட்டது பரத் குமார். கண்களில் பஞ்சு, அவசரத் தலை சீவல். அவசர கோட்டு... சென்ற வார ஷேவ்... 'ஹலோ ப்ரியா' என்றான்.

ப்ரியா என்னைப் பார்த்து, 'கணேஷ் சார், என்ன வேண்டும் என்று கேளுங்கள்' என்றாள். நான் 'என்ன வேண்டும்?' என்றேன். 'ஒய் டோன்ட் யூ ஸிட் டவுன்?' என்றார் ரோவான்.

பரத் மெஷின் போல் அவளைப் பார்த்துக்கொண்டே உட்கார்ந் திருந்தான். 'ஐஸ் க்ரீம் நல்லா இல்லை?' என்றாள், என்னைப் பார்த்துக்கொண்டே.

'ப்ரியா, எப்படி இருக்கிறாய்?' என்றான்.

ப்ரியா பதில் சொல்லவில்லை. அவள் நாசி துடித்தது.

பரத் என்னைப் பார்த்தான்.

'ப்ரியா, எப்படி இருக்கிறாய்?' என்றேன் அவன் சார்பாக.

'நான் எப்படி இருந்தால் அவனுக்கு என்ன என்று கேளுங்கள் கணேஷ் சார்.'

'அவள் எப்படி இருந்தால் உனக்கு என்ன என்று கேட்கிறாள்.'

'இது என்ன ரிலே ஸிஸ்டம்' என்றார் ரோவான்.

பரத், 'அவள் என் மேல் மிகுந்த கோபத்தில் இருக்கிறாள். என்ன ப்ரியா, என்ன நடந்துவிட்டது?' என்றான்.

மௌனம்.

'என்ன ப்ரியா? என்ன நடந்துவிட்டது?' நான்.

'ஒன்றும் நடக்கவில்லை. அதுதான்... கையாலாகாதவர்கள் எல்லாம் காதலர்கள்! கணேஷ் சார், எனக்கும் உனக்கும் எல்லாம் கான்ஸல் என்று சொல்லிவிடுங்கள்.'

'எனக்கும் உனக்கும்...'

'அவ்வளவு சுலபமாக, ஆழமான ஒரு உறவைப் புறக்கணித்து விட முடியுமா? என்னிடம் என்ன தப்பு என்று சொல், திருத்திக் கொள்கிறேன். மன்னிப்பு கேட்கிறேன். ப்ரியா ப்ளீஸ்! என்னைப் பாரேன்! என்னை ஒரு தடவை நேராகப் பார்த்து நான் உன்னை மனப்பூர்வமாக வெறுக்கிறேன் என்று சொல் பார்க்கலாம். ட்ரை ப்ரியா!'

'ம்ஹூம். பார்க்க மாட்டேன். நான் எதற்குப் பார்க்கணும்?'

'அப்படி என்றால் என்னை வெறுக்கவில்லை என்று அர்த்தம்.'

'லுக் மிஸ்டர் ஆர்.கே. பரத் குமார்!'

'ஹைய்யா, என்னைப் பார்த்துவிட்டாள்! பேசிவிட்டாள்!'

'கெட் லாஸ்ட் பாஸ்டர்ட்!' என்றாள். கண்ணில் நீர் ததும்பியது. அதே சமயம் சிரிப்பையும் அடக்க முடியவில்லை அவளுக்கு....

பம்பாய் விமான நிலையத்தில் நாங்கள் நல்ல வெயிலில் வந்து இறங்கினோம். கஸ்டம்ஸில் ப்ரியாவின் அபரிமிதமான லக்கேஜைப் பணம் கட்டி விடுதலை வாங்கிக்கொள்வதற்கு மூன்றரை மணி நேரம் பிடித்தது. அங்கிருந்து மற்றொரு விமானம் மாறி சென்னை வந்து சேர்ந்தோம். ஜன்னல் வழியாக அந்தச் சிறு கூட்டத்தை ப்ரியாவுக்குக் காட்டினேன். 'WELCOME TO PRIYA' என்று அவசர பானர்கள். மலர் மாலைகள் காத்திருந் தன. இளைஞர்கள், தலை நிறையப் பூ வைத்த பெண்கள், ஜிப்பா அணிந்த சினிமாக்காரர்கள், கேமராக்காரர்கள்.

ப்ரியா துள்ளினாள். அவள் இறங்கி அவர்களைச் சந்திக்க அவசரத்தில் இருந்தாள்.

'கணேஷ் சார், ஒரு சின்ன விஷயம்.'

'சொல்லு.'

'இந்தப் பப்பு என்ன ஆயிற்று?'

'பரத் குமாரா?'

'நம்முடன் வரவில்லை இல்லையா?'

'ம்ஹூம்.'

'புறப்படுவதற்கு முன் ஏதாவது சொல்லிற்றா?'

'ம்ஹூம். இந்நேரம் தேவதாஸ் மாதிரி உலகே ஏ, மாயம் என்று ஏதாவது லண்டன் மதுச் சாலையில் தலை கலைந்து கடைசி பென்ஸ் நாணயத்தை இறைத்து, ப்ரியா ப்ரியா என்று மூச்சுக்கு மூச்சு ஸ்மரித்துக் கொண்டு...'

'கணேஷ் சார், பப்பு ரொம்பப் பாவம் இல்லை?'

'என்னது, கதை வசனம் இப்படி பல்டி அடிக்கிறது?'

'பப்வுக்கும் ஒரு கேபிள் கொடுத்துவிடுங்களேன். ப்ளீஸ்! 'ப்ரியா வுக்கு டபிள் நிமோனியா, உடனே புறப்படு' என்று.'

நான் இந்தப் பெண்ணை வியந்து நின்றேன்.

படிகளில் இறங்கும்போதே அவள் நடை துள்ளியது. என்னால் நொண்டி நொண்டி அவள் வேகத்துக்கு ஈடு கொடுக்க

முடியவில்லை. நான் பின்தங்குவதைப் பார்த்து ப்ரியா, ‘கணேஷ் சார், அப்புறம் போன் பண்ணுங்க! மறந்திடாதீங்க’ என்றாள்.

‘ஓகே ப்ரியா’ என்றேன்.

அந்தக் கூட்டம் ப்ரியாவைச் செல்லமாகக் கடித்து விழுங்கியது. மாலைகள், ஆரவாரம், பளிச் பளிச்...

‘செத்துப் பிழைச்சு வந்துட்டே பாப்பா!’

‘கிழக்கு மேற்கு ரிலீஸாகப் போகிறதாமே!’

‘அம்மாடி! இளைச்சுப் போயிருக்கியே?’

‘பரத் குமார் வரலையா?’

‘பேகேஜ் டிக்கெட்டைக் கொடுங்க.’

நான் வஸந்தைத் தேடினேன். தனியாக நின்றேன். ப்ரியா கையெழுத்து போட்டுக்கொண்டிருந்தாள். அந்தக் கூட்டம் ப்ரியாவுடன் தொடர்ந்து செல்ல அவள் திக்கு முக்காடி, மலர் மாலை கசங்கி, படம் பிடிக்கப்பட்டு, சமாளித்து, அந்தப் பிரம்மாண்டமான காரில் ஏறிக்கொண்டாள்.

‘ஹலோ பாஸ்!’ என்றான் வஸந்த்.

‘எங்கே ஆளைக் காணோம்? ப்ரியாவை வேடிக்கைப் பார்க்கப் போயிருந்தாயா?’

அவன் தயக்கத்துடன், ‘ஆம்’ என்றான். ‘நீங்கள், கூடப் போகவில்லையா?’ என்றான்.

‘இல்லை. என் வேலை முடிந்துவிட்டது...’ என்றேன்.

நகரத்தில் 'கிழக்கு மேற்கு' முழு நீள வண்ணப்படம் சமீபத்தில் வெளியாகப் போவதை அந்த பிரம்மாண்டமான போஸ்டர் அறிவித்தது!

ப்ரியா என்னைப் பார்த்துச் சிரித்துக்கொண்டிருந்தாள்.

---

www.ingramcontent.com/pod-product-compliance
Lightning Source LLC
LaVergne TN
LVHW090314051026
849518LV00005B/1775